ഭൂമധ്യരേഖ

സജിൽ ശ്രീധർ

കോട്ടയം ജില്ലയിലെ പനച്ചിക്കാട് സ്വദേശി. കാൽനൂറ്റാണ്ടായി മാധ്യമരംഗത്ത്. മംഗളം ദിനപത്രം വാരാന്ത്യപതിപ്പ്, വാർഷികപതിപ്പ്, ആഴ്ചപതിപ്പ്, കന്യക ദ്വൈവാരിക എന്നിവയുടെ പത്രാധിപരായി പ്രവർത്തിച്ചു. വിവിധ ശാഖകളിലായി മുപ്പതിലേറെ പുസ്തകങ്ങൾ.

കുമാരനാശാന്റെ കരുണയെ അവലംബമാക്കി രചിച്ച വാസവദത്ത എന്ന നോവൽ ഇംഗ്ലീഷിലേക്ക് വിവർത്തനം ചെയ്യപ്പെട്ടു. ഈ നോവൽ ഐക്യരാഷ്ട്രസഭയിൽ വച്ച് പ്രകാശനം ചെയ്യപ്പെട്ടു. ദൂരദർശൻ സംപ്രേഷണം ചെയ്ത മലയാളത്തിലെ പ്രഥമ ചരിത്ര ടെലിവിഷൻ പരമ്പര പാലിയത്തച്ചൻ തിരക്കഥ എഴുതി സംവിധാനം ചെയ്തു.

കേരളസർക്കാരിന്റെ നൂറുദിന കർമ്മപരിപാടികളുടെ ഭാഗമായി സജിൽ ശ്രീധറിന്റെ തെരഞ്ഞെടുത്ത അഭിമുഖങ്ങൾ പുസ്തകരൂപത്തിൽ സമാഹരിക്കപ്പെട്ടു.

2013 ലെ സംസ്ഥാന ചലച്ചിത്ര അവാർഡ് ജൂറി അംഗമായിരുന്നു.

എസ്.കെ.പൊറ്റക്കാട് അവാർഡ്, എം.കെ.സാനു അവാർഡ്, കെ.ദാമോദരൻ അവാർഡ്, തിരുനല്ലൂർ കരുണാകരൻ അവാർഡ്, വയലാർ സാംസ്കാരിക വേദി അവാർഡ് എന്നീ പുരസ്കാരങ്ങൾ ലഭിച്ചു.

മുഖ്യകൃതികൾ

വാസവദത്ത, ഷഡ്പദം, ന്യായപ്രമാണം, അവർണ്ണൻ, ഭൂമധ്യരേഖ (നോവൽ) തെരഞ്ഞെടുത്ത കഥകൾ (കഥ) എന്റെ പ്രിയ നോവല്ലകൾ, മൂന്ന് പ്രണയനോവലറ്റുകൾ (നോവലറ്റ്) കഥയുടെ അകംപൊരുൾ, അടൂർ : സാർവജനീനതയുടെ ദൃശ്യേതിഹാസം, സൃഷ്ടിപരതയുടെ അനന്യസൗഭഗം, തിരക്കഥയുടെ സഞ്ചാരവഴികൾ (പഠനം) പാലിയത്തച്ചൻ (തിരക്കഥ) തെന്നാലിരാമൻ(ബാലസാഹിത്യം) സഖാവിന്റെ ഇതിഹാസം, അതികായൻ (ജീവചരിത്രം)

വിലാസം:
സജിൽ നിവാസ്
കുഴിമറ്റം പി ഒ, കോട്ടയം 686533
മൊ: 9995723436

സജിൽ ശ്രീധർ

ഭൂമധ്യരേഖ

(നോവൽ)

മാക്സ് ബുക്സ്
കോട്ടയം
2023

വില: **300** രൂപ

Bhoomadhyarekha
By Sajil Sreedhar
Malayalam Novel

Published by:-
MAX BOOKS
Maxlive Media Solutions Pvt Ltd.
Muppathiyil Building, Muttambalom Post,
Kanjikuzhy, Kottayam 686 004
maxlivemediasolutions@gmail.com
maxbookskerala@gmail.com
Ph: 90740 98776

Cover Design: Rajesh Chalode
Art: Rajesh Chirappad

Printed in India
at Penta Offset, Kottayam
Edition:
First Editon October 2021
POD Edition January 2023

Copies: 1000
Price: Rs. 300

ISBN: 978-93-91085-44-5

ദാർശനികതയുടെ അകംപൊരുളുകൾ ഇത്രമേൽ അവതരിപ്പിക്കപ്പെടുന്ന ഒരു മലയാളനോവൽ പ്രസിദ്ധീകരിക്കുകയെന്നത് വലിയ ഭാഗ്യമാണ്. കർമ്മവും നീതിയും ബോധാവബോധങ്ങളിലൂടെ നിത്യമായി നിലകൊള്ളുകയും അവ മാനുഷികമൂല്യങ്ങളിൽ പ്രസക്തമാവുകയും ചെയ്യുന്നു. 'വാസവദത്ത'യ്ക്കു ശേഷം സജിൽ ശ്രീധറിന്റെ ക്ലാസിക്ക് സൃഷ്ടി. എഴുത്തിനപ്പുറം സർഗ്ഗാത്മകതയുടെ ഗംഭീരമായ കഥപറച്ചിൽ.

അജീഷ് ചന്ദ്രൻ
പ്രസാധകൻ

സമർപ്പണം

ക്രിയാത്മകതയുടെ ലോകത്ത് വ്യാപരിക്കുന്ന എല്ലാ മഹത്തുക്കൾക്കും ഈ കൃതി സാദരം സമർപ്പിക്കുന്നു.

ഉള്ളടക്കം

അദ്ധ്യായങ്ങൾ

ആമുഖം

ക്രിയാത്മകതയുടെ പുരാവൃത്തം

സജിൽ ശ്രീധർ

ഈ ലോകത്ത് പരമപ്രധാനമെന്ന് പറയാവുന്നതായി എന്തുണ്ട്? ഏത് നേട്ടങ്ങളും അവസ്ഥകളും നൈമിഷികമാണ്. സംഭവ്യമായ സമയപരിധിക്കപ്പുറത്ത് അതിന് നിലനിൽപ്പില്ല. അതുകൊണ്ട് തന്നെ എല്ലാത്തരം മനുഷ്യാവസ്ഥകളും നശ്വരമാണ്. പരമോന്നത അധികാരപീഠത്തിൽ ഇരിക്കുന്ന വ്യക്തിയെ സംബന്ധിച്ച് ആ അധികാരം നിലനിൽക്കുന്ന സമയം മാത്രമേ പ്രസക്തിയുള്ളു. വഹിക്കുന്ന സവിശേഷ സ്ഥാനത്തു നിന്നും നിഷ്കാസിതനാവുന്ന നിമിഷം അയാൾ ലക്ഷക്കണക്കിന് സാധാരണക്കാരിൽ ഒരാളാവുന്നു. അപ്പോൾ ചിരപ്രതിഷ്ഠ നേടുക അഥവാ അനശ്വരതയെ സ്പർശിക്കുക എന്ന മനുഷ്യന്റെ അഭിവാഞ്ജ അർത്ഥരഹിതമായ ഒന്നായി പരിണമിക്കുന്നു. ഈ ദുരവസ്ഥയെ വിജയകരമായി അതിജീവിച്ചവർ എന്ന് അർത്ഥശങ്കയ്ക്കിടയില്ലാതെ പറയാവുന്ന ഒരു കൂട്ടരേയുള്ളു. അത് സർഗാത്മക കലാകാരന്മാരാണ്.

ഒരു എഴുത്തുകാരന്റെ സൃഷ്ടികൾ അയാളുടെ മരണം സംഭവിച്ച് കാലങ്ങൾക്ക് ശേഷവും നിലനിൽക്കുന്നു. അയാൾ ഇല്ലാതായാലും അയാളുടെ സൃഷ്ടിക്ക് നാശം സംഭവിക്കുന്നില്ല. സംഗീതജ്ഞന്റെയും ശിൽപ്പിയുടെയും ചിത്രകാരന്റെയും അവസ്ഥ സമാനമാണ്. കലാസൃഷ്ടികൾ മാത്രമല്ല ശാസ്ത്രജ്ഞർ അടക്കം ക്രിയാത്മക പ്രവർത്തനങ്ങളിലൂടെ സൃഷ്ടിപരമായ ദൗത്യങ്ങൾ നിർവഹിച്ചിട്ടുള്ള ഓരോരുത്തരുടെയും സ്ഥിതി ഇതുതന്നെയാണ്. കാലശേഷവും അവരുടെ സംഭാവനകൾ സ്ഥായിയായി നിലകൊള്ളുന്നു.

സൃഷ്ടിപരത അഥവാ ക്രിയാത്മകതയ്ക്ക് മാത്രമുള്ള ഈ സവിശേഷമായ നിലനിൽപ്പ് എന്നും മനസിനെ ആവേശിച്ചിട്ടുള്ള ഒരു വിഷയമാണ്. ഈ ഇതിവൃത്തം കേന്ദ്രബിന്ദുവാക്കി ഒരു നോവൽ എന്ന ചിന്ത മനസിൽ മൊട്ടിടുന്നത് ആത്മാവബോധം കേന്ദ്രീകരിച്ച് എഴുതിയ വാസവദത്ത എന്ന നോവൽ വിജയം കണ്ടപ്പോഴാണ്. സാമാന്യം

വിപുലമായ ഒരു ക്യാൻവാസ് മോഹിച്ച് എഴുതി തുടങ്ങിയെങ്കിലും വളരെ കുറച്ച് പേജുകളിലായി ആറ്റിക്കുറുക്കിയ രൂപത്തിലാണ് നോവൽ രൂപപ്പെട്ടത്.

ദൈർഘ്യം ഒരു കൃതിയുടെ മികവിന്റെ മാനദണ്ഡമല്ല എന്ന പ്രാഥമികമായ തിരിച്ചറിവ് ആശ്വാസം പകർന്നു.

എന്നാൽ ഇതിവൃത്തത്തിന് യോജിച്ച കഥാഗാത്രം കണ്ടെത്തുക എന്നതായിരുന്നു പ്രാഥമികഘട്ടത്തിൽ നേരിട്ട ഏറ്റവും വലിയ വെല്ലുവിളി. ഏത് കാലത്തും ഏത് ദേശത്തും പ്രസക്തവും സംഗതവുമായ സാർവജനീനമായ ഒരു പ്രമേയം ആഖ്യാനം ചെയ്യുമ്പോൾ ഇത് സംഭവ്യമാണെന്ന് അനുവാചകന് തോന്നേണ്ടതുണ്ട്. പൗരാണികതയുടെ ഗൂഢഭംഗി അതിന് അനുയോജ്യമാണെന്ന് തോന്നി. മുത്തശ്ശിക്കഥകളും രാജകുടുംബങ്ങളുടെ പുരാവൃത്തങ്ങളുമാണ് ഇത്തരം ഇതിവൃത്തങ്ങൾ ഫലപ്രദമായി ആലേഖനം ചെയ്യാൻ ഉപയുക്തമെന്ന ബോധ്യത്തിൽ നിന്നാണ് ഏതോ കാലത്ത് ഏതോ ദേശത്ത് നടന്നതെന്ന് സങ്കൽപ്പിക്കപ്പെട്ട മട്ടിൽ ഇതിന്റെ കഥാഭൂമികയും കഥാപാത്രങ്ങളും കഥയുടെ വർണ്ണനൂൽ തന്നെയും രൂപപ്പെടുത്തിയത്. അത് എത്രത്തോളം ഫലപ്രദമായി എന്ന് നിർണ്ണയിക്കേണ്ടത് അനുവാചകരാണ്. എന്നാൽ എഴുത്തുകാരൻ എന്ന നിലയിൽ ഈ പശ്ചാത്തലം നിർമ്മാണവേളയിൽ സംതൃപ്തി പകർന്നു എന്നത് മറച്ചുവയ്ക്കുന്നില്ല.

എല്ലാത്തരം വൈരുദ്ധ്യങ്ങൾക്കും വിഭാഗീയതകൾക്കും പ്രാതികൂല്യങ്ങൾക്കുമിടയിലും ഈ ലോകത്തെ സ്വച്ഛസുന്ദരമായി നിലനിർത്തുന്നത് കലാസൃഷ്ടികളും ക്രിയാത്മകതയുള്ള പ്രതിഭകളും അവരുടെ സംഭാവനകളും ചേർന്നാണെന്ന് വ്യക്തിപരമായി ഞാൻ വിശ്വസിക്കുന്നു. തലമുറകളെ സ്വാധീനിക്കാൻ കഴിയും വിധം അനശ്വരമൂല്യമുള്ള അത്തരം അനന്യസൃഷ്ടികളുടെ സർവകാല പ്രസക്തിയും അത് സമ്മാനിക്കുന്ന ശാശ്വതാനുഭൂതികളെക്കുറിച്ചും ധ്വനിസാന്ദ്രമായ ഒരു സൃഷ്ടി നടത്താൻ സാധിച്ചു എന്നത് എഴുത്തു ജീവിതത്തിലെ ധന്യതയായി കാണുന്നു.

ഭൂമദ്ധ്യരേഖ എന്ന സങ്കൽപ്പവും ശീർഷകവും ഈ ഇതിവൃത്തത്തിന്റെ സാകല്യത്തിന് ഏറ്റവും സഹായകമായ ഒന്നായിത്തീർന്നു. എല്ലാം സമയാസമയങ്ങളിൽ തൂലികത്തുമ്പിലേക്ക് എത്തിച്ചു തന്ന ആ മഹാശക്തിക്ക് നന്ദി. അതിനേക്കാൾ ശാശ്വതമൂല്യമുള്ള മറ്റെന്താണ് ഈ പ്രപഞ്ചത്തിലുള്ളത്. ഗുരുഭൂതൻമാർക്കും മാതാപിതാക്കൾക്കും പ്രണാമം. വായനക്കാർക്കും.

സജിൽ ശ്രീധർ

ഭൂമദ്ധ്യരേഖ

"എഴുന്നേൽക്കൂ.. ജീവിതമഹാചക്രത്തിന് ചുമൽ കാട്ടിക്കൊടുക്കു. ഈ ജീവിതം എത്ര നാളത്തേക്കുണ്ട്. നിങ്ങൾ ഇങ്ങോട്ടു വന്ന സ്ഥിതിക്ക് ഒരടയാളം ബാക്കിയിട്ട് പോകൂ. അല്ലെങ്കിൽ നിങ്ങളും ഈ കല്ലും മരങ്ങളും തമ്മിലെന്ത് ഭേദം? അവയും ഉണ്ടാകുന്നു, ജീർണ്ണിക്കുന്നു, നശിക്കുന്നു."

-സ്വാമി വിവേകാനന്ദൻ

1

യാത്ര

അവർ യാത്ര ചെയ്തുകൊണ്ടേയിരുന്നു. മഞ്ഞും മഴയും വെയിലും നിലാവും ഋതുഭേദങ്ങളിലെ വ്യതിയാനങ്ങൾ പോലും കണക്കാക്കാതെ അവർ യാത്ര തുടർന്നു. കല്ലും മുള്ളും മറ്റ് ദുർഘടങ്ങളും അവർക്ക് മാർഗതടസം സൃഷ്ടിച്ചില്ല. ഏത് വിഘ്നങ്ങളെയും അതിജീവിക്കാനുള്ള അനന്തമായ ഊർജ്ജം അവർ മനസിൽ നിറച്ചിരുന്നു. ലക്ഷ്യത്തെക്കുറിച്ചുള്ള സ്വപ്നം അത്രമേൽ മനോജ്ഞവും ആവേശഭരിതവുമായിരുന്നു.

ഹിമസാനുവിനെക്കുറിച്ച് അവർ ചരിത്രപുസ്തകങ്ങളിൽ വായിച്ചിട്ടില്ല. ഭൂഗോളത്തിലോ സർക്കാർ രേഖകളിലോ കണ്ടെത്തിയിട്ടില്ല. അത് കേവലം ഒരു സാങ്കൽപ്പികദേശം മാത്രമാണെന്ന് സംശയിച്ചവരുണ്ട്. എന്നാൽ സന്ദർശിച്ചു മടങ്ങി വന്നവരുടെ അനുഭവകഥനം ആ ദേശത്തോട് കാന്തികമായ ഒരടുപ്പം സൃഷ്ടിച്ചു. ഈ ഭൂമിയിൽ ഒരു സ്വർഗമുണ്ടെങ്കിൽ അത് ഇതാണ് എന്ന മട്ടിലാണ് പലരുടെയും വാക്മൊഴികൾ. ചിലർ അതിനെക്കുറിച്ച് ലേഖനങ്ങൾ തന്നെ എഴുതി. ചിലർ സാമൂഹ്യമാധ്യമങ്ങളിലുടെ ഫോട്ടോസ് പ്രചരിപ്പിച്ചു. എന്തൊക്കെയായാലും നേരിൽ കണ്ടറിയുന്നതിന്റെ അനുഭൂതി നൽകാൻ മറ്റൊന്നിനും കഴിയില്ലെന്ന് അവർക്ക് ഉറപ്പായിരുന്നു. ആ ബോധ്യത്തോടെയാണ് സാഹസികമായ യാത്രയെക്കുറിച്ചുള്ള ആദ്യചിന്ത മൊട്ടിടുന്നത്.

ഹിമസാനുവിലെത്തിയ അപൂർവം ചിലർക്ക് മാത്രമാണ് ആ ശിൽപ്പം കാണാൻ ഭാഗ്യം സിദ്ധിച്ചത്. അത്രമേൽ ദുർഘടമാണ് അതിലേക്കുള്ള മലകയറ്റം. ഒരുവിധപ്പെട്ടവർക്കൊന്നും എത്തിപ്പെടാൻ സാധിക്കാത്ത അത്ര ഉയരത്തിലാണ് ആ ശിൽപ്പം സ്ഥാപിച്ചിരിക്കുന്നത്. അവിടേക്കുള്ള വഴിയാകട്ടെ അചിന്ത്യവും അപ്രാപ്യവുമായിരുന്നു. എല്ലാം അതിജീവിച്ച് അവിടെ എത്തിപ്പെട്ടവർക്ക് ലഭിച്ചതാകട്ടെ കാഴ്ചയുടെ അത്യപൂർവ്വമായ സൗഭഗം. വാക്കുകൾ കൊണ്ടോ ദൃശ്യങ്ങൾ കൊണ്ടോ ബോധ്യപ്പെടുത്താനാവാത്ത സൃഷ്ടിപരതയുടെ അനന്യമായ അനുഭവമായിരുന്നു അത്. അതിന് പകരം വയ്ക്കാൻ എന്നല്ല അടുത്തു പോലും നിൽക്കാൻ കെൽപ്പുള്ള സൗന്ദര്യാനുഭവം ഈ ഭൂമിയിൽ മറ്റെങ്ങുമുണ്ടെന്ന് തോന്നുന്നില്ല. ശിൽപ്പം കണ്ട് മടങ്ങി വന്ന ഓരോരുത്തരുടെയും

പ്രതികരണം സമാനമായിരുന്നു. ഒരു മനുഷ്യഹസ്തം കൊണ്ട് നിർമ്മിക്കപ്പെട്ടതെന്ന് വിശ്വസിക്കാൻ പ്രയാസം. ദൈവം നേരിട്ട് ഇറങ്ങി വന്ന് രൂപം കൊടുത്തതു പോലെ അത്യുജ്ജ്വലമായ ഒന്ന്. ഈ ഭൂമിയിലുള്ള സചേതനമായ ഏതൊരു വസ്തുവിനെയും അതിശയിക്കുകയും മറികടക്കുകയും ചെയ്യുന്ന സൗന്ദര്യാനുഭവം.

അത് ഒരു നോക്കുകാണണമെന്ന അഗാധമായ ആഗ്രഹസാക്ഷാത്കാരം തേടിയാണ് ആ യാത്രികർ ഹിമസാനുവിലെത്തിയത്.

കാശ്മീർ പോലെ ചുറ്റുപാടും മഞ്ഞ് വീണു കിടക്കുന്ന ഒരിടമായിരുന്നു അത്. മനുഷ്യവാസമില്ലെന്ന് തോന്നിക്കുന്ന പ്രദേശം. വീടുകളോ കടകളോ ഒന്നും തന്നെ സമീപസ്ഥലങ്ങളിൽ പോലുമില്ല. ഒറ്റപ്പെട്ട ചില പൈൻ മരങ്ങളാണ് ജീവന്റെ ഏകസ്പന്ദനമായി തോന്നിക്കുന്ന ഒരേയൊരു ഘടകം. എന്നിട്ടും ആയിരകണക്കിന് തീർത്ഥാടകർ ഭക്ഷണവും വെള്ളവും ഉൾപ്പെടെ എല്ലാം ശേഖരിച്ചു കൊണ്ടു വന്ന് കൂട്ടം കൂട്ടമായി മല കയറുന്നു. പ്രതിമയുടെ അപാരമായ സൗന്ദര്യം അവരെ അത്രമേൽ ആകർഷിച്ചിട്ടുണ്ടാവണം. സമാനമായ അവസ്ഥയിലായിരുന്നു ആ യാത്രികരും.

മലയുടെ തുടക്കത്തിൽ സർക്കാർ സ്ഥാപിതമെന്ന് തോന്നിക്കുന്ന ഒരു ശിലാഫലകം കണ്ടു. ഇക്വറ്റോറിയൽ ലൈൻ എന്ന് ഇംഗ്ലീഷിൽ അതിൽ എഴുതിയിട്ടുണ്ട്.

അതിന് താഴെ ഗൈഡ് എന്ന് തോന്നിക്കുന്ന ഒരു പഞ്ചാബി നിൽപ്പുണ്ട്. താടിയിൽ നിന്നും തലപ്പാവിൽ നിന്നുമാണ് അയാൾ സിക്കുകാരനാണെന്ന് മനസിലാക്കാൻ കഴിയുന്നത്.

“മേം ഋഷികേശ് സിംഗ്...”

അയാൾ സ്വയം പരിചയപ്പെടുത്തിക്കൊണ്ട് സംസാരിച്ചു തുടങ്ങി. ഈ മലയുടെയും അപൂർവശിൽപ്പത്തിന്റെയും സവിശേഷതകളാണ് അയാൾ വിവരിക്കുന്നത്. അതിൽ അസാധാരണമായി തോന്നിയത് ഭൂമധ്യരേഖയെക്കുറിച്ചുള്ള പരാമർശമാണ്. തീർത്ഥാടകരുടെ സംശയങ്ങൾക്ക് ചെവി കൊടുക്കാതെ അയാൾ ഏകപക്ഷീയമായി സ്ഥലവിവരണം തുടരുകയാണ്.

“ഈ ഭൂമിയെ രണ്ടായി പിളർത്തിയാൽ അതിന്റെ നിലനിൽപ്പ് തന്നെ അവതാളത്തിലാവും. തേങ്ങാമുറി പോലെ രണ്ട് വേറിട്ട കഷണങ്ങൾ. ആ ദുസ്ഥിതി വരാതെ അതിനെ നിയന്ത്രിച്ചു നിർത്തുന്നത് ഈ ഭൂമദ്ധ്യരേഖയാണ്. ഇരുവശത്തും ഏതാണ്ട് തുല്യമായ നിലയിൽ ഏതാനും രാജ്യങ്ങൾ. ഭൂമിശാസ്ത്രപരമായ വിസ്തീർണ്ണം കണക്കാക്കിയാലും അതിന്റെ അനുപാതത്തിൽ വലിയ വ്യത്യാസമില്ല. തത്തുല്യമെന്ന് പറ

യാവുന്ന വിധം ഇരുഭാഗത്തുമുള്ള ഭൂഖണ്ഡങ്ങൾക്ക് നടുവിലാണ് ഹിമസാനു എന്ന് പേരായ ഈ ഭൂവിഭാഗം നിലനിൽക്കുന്നത്. മലകളും കുന്നുകളും സമൃദ്ധമായ ഈ നാട്ടിൽ ഏത് വേനൽക്കാലത്തും മഞ്ഞിന്റെ നേർത്ത പാട അന്തരീക്ഷത്തിലാകെ തങ്ങി നിൽക്കും. നേരിയ തണുപ്പില്ലാതെ ഈ ദേശത്തെക്കുറിച്ച് ചിന്തിക്കാൻ പോലും ആർക്കും സാധിക്കില്ല. മനോഹരമായ തടാകങ്ങൾ. മനുഷ്യസ്പർശമേറ്റിട്ടില്ലെന്ന് തോന്നും വിധം സ്ഫടികശുദ്ധമായ ജലം. പതിഞ്ഞ താളത്തിൽ ഒഴുകുന്ന പുഴകൾ. പതിയെ മേഞ്ഞ് നടക്കുന്ന ചെമ്മരിയാടുകൾ.

ഭൂമിയിലൊരു സ്വർഗ്ഗമുണ്ടെങ്കിൽ അത് ഇതാണെന്ന് തോന്നിക്കുന്ന ഒരിടം. ഈ മനോഹാരിത ഇന്ന് ഏറെക്കുറെ വിജനമാണ്. സ്ഥിര താമസക്കാർ നന്നേ കുറവ്. എന്നാൽ സഞ്ചാരികളുടെ പറുദീസയെന്ന് തന്നെ പറയാം. നിത്യവും ആയിരകണക്കിന് ആളുകൾ വന്ന് മടങ്ങുന്ന ഒരിടം. ഭൂമിയുടെ ഒത്ത നടുവ് എന്ന് പറയാവുന്ന ഒരു മലയുണ്ട് ഇവിടെ. ഭൂതത്താൻ മലയെന്നാണ് ചരിത്രകാരൻമാർ ഇതിനെ വിശേഷിപ്പിക്കുന്നത്.

ഒത്ത ഉയരമുള്ള അതിന്റെ ശൃംഗത്തിലായി പ്രതാപത്തോടെ തല ഉയർത്തി നിൽക്കുന്ന ഒരു ശിൽപ്പമുണ്ട്. ഹിമസാനുമലയുടെ ഏറ്റവും വലിയ ആകർഷണം അതാണ്. സർവലക്ഷണവും തികഞ്ഞ ഒരു സ്ത്രീരൂപമാണത്. ഭൂമിയിൽ ഇങ്ങനെയൊരു സ്ത്രീ ജീവിച്ചിരുന്നുവോയെന്ന് ആർക്കും തോന്നും വിധം വിസ്മയിപ്പിക്കുന്ന സൗന്ദര്യത്തിന്റെ പൂർണ്ണതയാണ് ആ ശിൽപ്പം. അത് കൊത്തിയ കൈകളെ മനസുകൊണ്ട് എങ്കിലും പ്രണമിക്കാതെ ആർക്കും മടങ്ങാനാവില്ല. മടങ്ങിപോയി കാലങ്ങൾ പിന്നിട്ടാലും അവരുടെ മനസുകളിൽ അയാൾ കൊത്തിവച്ച ആ വശ്യസുന്ദരശിൽപ്പം നിലനിൽക്കും. ഒരുപക്ഷെ മരണം വരെ. അത്രമേൽ കാന്തികവും സുന്ദരവും ആത്മാവിന്റെ അടിത്തട്ടോളം സ്പർശിക്കാൻ കഴിവുള്ളതുമാണ് അത്.

ഭൂമിയുടെ ഒത്തനടുവിലാണ് ഈ പ്രതിമ നിലകൊള്ളുന്നതെന്നാണ് സങ്കൽപ്പം. ഒരർത്ഥത്തിൽ ഭൂമദ്ധ്യരേഖയിൽ എന്ന് പറയാം... ”

അത് കേട്ട് കാഴ്ചക്കാരിലൊരാൾ ചിരിച്ചു.

“എന്ത് വിഢിത്തമാണ് നിങ്ങളീ പറയുന്നത്. ഭൂമദ്ധ്യരേഖയെന്ന വാക്ക് തന്നെ ഒരു സാങ്കൽപ്പികാർത്ഥത്തിൽ പ്രയോഗിക്കുന്നതാണ്. ഈ ഭൂമിയുടെ ഒത്തനടുവിലുള്ള ദേശം, ഭൂവിഭാഗം ഒക്കെ കണ്ടെത്തുക അസാദ്ധ്യമാണ്. ഒരു ഏകദേശ ധാരണയുടെ അടിസ്ഥാനത്തിൽ ആളുകൾ വെറുതെ പറയുന്നു എന്നേയുള്ളു.“

“ഈ ഭൂമിയെ താങ്ങി നിർത്തുന്ന ഒരു അപൂർവശിൽപ്പം അഥവാ

സൃഷ്ടിപരതയുടെ പരമകാഷ്ഠ എന്ന തലത്തിലും വ്യാഖ്യാനിച്ചു കൂടെ..?"

ഒപ്പമുണ്ടായിരുന്നയാൾ തർക്കിച്ചു.

അയാൾ ഒരു ചിത്രകാരനായിരുന്നു.

"നിങ്ങൾ ഇപ്പോൾ പറയുന്നത് തത്വചിന്ത. വസ്തുതാപരമായി അങ്ങനെ പറയാൻ പറ്റില്ലെന്നേ ഞാൻ ഉദ്ദേശിച്ചുള്ളു"

ഒന്നാമൻ വീണ്ടും ഉടക്കിട്ടു.

"ഹേയ്...ഭായ്...വഴക്കിടാനും വാദിക്കാനുമുള്ള സ്ഥലമല്ല ഇത്. നൂറ്റാണ്ടുകളായി ആളുകൾ ഇങ്ങനെ പറയുന്നു. വിശ്വസിക്കുന്നു. ഇവിടെ വന്ന് കാഴ്ചകൾ ആസ്വദിച്ച് മടങ്ങുന്നു. അതിനപ്പുറം ഇതിൽ യുക്തിപരതയുടെയോ ചരിത്രാന്വേഷണ കൗതുകത്തിന്റെയോ ശാസ്ത്രീയതയുടെയോ ഒന്നും പ്രശ്നം ഉദിക്കുന്നില്ല. അല്ലെങ്കിൽ തന്നെ കലയെ ഏത് ശാസ്ത്രീയത കൊണ്ടാണ് അളക്കാനാവുക. അത് നിർവചനങ്ങൾക്കപ്പുറത്താണ്. അപാരതയിലാണ് അതിന്റെ സ്ഥാനം. ഓരോരുത്തരും ഓരോ തരത്തിലും തലത്തിലും അതിനെ വിലയിരുത്തുന്നു..."

സർദാർജി കാണുംപോലെയല്ല, അത്യാവശ്യം ധാരണകളും ജ്ഞാനവുമുള്ള ആളാണെന്ന് ആ വിശദീകരണം കൊണ്ട് യാത്രികർക്ക് തോന്നി. അവർ പിന്നെ കൂടുതലൊന്നും ചോദിക്കാൻ നിന്നില്ല.

അവർ അയാളോടൊപ്പം മല കയറാൻ തുടങ്ങി. അയാൾ മുൻപേ നടന്നു. ആ കാലടികൾ പിൻതുടർന്നെന്ന പോലെ പിന്നാലെ അവരും.

ഇനി വരുന്നവർക്ക് ഒരു നിശ്ചിതസമയം കഴിഞ്ഞേ പ്രവേശനമുണ്ടാവൂ എന്ന് ഉറപ്പാണ്. പ്രവേശനകവാടം അയാൾ ഒരു ചങ്ങല കൊണ്ട് ബന്ധിക്കുന്നത് അവർ ശ്രദ്ധിച്ചു. കാഴ്ചക്കാരിൽ നിന്ന് ആളെണ്ണം നോക്കി ഒരു ചെറിയ ഫീസ് ഈടാക്കാനും അയാൾ മറന്നില്ല.

ഠഠ

2

പ്രതിമ

മലകയറ്റം ശ്രമകരമായിരുന്നെങ്കിലും ആസ്വാദ്യമായാണ് എല്ലാവർക്കും തോന്നിയത്. അത്രമേൽ സൗന്ദര്യാത്മകമായിരുന്നു ആ ഭൂവിഭാഗം. കാലാവസ്ഥയും ഏതാണ്ട് സ്വപ്നതുല്യമായിരുന്നു. തണുപ്പിന്റെ കാഠിന്യമില്ലാത്ത വിധം സുഖകരമായ നനുത്ത തണുപ്പ്.

നിന്നും ഇരുന്നും നടന്നും ഒരു മണിക്കൂറിലേറെയെടുത്തു മലയുടെ മുകളിലെത്താൻ. സർദാർജി പറഞ്ഞതു പോലെ സമനിരപ്പായ ആ ഭൂവിഭാഗത്തിന്റെ ഒത്തനടുവിലാണ് പ്രതിമയുടെ സ്ഥാനം. മലയുടെ മുകളിൽ നിന്നുള്ള വീക്ഷണത്തിൽ ഈ ഭൂമി മുഴുവനായി കാണാം. പക്ഷെ ആരുടെയും ശ്രദ്ധ അതിലേക്ക് പോയില്ല. കണ്ണുകളെ വിശ്വസിക്കാൻ കഴിയാത്ത വിധം സ്വപ്നതുല്യമായ ഒരു സൗന്ദര്യാനുഭവത്തിന്റെ നിറവിലായിരുന്നു അവർ. കൺമുന്നിൽ അഞ്ചരയടിപൊക്കത്തിൽ തല ഉയർത്തിപ്പിടിച്ച് നിൽക്കുന്നത് ഒരു ശിൽപ്പമാണോ ജീവൻ തുടിക്കുന്ന മനുഷ്യരൂപമാണോ എന്ന് ഉറപ്പില്ല. അത്രമേൽ ചൈതന്യവത്തും പ്രസാദാത്മകവും സൗന്ദര്യഭരിതവും ജീവസുറ്റതുമായിരുന്നു ആ രൂപം. പോയ കാലത്തെന്നോ ജീവിച്ച് മൺമറഞ്ഞ ഒരു രാജകുമാരിയുടെ രൂപമാണത്രെ കല്ലിൽ കൊത്തി വച്ചിരിക്കുന്നത്. അപാരവിസ്മയത്തിന്റെ ആഴക്കടൽ അലകളിളക്കുന്ന മനസുമായി യാത്രികർ കണ്ണ് ചിമ്മാതെ ആ ശിൽപ്പത്തിലേക്ക് തന്നെ നോക്കി നിന്നു. സർദാർജിക്ക് അത് നിത്യക്കാഴ്ചയായതു കൊണ്ട് പുതുമ തോന്നിയില്ല. എങ്കിലും സ്വന്തം ധർമ്മത്തിന്റെ ഭാഗമായി അദ്ദേഹം വിശദീകരിച്ചു.

“ഈ പ്രപഞ്ചത്തിന്റെ സകല സൗന്ദര്യവും ഒരു ചിമിഴിലേക്ക് ആവാഹിച്ചതു പോലെ അത്ര മനോജ്ഞമാണ് ഈ ശിൽപ്പം. എത്രയോ ശതകങ്ങൾക്ക് മുൻപ് നിർമ്മിക്കപ്പെട്ട ശിൽപ്പം ഓരോ ദിവസം പിന്നിടുന്തോറും കോടാനുകോടി തീർത്ഥാടകരെ ആകർഷിച്ചു കൊണ്ട് അനശ്വരമായി നിലകൊള്ളുന്നു. കാലത്തെ അതിജീവിച്ചു കൊണ്ട്. ലോകത്തൊരിടത്തും ഇത്രയും രൂപഭംഗിയുള്ള ഒരു സ്ത്രീയില്ലെന്നാണ് വിദഗ്ധമതം. അത്രമേൽ മികവുറ്റതാണ് ശിൽപ്പം. ഏതൊരു മനുഷ്യനെയും അതിജീവിക്കുകയും അതിശയിക്കുകയും ചെയ്യുന്ന സൗന്ദര്യം”

അയാൾ പറയുന്നത് അക്ഷരം പ്രതി ശരിയാണെന്ന് അവർക്ക് ബോധ്യപ്പെട്ടു. മുൻപ് കണ്ട് മടങ്ങിയവരുടെ അനുഭവവിവരണങ്ങളിൽ അതിശയോക്തി കലർന്നതായി സംശയിച്ചിരുന്നു. ഇവിടെയിപ്പോൾ അനുഭവസത്യത്തെ സംശയിക്കാനോ തള്ളിപ്പറയാനോ കഴിയാതെ അവർ നിശ്ചലരായി നിന്നു.

മനുഷ്യന് ഇത്രയും മിഴിവും അഴകും ഉണ്ടെന്ന് ഏതൊരാളെയും ബോധ്യപ്പെടുത്തും വിധം കലാപൂർണ്ണതയുടെ അവസാന വാക്കായിരുന്നു ആ ശിൽപ്പം.

കൂടുതലറിയണമെങ്കിൽ ഋഷിയോട് സംസാരിക്കണം.. സർദാർജി പറഞ്ഞതു കേട്ട് യാത്രികർ പരസ്പരം നോക്കി.

മലമുകളിൽ ശിൽപ്പത്തിന് പിന്നിലായി തപസ് ചെയ്യുന്ന ഒരു സന്ന്യാസിയുണ്ട്. ചിരഞ്ജീവിയായ അദ്ദേഹത്തിന് ആയിരത്തിലേറെ വയസ് പ്രായമുണ്ടെന്നാണ് പറയപ്പെടുന്നത്. നൂറ്റാണ്ടുകളായി ഒരേ സ്ഥലത്ത് ഒരേ രീതിയിൽ ജീവിക്കുന്ന മനുഷ്യനാണ് അദ്ദേഹം. ജരാനരകൾ അദ്ദേഹത്തെ ബാധിക്കുന്നതേയില്ല. കറുത്തതാടിയും മുടിയും ചുളിവ് വീഴാത്ത ശരീരവും. അദ്ദേഹം എക്കാലവും കഥകൾ പറഞ്ഞു കൊണ്ടേയിരുന്നു. സഞ്ചാരികൾക്കായി കഥകൾ പറയുകയും പ്രപഞ്ചസൃഷ്ടാവിനെ ധ്യാനിക്കുകയുമാണ് അദ്ദേഹത്തിന്റെ ജീവിതദൗത്യം. കായ്കനികൾ ഭക്ഷിച്ചും മലയ്ക്ക് താഴെയുള്ള അരുവിയിലെ തീർത്ഥശുദ്ധമായ തെളിനീരുറവ കുടിച്ചും ജീവിതയാപനം നടത്തുകയാണ് ആ ഋഷിവര്യൻ.

സർദാർജി അവരെ അദ്ദേഹത്തിന് അടുത്തെത്തിച്ചു. അനന്തതയിലേക്ക് നീളുന്ന ആ യോഗനയനങ്ങളും അത്യപൂർവമാം വിധം തേജോമയമായ മുഖവും ഒന്നുകൊണ്ടു മാത്രം പ്രകടമായിരുന്നു അവിടത്തെ മഹത്ത്വം.

പ്രതിമ കണ്ട് അതിശയിച്ച തീർത്ഥാടകർ അദ്ദേഹത്തോട് സംശയങ്ങൾ ചോദിച്ചുകൊണ്ടേയിരുന്നു. ശാസ്ത്രജ്ഞൻ യുക്തിപരവും ശാസ്ത്രീയവുമായി കാര്യങ്ങൾ അന്വേഷിച്ചപ്പോൾ ആ പ്രതിമയുടെ സൃഷ്ടിക്ക് പിന്നിലെ അപൂർവത അറിയാനായിരുന്നു ചിത്രകാരന് താത്പര്യം.

ഋഷി അവരോട് പതിവ് പോലെ കഥ പറഞ്ഞു തുടങ്ങി

"ചരിത്രം കഥയല്ല. അത് വസ്തുതാപരമാണ്. കഥയായി പറയുമ്പോൾ ഓരോ തവണയും അതിന് പുതിയ രൂപഭാവങ്ങളും സൗന്ദര്യാനുഭവവും കൈവരും. പറയുന്നയാളിന്റെ ഭാവനയ്ക്കും മാനസികാവസ്ഥയ്ക്കും യോജിച്ച വിധത്തിൽ പുതിയ കൂട്ടിച്ചേർക്കലുകൾ സംഭവിക്കും. അത്

എന്തായാലും അടിസ്ഥാനസത്യം ഏറെക്കുറെ ഒന്നു തന്നെയാവും"

യാത്രികർ ശ്വാസം അടക്കിപ്പിടിച്ച് നിന്നു. കഥ കേൾക്കാനുള്ള അഗാധമായ ത്വര അവരുടെ മുഖത്ത് പ്രകടമായിരുന്നു. കൊച്ചുകുട്ടികൾ മുതൽ ജരാനര ബാധിച്ചവർ വരെ അക്കൂട്ടത്തിലുണ്ടായിരുന്നു. അനന്യമായ ഒരു സൃഷ്ടിയുടെ രഹസ്യം വെളിപ്പെടുത്താനൊരുങ്ങുന്ന ഒരാളുടെ അഹംബോധം ഋഷിയുടെ മുഖത്ത് കളം വരച്ചു.

"ആയിരകണക്കിന് വർഷങ്ങൾക്ക് മുൻപാണ്. കാലവും ദേശവും കൃത്യമായി പറയുക അസാദ്ധ്യം. എന്നിരുന്നാലും ഊഹാപോഹങ്ങൾ വച്ച് നോക്കുമ്പോൾ കോസലരാജ്യത്തോ മറ്റോ ആണെന്ന് തോന്നുന്നു. രാജരാജേശ്വരൻ എന്നൊരു രാജാവ് നാട് വാണിരുന്നു. അദ്ദേഹത്തിന്റെ ഭാര്യ കൗസല്യ വളരെ ചെറുപ്പത്തിലേ അസുഖം വന്ന് തീപ്പെട്ടു. പത്നിയെ ജീവന് തുല്യം സ്നേഹിച്ചിരുന്ന രാജാവ് ആരൊക്കെ നിർബന്ധിച്ചിട്ടും മറ്റൊരു വിവാഹത്തിന് തയ്യാറായില്ല. പകരം അവരുടെ സ്നേഹസ്മാരകമായ മകൾ പ്രകൃതിയെ പൊന്നുപോലെ വളർത്തി. മകളുടെ ഏതാഗ്രഹവും ക്ഷണനേരത്തിനുള്ളിൽ എന്ത് വില കൊടുത്തും സാധിക്കുകയെന്നതായിരുന്നു അദ്ദേഹത്തിന്റെ രീതി"

ഋഷി ഒരു മന്ത്രജപം പോലെ സാന്ദ്രമായ ശബ്ദത്തിൽ കഥ പറഞ്ഞുകൊണ്ടേയിരുന്നു. അതിന്റെ താളലയങ്ങളും ആരോഹണാവരോഹണങ്ങളും കാന്തികവും അനന്യവുമായിരുന്നു. ഹൃദയത്തിന്റെ അഗാധതയിൽ നിന്നെന്ന പോലെ അത്രമേൽ വൈകാരികവും സാത്മ്യം പ്രാപിച്ചതുമായ രീതിയിലാണ് അദ്ദേഹം കഥ പറയുന്നത്.

യാത്രികരുടെ കൂട്ടത്തിലെ താടിവച്ച കറുത്തകണ്ണടയുള്ള പ്രഥമദൃഷ്ട്യാ തന്നെ ഒരു ചിത്രകാരനെന്ന് തോന്നിപ്പിക്കുന്ന ബംഗാളി യുവാവ് താരാനാഥ് ചാറ്റർജി ആ കഥയത്രയും സ്വന്തം മനസിൽ വിഭാവനം ചെയ്തു.

വാക്കുകൾ അതിന്റെ ലിഖിതരൂപം വിട്ട് ദൃശ്യഖണ്ഡങ്ങളായി പുനർജനിച്ചു. മഴവില്ലിന്റെ ശോഭയോടെ വർണ്ണവൈവിധ്യങ്ങളോടെ ദൃശ്യങ്ങൾ ചാറ്റർജിയുടെ മനസിൽ തെളിഞ്ഞു. എല്ലാവരും കഥ കേട്ടപ്പോൾ അയാൾ മനക്കണ്ണിൽ കാണുകയായിരുന്നു. അഥവാ മറ്റുള്ളവരിൽ നിന്ന് വേറിട്ട തലത്തിൽ പുനരാവിഷ്കരിക്കുകയായിരുന്നു.

ഠഠ

3

പ്രകൃതി

രാത്രിയായിരുന്നു.

കൊട്ടാരത്തിന്റെ മട്ടുപ്പാവിലെ ജനാലയിലൂടെ പ്രകൃതി പുറത്തേക്ക് നോക്കി. മഞ്ഞമന്ദാരത്തിന്റെ നിറമുള്ള പളുപളുത്ത ജനാലവിരി ചെറു കാറ്റിൽ അവളുടെ മുഖത്ത് ഇക്കിളിയിട്ടു. പ്രകൃതി നനുത്ത മന്ദഹാസ ത്തോടെ നീണ്ടുകൂർത്ത കൈവിരലുകൾ കൊണ്ട് വിരി വകഞ്ഞു മാറ്റി. ഇപ്പോൾ അവൾക്ക് പുറംകാഴ്ചകൾ നന്നായി കാണാനാവുന്നുണ്ട്.

വെളുത്ത മേഘത്തുണ്ടുകൾ ഒരു അരയന്നത്തെ പോലെ ആകാശ നീലിമയിലൂടെ ഒഴുകി നീങ്ങുന്നു. വജ്രശോഭയോടെ തിളങ്ങുന്ന ചന്ദ്രൻ ഇടക്കിടെ മേഘങ്ങൾക്കിടയിൽ ഒളിച്ചുകളിക്കുന്നു. ചാന്ദ്രികശോഭ വീണു കിടക്കുന്ന കൊട്ടാരത്തിലെ നന്ദ്യാർവട്ടത്തിന് ഇപ്പോൾ ഇളം നീല നിറമാണ്. ആകാശത്തിന്റെ നിറം. നന്ദ്യാർവട്ടത്തിന്റെയും ജമന്തി യുടെയും മുല്ലപ്പൂക്കളുടെയും സമ്മിശ്രഗന്ധം അവൾ അതീവഹൃദ്യത യോടെ ആസ്വദിച്ചു.

ഈ രാത്രി ഒരിക്കലും അവസാനിക്കാതിരുന്നെങ്കിൽ എന്ന് അവ ൾക്ക് തോന്നി. തന്റെ ജീവിതം പോലെ തന്നെ എത്ര സുന്ദരമാണ് കൊട്ടാരത്തിലെ രാപ്പകലുകൾ.

സാധാരണഗതിയിൽ നന്നെ ചെറുപ്പത്തിലേ അമ്മയെ നഷ്ടപ്പെട്ട ഒരു പെൺകുട്ടിയുടെ ജീവിതം ദുരിതപൂർണ്ണമാവേണ്ടതാണ്. എത്ര യൊക്കെ പദവികളും സമ്പത്തും ജീവിതസൗകര്യങ്ങളുമുണ്ടെങ്കിലും വൈ കാരികമായ പിൻതുണ എന്നത് വളരെ പ്രധാനമാണ്. അതിലുപരി മാതൃസ്ഥാനത്തുള്ള ഒരു സ്ത്രീയുടെ സാമീപ്യം വളർച്ചയുടെ ഘട്ടങ്ങ ളിൽ അനിവാര്യമാണ്.

മറ്റൊരു വിവാഹത്തിന് എത്രയോ പേർ നിർബന്ധിച്ചു. അടുത്ത ബന്ധുക്കൾ അടക്കം ഒപ്പം വന്നു നിന്ന് പരിചരിക്കാനുള്ള സമ്മതം അറിയിച്ചു. പരിചാരികമാർക്കാണെങ്കിൽ കൊട്ടാരത്തിൽ തീരെ ദൗർല ഭ്യമില്ല. പക്ഷെ ഒന്നിനും അച്ഛൻ സമ്മതിച്ചില്ല. അദ്ദേഹം തനിക്ക് ഒരേ സമയം അച്ഛനും അമ്മയും കളിക്കൂട്ടുകാരനും ഗുരുനാഥനും എല്ലാമായിരുന്നു. അമ്മയില്ലാത്ത കുട്ടി എന്ന വിങ്ങൽ ഒരു കാലത്തും

മനസിന്റെ ഏഴയലത്ത് പോലും വന്നിട്ടില്ല.

പതിമൂന്നാം വയസിൽ അവിചാരിതമായി തിരണ്ടൽ വന്ന് പരിഭ്രമിച്ച തനിക്ക് അതിന്റെ ഗുണദോഷങ്ങളും പ്രകൃതിജന്യമായ കാരണങ്ങളും സാധ്യതകളും സൗമ്യസുന്ദരമായി പറഞ്ഞു മനസിലാക്കി തന്നത് പോലും അച്ഛനാണ്. തീണ്ടാരി മറയ്ക്കാനുള്ള വസ്ത്രം ഒരുക്കി തന്നത് പോലും അച്ഛൻ. രാജ്യഭരണത്തിന്റെ തിരക്കുകൾക്കും സംഘർഷങ്ങൾക്കുമിടയിലും എന്നും അച്ഛന്റെ മുഖ്യപരിഗണന മകളുടെ ക്ഷേമമായിരുന്നു. താൻ വിലക്കിയപ്പോഴൊക്കെ അദ്ദേഹം നൽകിയ മറുപടി സുചിന്തിതമായിരുന്നു.

'രാജ്യഭരണത്തിന് ഞാനല്ലെങ്കിൽ മറ്റൊരാൾ. മന്ത്രിയുണ്ട്. പുരോഹിതൻമാരുണ്ട്. സഭാംഗങ്ങളുണ്ട്. അനുജൻ തമ്പുരാനുമുണ്ട്. പക്ഷെ എന്റെ മകളുടെ അച്ഛന് പകരക്കാനാവാൻ ആരുണ്ട്.? അങ്ങനെ പകരം വയ്ക്കാവുന്ന ഒന്നാണോ ആ പദവി?'

അച്ഛന്റെ നെറുകയിൽ മതിവരുവോളം ചുംബിച്ചത് ഓർമ്മയുണ്ട്. ഹൃദയാന്തരത്തിൽ നിന്നെന്ന പോലെയാണ് അദ്ദേഹം അത് പറഞ്ഞത്. ആ സ്നേഹാധിക്യം മാത്രം മതിയായിരുന്നു ജീവിക്കാൻ.

'ഈ ലോകത്ത് ഒരച്ഛനും ഒരു മകളെ ഇത്രമേൽ സ്നേഹിച്ചിട്ടുണ്ടാവില്ല. ഇനി സ്നേഹിക്കാനും പോകുന്നില്ല'

ഒരിക്കൽ നൃത്തപഠനം കഴിഞ്ഞ് മടങ്ങുമ്പോൾ അയൽരാജ്യത്തെ രാജകുമാരി കൂടിയായ ഉറ്റതോഴി അളകനന്ദയോട് വെറുതെ പറഞ്ഞതാണ്. പക്ഷെ അവൾ അതിൽ കയറി പിടിച്ചു.

'നമ്മൾ കാണാത്ത കാര്യങ്ങളെക്കുറിച്ച് നമുക്കെങ്ങിനെ ആധികാരികമായി പറയാൻ സാധിക്കും. ചിലപ്പോൾ നിന്റെ അച്ഛനെക്കാൾ അത്യുത്തമനും വാത്സല്യനിധിയുമായ ഒരു പിതാവ് ഈ ലോകത്ത് ഉണ്ടായിരുന്നെങ്കിലോ?'

കുമാരി ആ രാത്രി മുഴുവൻ ചിന്തിച്ചത് അതേക്കുറിച്ചായിരുന്നു. ഭൂമിയോളം സ്നേഹം കൊതിക്കുകയും അതത്രയും ലഭിച്ചെന്ന് വൃഥാ ധരിക്കുകയും ചെയ്തുപോന്ന അവൾക്ക് അളകയുടെ ആ പാഴ്വർത്തമാനം നിസാരമായി തള്ളാൻ കഴിഞ്ഞില്ല. ഏത് വിധേനയും അതിന്റെ നിജസ്ഥിതി കണ്ടെത്തണം.

ഏറെ ദിവസങ്ങൾ അവൾ തല പുകഞ്ഞ് ആലോചിച്ചു. ഒരാളുടെ സ്നേഹം ഏത് വിധേനയാണ് അളക്കാൻ സാധിക്കുക. അഥവാ സ്നേഹത്തിന്റെ പാരമ്യത എന്നത് എങ്ങനെ നിർണ്ണയിക്കാൻ സാധിക്കും. സ്നേഹം ത്യാഗമാണെന്ന് അറിയാം. തന്റെ സുഖഭോഗങ്ങൾ മാറ്റിവച്ച് മറ്റൊരാൾക്ക് വേണ്ടി ജീവിക്കാനുള്ള മാനസികാവസ്ഥയിലാണ്

സ്നേഹം കുടികൊള്ളുന്നത്. അച്ഛന് വലിയ ഒരളവോളം അത്തരം മനോഗതിയുണ്ടെന്നത് നേരിട്ട് അറിവുള്ളതാണ്. അസുഖബാധിതയായ എത്രയോ രാത്രികളിൽ അദ്ദേഹം ഒരു പോള കണ്ണടയ്ക്കാതെ തനിക്ക് കാവലായ് ഇരുന്നു.

സാധാരണ ദിനങ്ങളിലും താൻ ഉറങ്ങിയെന്ന് ഉറപ്പ് വരുത്തിയിട്ടേ അദ്ദേഹം പള്ളിയറയിലേക്ക് മടങ്ങാറുള്ളു. സമീപകാലത്ത് താൻ തന്നെ നിർബന്ധപൂർവം ഇടപെട്ടാണ് ആ പതിവ് തിരുത്തിയത്.

പല കാലങ്ങളിലെ അച്ഛനെ അവൾ മനസിൽ വിഭാവനം ചെയ്ത് നോക്കി.

ഭക്ഷണം കഴിക്കാൻ മടികാണിച്ച തനിക്ക് യൗവ്വനാരംഭത്തിൽ പോലും മാമൂട്ടിയ അച്ഛൻ. പനി ബാധിച്ച് കുളിർന്ന് വിറച്ച തന്റെ നെറ്റിമേൽ തുണി നനച്ചിടുന്ന അച്ഛൻ. ഉറക്കമൊഴിഞ്ഞ് പഠിക്കുന്ന തനിക്ക് കാവലിരുന്ന് ഉറക്കം തൂങ്ങുന്ന അച്ഛൻ. രാജ്യാധികാരത്തിന്റെ എല്ലാ അധീശഭാവങ്ങളും മാറ്റിവച്ച് ഒരു കളിത്തോഴനെ പോലെ തനിക്കൊപ്പം ചതുരംഗവും കബഡിയും ഉറിയടിയും കളിക്കുന്ന അച്ഛൻ. ഈ അച്ഛനെ വെല്ലാൻ മറ്റൊരാൾ ഭൂമിയിൽ ജീവിച്ചിരുന്നു എന്ന് അളകനന്ദയല്ല, സാക്ഷാൽ ശ്രീകൃഷ്ണൻ നേരിട്ട് ഇറങ്ങി വന്ന് പറഞ്ഞാലും താൻ വിശ്വസിക്കില്ല.

പക്ഷെ തന്റെ വിശ്വാസം സത്യമാണെന്ന് അരക്കിട്ടുറപ്പിക്കണം.

അതിനുള്ള ഏറ്റവും ഫലദ്രമായ മാർഗം ഏതെന്ന് കണ്ടെത്തണം. അതേസമയം സ്നേഹം പരീക്ഷിക്കപ്പെടുകയാണെന്ന് അച്ഛന് തോന്നാനുമിടയാവരുത്.

ആഴ്ചകൾ നീണ്ടുനിന്ന പര്യാലോചനകൾക്ക് ശേഷമാണ് അവൾ ആ പോംവഴി കണ്ടെത്തിയത്. അത് വേണമോ വേണ്ടയോ എന്ന് വീണ്ടും വീണ്ടും ചിന്തിച്ചു. പക്ഷെ കൗതുകവും ആകാംക്ഷയും എല്ലാം ചേർന്ന് അവളെ തോൽപ്പിച്ചു.

കൊട്ടാരത്തിലെ ശയനമുറിയിൽ അലസമായി കിടന്ന് വിശ്രമിക്കുകയായിരുന്നു രാജരാജേശ്വരൻ.

പാദസരങ്ങളുടെ കിലുക്കം കേട്ട് അദ്ദേഹം എണീറ്റ് കിടക്കയിൽ ചാരിയിരുന്നു. മകളുടെ അവിചാരിതമായ ആഗമനം അദ്ദേഹത്തെ സന്തുഷ്ടനാക്കിയെന്ന് ആ മുഖത്ത് വിടർന്ന ആശ്ചര്യത്തിൽ നിന്ന് തന്നെ ഗ്രഹിക്കാം.

'ങും..എന്തേ പതിവില്ലാത്ത നേരത്ത് ഒരു എഴുന്നള്ളത്ത്?'

പ്രകൃതി അന്നനടയായ് വന്ന് രാജാവിന്റെ ചാരത്തിരുന്നു. പിന്നെ ആ കൈത്തലം വലതുകൈവെള്ളയിലെടുത്ത് മെല്ലെ തലോടി. പതിവി

ല്ലാത്ത സ്നേഹപ്രകടനം കണ്ട് അദ്ദേഹം വിസ്മയിച്ചു. ഇങ്ങനെ ലാളിക്കാനും ഓമനിക്കാനും ഞാനെന്താ കൊച്ചുകുട്ടിയാണോയെന്ന് ഇങ്ങോട്ട് പരിഭവം പറയുന്ന കുമാരിയാണ് ഇപ്പോൾ മറിച്ച്...

'എന്തേ പതിവില്ലാത്ത രീതികൾ?'

രാജാവ് അത്ഭുതം മറച്ചുവച്ചില്ല. കുമാരിക്ക് എന്തോ പറയാനുണ്ടെന്ന് അദ്ദേഹത്തിന് തോന്നി. പക്ഷേ പറയാൻ കഴിയാത്ത വിധം ഏതോ തടസം പിന്നാക്കം വലിക്കുന്നതായും തോന്നി.

'പറയൂ കുമാരി..എന്താണ് നിനക്ക് വേണ്ടത്?'

കുമാരി ചെറുതായി ചുമച്ച് കണ്ഠശുദ്ധി വരുത്തി.

അസാധാരണമായ എന്തോ വിഷയം അവതരിപ്പിക്കാനുള്ള പുറപ്പാടാണിതെന്ന് രാജാവിന് തോന്നി. സാധാരണഗതിയിൽ മുഖവുരകൾ അവളുടെ ശീലമല്ല. എന്തും ഏതും വെട്ടിത്തുറന്ന് പറയുന്നതാണ് രീതി.

'ഞാനൊരു കാര്യം ചോദിച്ചാൽ അച്ഛൻ സത്യം പറയുമോ?'

രാജാവിന്റെ നെറ്റിയിൽ ചുളിവുകൾ വീണു.

'അതെന്താ നീ അങ്ങനെ ചോദിച്ചത്. നാളിതുവരെ സത്യമല്ലാതെ എന്തെങ്കിലും ഞാൻ നിന്നോട് പറഞ്ഞിട്ടുണ്ടോ? ഇങ്ങനെയാണോ കുമാരി എന്നെക്കുറിച്ച് ധരിച്ചുവച്ചിരിക്കുന്നത്?'

'അയ്യോ..അങ്ങിനെയല്ല. ഒരു സന്ദേഹം. ഒരു കൗതുകം. അറിയാനുള്ള അദമ്യമായ ആഗ്രഹം"

'എന്താണെങ്കിലും പറഞ്ഞാലും'

കുമാരി വീണ്ടും കണ്ഠശുദ്ധി വരുത്തി. രാജാവിന്റെ ആകാംക്ഷയും ആശങ്കയും അതിന്റെ അഗണ്യകോടി പുൽകി.

'സ്നേഹം എന്നാൽ എന്താണ് അച്ഛാ...'

രാജാവ് ഒന്ന് വിളറി. എന്ത് മറുപടിയാണ് താൻ മകൾക്ക് നൽകുക. അദ്ദേഹത്തിന്റെ മൗനം അവളെ അസ്വസ്ഥയാക്കി.

'എന്തേ മൗനം പാലിക്കുന്നത്. ഉത്തരം എന്തായാലും സംശയനിവൃത്തി വരുത്തു പ്രഭോ'

അവൾ ദൈന്യമായി പറഞ്ഞു. അൽപ്പനേരം നീണ്ടുനിന്ന ആലോചനയ്ക്ക് ശേഷം രാജാവ് പറഞ്ഞു.

'ഈ ലോകത്ത് മറുപടി നൽകാൻ ഏറ്റവും വിഷമം പിടിച്ച ചോദ്യമാണിത് മകളേ...സ്നേഹം എന്ന വികാരത്തെ ആർക്ക് നിർവചിക്കാൻ കഴിയും? അത് തേനിന്റെ മധുരം പോലെയാണ്. പൂവിന്റെ സുഗന്ധം പോലെയും. അനുഭവിച്ച് മാത്രം അറിയേണ്ട ഒന്ന്. അങ്ങനെ മാത്രം അറിയാൻ കഴിയുന്ന ഒന്ന്'

ഇപ്പോൾ മൗനിയായത് കുമാരിയാണ്. അദ്ദേഹം പറയുന്നതിലും കാര്യമുണ്ടെന്ന് അവൾക്ക് തോന്നി. നിർവചനങ്ങൾക്കപ്പുറത്തുള്ള ഒരു അനുഭവസത്യമാണ് സനേഹമെന്ന് ആരും പറയാതെ തന്നെ അവൾക്കും അറിയാം. പക്ഷെ തന്റെ ലക്ഷ്യത്തിലേക്കുള്ള ജാലകമാണ് ഈ ചോദ്യം. ഇത് കടക്കാതെ അതിലേക്ക് എത്തിപ്പെടാൻ പറ്റില്ല.

'സ്നേഹിക്കപ്പെടുന്ന ആൾക്കുവേണ്ടി എന്തും ത്യജിക്കാൻ മനസുള്ളയാൾക്കേ അത്രമേൽ ആഴത്തിൽ സ്നേഹിക്കാൻ കഴിയൂ'

രാജാവ് പെട്ടെന്നുണ്ടായ ഒരു വെളിപാട് പോലെ പറഞ്ഞു.

'എന്തും?'

കുമാരി എടുത്ത് ചോദിച്ചു.

'ങും.'

രാജാവ് ഘനഗംഭീരമായി മൂളി.

'സ്വന്തം ജീവൻ പോലും'

'തീർച്ചയായും'

'എങ്കിൽ എനിക്ക് വേണ്ടി ജീവൻ ത്യജിക്കാൻ അച്ഛൻ തയ്യാറാവുമോ?'

രാജാവ് നടുങ്ങുമെന്നും തളരുമെന്നും ചിലപ്പോൾ അന്തവിക്ഷോഭം പ്രകടിപ്പിക്കുമെന്നും കുമാരി ഭയന്നു. പക്ഷെ ഒന്നും സംഭവിച്ചില്ല. അങ്ങേയറ്റം ശാന്തനും അക്ഷോഭ്യനുമായിരുന്നു അദ്ദേഹം. ഏറെ സമയം നീണ്ടു നിന്ന ആലോചനയ്ക്ക് ശേഷം പതിഞ്ഞ ശബ്ദത്തിൽ അദ്ദേഹം ചോദിച്ചു.'

'എന്തേ നിനക്കിത്ര സംശയം?'

'വെറുതെ സമക്ഷത്തു നിന്നും ഒന്ന് അറിയാൻ ഒരാഗ്രഹം'

'ഇത്തരം കാര്യങ്ങൾ വെറുതെ അറിയാനോ പറയാനോ ഉള്ളതല്ല. അനുഭവത്തിലൂടെ മാത്രം ബോധ്യപ്പെടേണ്ടതാണ്'

കുമാരിയുടെ മനസിൽ ഒരു കടവാവൽ ചിലച്ചു. അനിവാര്യമായ ഏതോ ദുരന്തം പതിയിരിക്കുന്നയായി അവൾക്ക് തോന്നി. അച്ഛൻ എന്ത് ഉദ്ദേശിച്ചാണ് ആ പറഞ്ഞത്.

'ആരവിടെ? ഗുണനാഥൻ വരാൻ പറയു'

കൊട്ടാരവൈദ്യനാണ് ഗുണനാഥൻ.

നിമിഷങ്ങൾക്കകം അദ്ദേഹം ആഗതനായി.

'തിരുമനസുകൊണ്ട് അന്വേഷിച്ചൂന്നറിഞ്ഞു'

മുഖവുരയില്ലാതെ ആയിരുന്നു ചോദ്യം.

'ഏറ്റവും കൊടിയ വിഷം ഏതാണ്?'

'അങ്ങ് ഉദ്ദേശിക്കുന്നത്?'

ചോദ്യത്തിൽ തത്ത്വചിന്താപരമായ എന്തെങ്കിലും ഉൾക്കൊണ്ടിട്ടുണ്ടോ എന്ന് വൈദ്യർ സംശയിച്ചു.

'പാനം ചെയ്യുന്ന മാത്രയിൽ തന്നെ ജീവൻ നഷ്ടമാക്കാൻ കഴിയുന്ന തരം ഏറ്റവും മുന്തിയ വിഷം ഏതെന്നാണ് സംശയം?'

വൈദ്യൻ തീരെ ആലോചിക്കാൻ നിൽക്കാതെ പറഞ്ഞു.

'കാളകൂടം തന്നെ കേമം'

'എങ്കിൽ സമയം കളയാതെ അടിയന്തിരമായി എന്റെ മുന്നിൽ എത്തിക്കണം'

കുമാരിയെ ആലില പോലെ വിറച്ചു. അച്ഛൻ ഇതെന്തിനുള്ള പുറപ്പാടാണ്?

'തിരുമനസുകൊണ്ട് ഉദ്ദേശം പറഞ്ഞില്ല'

അവളുടെ മനസിൽ ഉദിച്ചത് വൈദ്യർ ഉണർത്തിച്ചു.

'എല്ലാ കാര്യങ്ങളും എല്ലാവരെയും ബോധ്യപ്പെടുത്താൻ കഴിഞ്ഞെന്ന് വരില്ല. സമയനഷ്ടം വരുത്താതെ രാജകൽപ്പന അനുസരിക്കുകയാണ് ഉത്തമം'

'ഉത്തരവ് പോലെ'

വൈദ്യർ രാജാവിനെ വണങ്ങി സ്ഥലം ഒഴിഞ്ഞു.

'അച്ഛൻ എന്താണ് ഉദ്ദേശിക്കുന്നത്? എന്തിനാണിപ്പോൾ വിഷം?'

കുമാരി ആശങ്കയോടെ ചോദിച്ചു. രാജാവ് മറുപടി പറയാതെ അനന്തതയിലേക്ക് ദൃഷ്ടിയൂന്നി ശില പോലെ ഇരുന്നു. അവൾ വീണ്ടും പലകുറി ചോദ്യം ആവർത്തിച്ചപ്പോൾ അദ്ദേഹം രൂക്ഷമായി മുഖത്തേക്ക് നോക്കി.

'വിശ്വാസമാണ് ഏത് ബന്ധത്തിന്റെയും അടിസ്ഥാനം. വിശ്വാസം നഷ്ടമായാൽ എല്ലാം അവസാനിച്ചു. എന്റെ സ്നേഹത്തെ നീ സംശയിക്കുന്നു. അതുകൊണ്ടാണല്ലോ ഇങ്ങനെയൊരു സന്ദേഹം രൂപപ്പെട്ടത്. അതിനുള്ള മറുപടി എന്താവണമെന്നും എനിക്ക് ബോധ്യമുണ്ട്'

'വിഷം കഴിച്ച് ജീവിതം അവസാനിപ്പിക്കാനാണോ അച്ഛന്റെ ഒരുക്കം?'

രാജാവ് മറുപടി പറഞ്ഞില്ല. കുമാരി പൊട്ടിക്കരഞ്ഞുകൊണ്ട് ആ ചുമലിൽ പിടിച്ചുലച്ച് ചോദ്യം ആവർത്തിച്ചു. രാജാവ് പ്രതികരണമില്ലാത്ത ശിലയായി നിലകൊണ്ടു.

അവൾ വീണ്ടും വാവിട്ട് കരഞ്ഞുകൊണ്ട് അപേക്ഷിച്ചു.

'ഞാനൊരു തമാശ പറഞ്ഞതല്ലേ അച്ഛാ...അപക്വമതിയായ ഒരു പെൺകുട്ടിയുടെ ചാപല്യം..അജ്ഞത..അച്ഛൻ എന്നോട് ക്ഷമിക്കൂ.. എന്നിട്ട് അരുതാത്ത ചിന്തകളിൽ നിന്നും പിൻമാറൂ'

രാജാവിന്റെ കണ്ണുകളിൽ നിന്നും തീപ്പൊരികൾ ചിതറി.

'നേരമ്പോക്കുകൾക്ക് വിഷയമാക്കാനുള്ളതല്ല ഇത്തരം ചോദ്യങ്ങൾ. നിന്റെ മനസിൽ അങ്ങനെയൊരു സംശയമുണ്ടായ സ്ഥിതിക്ക് കളിയായാലും കാര്യമായാലും എനിക്ക് ഒരു മറുപടി നൽകിയേ തീരു. കാരണം ഒരു ജന്മം കൊണ്ട് നിന്നെ പരിപാലിച്ചവനാണ് ഞാൻ. എല്ലാ സുഖങ്ങളും പരിത്യജിച്ച് നിനക്കായി ജീവിതം ഉഴിഞ്ഞുവച്ചവൻ. ഈ നിമിഷത്തിലും അതിലെനിക്ക് പശ്ചാത്താപമില്ല. അതൊരു കടമ തീർക്കലായിരുന്നില്ല. ഉത്തരവാദിത്തമായിരുന്നില്ല. അതിനപ്പുറം അളന്ന് തിട്ടപ്പെടുത്താനാവാത്ത സ്നേഹം...അത് മാത്രമായിരുന്നു മനസിൽ...'

ഒന്ന് നിർത്തി കിതപ്പകറ്റി അദ്ദേഹം തുടർന്നു.

'നീയായിരുന്നു എന്റെ ലോകം. നീയായിരുന്നു എന്റെ ജീവിതം. നീ മാത്രമായിരുന്നു...'

കൂടുതൽ പറയാൻ കഴിയാതെ അദ്ദേഹം അർദ്ധോക്തിയിൽ നിർത്തി. കണ്ണുകളിൽ നിന്നും നീർമുത്തുകൾ ചിതറി. കുമാരിയുടെ മുഖം കരഞ്ഞ് ചുവന്നു. അച്ഛനെ എങ്ങനെ ഈ തീരുമാനത്തിൽ നിന്നും പിൻതിരിപ്പിക്കണമെന്നറിയാതെ അവൾ കുഴങ്ങി. അദ്ദേഹം ആരുടെയെങ്കിലും വാക്ക് കേൾക്കുമെങ്കിൽ അത് തന്റേത് മാത്രമാണ്. അങ്ങനെയുള്ള താനാണിപ്പോൾ ഒരു അഴിയാക്കുരുക്കിൽ പെട്ട് വിഷമിക്കുന്നത്. തടഞ്ഞില്ലെങ്കിൽ ദുരന്തം ഉറപ്പാണ്. അത് താങ്ങാനുള്ള ഉൾക്കരുത്ത് തനിക്കെന്നല്ല ഈ രാജ്യത്തിന് പോലും ഉണ്ടാവില്ല. അത്രയ്ക്ക് ശ്രേഷ്ഠനായ ഭരണാധികാരിയാണ്. മനുഷ്യസ്നേഹിയാണ്.

ആലോചിച്ചു നിൽക്കെ ഗുണശേഖരൻ ഒരു ഓട്ടുപാത്രത്തിൽ ഉഗ്രവിഷവുമായി വന്ന് രാജാവിന് കൈമാറി.

'ഇത് പാനം ചെയ്താൽ തൽക്ഷണം മരണം സംഭവിക്കുമോ?'

'നിശ്ചയം'

ഒട്ടും സംശയമില്ലാതെ ഗുണശേഖരൻ ഉണർത്തിച്ചു.

'കാലതാമസം വന്നാൽ പിന്നെ വൈദ്യർ ഈ ഭൂമുഖത്തുണ്ടാവില്ല'

'കൽപ്പന പോലെ..'

'ഒട്ടും കാത്തിരിക്കാതെ വേദനകൾ സഹിക്കാതെ ഒരു കാറ്റ് വന്ന് ജ്വാല അണയും പോലെ തൽക്ഷണമുള്ള മരണമാണ് അഭികാമ്യം. ഞാൻ അഭിലഷിക്കുന്നതും അത്തരമൊരു അന്ത്യമാണ്'

വൈദ്യർ ഒന്ന് നടുങ്ങി. അയാളുടെ മുഖം വിവർണ്ണമായി.

'തിരുമനസുകൊണ്ട് കൊടിയ തെറ്റ് ചെയ്ത ഏതോ കുറ്റവാളിക്ക് ശിക്ഷ നൽകാൻ ഒരുങ്ങുന്നുവെന്നാണ് അടിയൻ നിനച്ചത്. ഇതിപ്പോ..'

രാജാവ് വലതുകരം ഉയർത്തി ആജ്ഞാപിച്ചു.

'വൈദ്യർക്ക് പോകാം'

രാജകോപത്തിന് കാത്തുനിൽക്കാതെ ഗുണശേഖരൻ സ്ഥലം ഒഴിഞ്ഞു. കുമാരിയെ പൂക്കുല പോലെ വിറയ്ക്കുകയാണ്.

രാജാവ് കണ്ണടച്ച് കുലദേവതകളെയും പരദേവതകളെയും മനസിൽ ധ്യാനിച്ചു. പിന്നെ വായ് പിളർന്ന് സ്ഫടികചഷകം ഉയർത്തി വിഷം കുടിക്കാൻ ഒരുങ്ങി.

സ്വർണ്ണവളയിട്ട സുന്ദരമായ കൈവിരലുകൾ നീണ്ടുവന്ന് തട്ടിത്തെറിപ്പിച്ചതും സ്ഫടികപാത്രം മിനുങ്ങുന്ന തറയിൽ വീണ് പല കഷണങ്ങളായി ഉടഞ്ഞു ചിതറിയതും നിമിഷാർദ്ധ വേഗത്തിലായിരുന്നു. കോപം കൊണ്ട് ജ്വലിച്ച രാജാവിനെ നിസഹായനും നിരായുധനുമാക്കിക്കൊണ്ട് കുമാരി അദ്ദേഹത്തെ പൂണ്ടടക്കം കെട്ടിപ്പിടിച്ച് ഉറക്കെ പൊട്ടിക്കരഞ്ഞു. ആ സ്നേഹധാരാളിത്തത്തിന് മുന്നിൽ കോപം മഞ്ഞുകട്ട പോലെ ഉരുകിയൊലിക്കുന്നതും സ്നേഹത്തിന് വഴിമാറുന്നതും രാജാവ് അറിഞ്ഞു. മകളേക്കാൾ തീവ്രമായി അദ്ദേഹം അവളെ ചേർത്തണച്ച് ഒരു കുഞ്ഞിനെ പോലെ വിതുമ്പി. വാതിലിനപ്പുറം ആ ദൃശ്യം കണ്ട് വൈദ്യർ കണ്ണീരിനിടയിലൂടെ പുഞ്ചിരിച്ചു.

ഈ ലോകം എത്രമേൽ സുന്ദരമാണെന്ന് അദ്ദേഹത്തിന് ഒരിക്കൽക്കൂടി ബോധ്യപ്പെട്ടു.

രാജാവ് കണ്ണീരിന്റെ നനവുള്ള കുമാരിയുടെ കവിളിൽ അരുമയായി ചുംബിച്ചു. വാത്സല്യത്തിന്റെ താപഗ്രസ്തമായ ആ ചുംബനങ്ങൾക്ക് ഈ ഭൂമിയേക്കാൾ ആഴവും പരപ്പുമുണ്ടെന്ന് കുമാരിക്ക് തോന്നി. തേങ്ങലിനിടയിലും അവൾ പലകുറി ആവർത്തിച്ചു.

'ഇനിയൊരിക്കലും ഞാൻ ഇത്തരം ചോദ്യങ്ങൾ ഉന്നയിക്കില്ല അച്ഛാ..ഇല്ല..'

രാജാവ് ആശ്വാസത്തോടെ മന്ദഹസിച്ചു.

ഒരു മനുഷ്യായുസിൽ ലഭ്യമായ എല്ലാ സുഖസൗകര്യങ്ങളും സന്തോഷങ്ങളും അനുഭവങ്ങളും കരഗതമാവുക എന്ന അസുലഭസൗഭാഗ്യം സിദ്ധിച്ച അപൂർവജന്മമാണ് തന്റേതെന്ന് പ്രകൃതിക്ക് തോന്നി. അതിൽ ഏറ്റവും പ്രധാനമായി അവൾ കരുതുന്നത് അച്ഛന്റെ സ്നേഹവാത്സല്യങ്ങൾ തന്നെയാണ്. എല്ലാം അവൾ അളകനന്ദയുമായി പങ്ക് വയ്ക്കുകയും ചെയ്തു. മുഴുവൻ കേട്ടിരുന്ന ശേഷം അളക പറഞ്ഞു.

'പക്ഷെ ഇതുകൊണ്ടൊന്നും നമ്മുടെ ജന്മം പൂർണ്ണമായി എന്ന് പറയാൻ കഴിയില്ല'

'എന്തുകൊണ്ട്?'

പ്രകൃതി വീണ്ടും ആകാംക്ഷയുടെ ഗർഭം ചുമക്കുന്ന കുട്ടിയായി.

'ആഗ്രഹങ്ങൾ സദാ നമ്മെ അനുധാവനം ചെയ്തു കൊണ്ടേയിരിക്കും. അത് പുതിയ രൂപത്തിലും ഭാവത്തിലും എത്തും. നീ കാണാത്തതും അറിയാത്തതുമായ ഏതെങ്കിലും ഒരു അനുഭവതലം നിന്നെ മോഹിപ്പിക്കും. ചിലപ്പോൾ അതൊരു പ്രണയമാവാം. ഒരു പുരുഷന്റെ സ്നേഹം. അവന്റെ കരുത്ത്..'

'അച്ഛന്റെ സ്നേഹത്തേക്കാൾ വലുതല്ല അതൊന്നും. അച്ഛനേക്കാൾ ഉപരി മറ്റാരെയും സ്നേഹിക്കാൻ എനിക്ക് കഴിയില്ല. എന്നെയും അങ്ങനെയാരും സ്നേഹിക്കേണ്ടതില്ല'

'രണ്ടും രണ്ട് തലങ്ങളല്ലേ കുമാരീ. രണ്ട് അവസ്ഥകൾ, രണ്ട് ഭാവങ്ങൾ. ഈ പ്രായത്തിൽ ഒരു പെൺകുട്ടിക്ക് വേണ്ടത് എതിർലിംഗത്തിൽ പെട്ട സമപ്രായത്തിലുള്ള ഒരു പുരുഷന്റെ സ്നേഹമാണ്. അവന്റെ കാമമാണ്.'

'ഒന്ന് മതിയാക്കുന്നുണ്ടോ ഈ വർത്തമാനം'

പ്രകൃതി ശുണ്ഠിയെടുത്ത് എണീറ്റു. കൊട്ടാരത്തിലെ ഉദ്യാനത്തിന് നടുവിലെ മുല്ലപ്പന്തലിൽ നിന്നും അവൾ തിടുക്കപ്പെട്ട് പുറത്തേക്ക് നടന്നു. അളക തന്റെ അതിഥിയായി കൊട്ടാരത്തിൽ വന്നതാണെന്ന സാമാന്യമര്യാദ പോലും മറന്നു.

അച്ഛന് അതീതമായി മറ്റൊന്നും സങ്കൽപ്പിക്കാനോ അത്തരം വർത്തമാനങ്ങൾ ശ്രവിക്കാൻ പോലും അവൾ അശക്തയായിരുന്നു.

അളക പിന്നാലെ ചെന്ന് അവളുടെ കയ്യിൽ കടന്നുപിടിച്ച് തനിക്ക് അഭിമുഖമായി നിർത്തി. ക്ഷമാപണം വഴിയുന്ന സ്വരത്തിലും ഭാഷയിലും പറഞ്ഞു.

'തെറ്റ്...എന്റെ തെറ്റ്. ഇത്രമാത്രം സ്നേഹിക്കുന്ന ഒരച്ഛന്റെ മകളായി പിറന്ന നിന്നോട് ലേശം അസൂയയും ഉണ്ടെന്ന് കൂട്ടിക്കോ..'

പ്രകൃതി ചിരിച്ചു.

അവൾ കേൾക്കാൻ ആഗ്രഹിച്ചതായിരുന്നു അളക അവളോട് മന്ത്രിച്ചത്.

○○

4

ആഗ്രഹം

മനസ് ഒരു കടലാണ്. എത്രയെന്നില്ലാത്ത പരശ്ശതം ചിന്തകൾ അനുനിമിഷം അതിലെ കടന്നു പോകുന്നു. പലപ്പോഴും പരസ്പര ബന്ധമില്ലാത്ത വിചാരങ്ങൾ. ഒരു കൊളാഷ് പോലെ പരസ്പരം കൂടിക്കലരുന്ന ചിന്തകൾ. ആദിമധ്യാന്തങ്ങളില്ലാത്ത വിചിത്രഭാവനകൾ. ഭ്രമകൽപ്പനകൾ. യാതൊരുവിധ അടിസ്ഥാനമോ കാരണമോ പ്രചോദനമോ ഇല്ലാതെ ശൂന്യതയിൽ നിന്നും വെറുതെ കയറി വന്ന് അതുപോലെ മടങ്ങുന്ന ആലോചനകൾ.

ചിലത് മനസിൽ പറ്റിപ്പിടിച്ച് നിൽക്കുന്നു. ഒഴിയാബാധ പോലെ ദീർഘകാലം അലട്ടുന്നു. ക്രമേണ അതിന് ചിറകുകൾ മുളയ്ക്കുന്നു. അത് ആഗ്രഹങ്ങളായി പരിണമിക്കുന്നു. പിന്നെ അത് എത്തിപ്പിടിക്കാനുള്ള തീവ്രമായ അഭിവാഞ്ജ-ത്വര മനസിൽ വളരുന്നു. പിന്നീട് എത്ര ശ്രമിച്ചാലും അതിനെ പിടിച്ചുകെട്ടാനോ നിയന്ത്രിക്കാനോ സാധിച്ചെന്ന് വരില്ല.

പ്രകൃതിയുടെ മനസും അത്തരമൊരു കടലായിരുന്നു. ചെറുതും വലുതുമായ തിരമാലകൾ കയറിയിറങ്ങി പോയി. ഒന്നും അവശേഷിപ്പിക്കാതെ. പക്ഷെ തീക്ഷ്ണമായി വീശിയടിച്ച പ്രകൃതിക്ഷോഭത്തിൽ അവളുടെ ആത്മനിയന്ത്രണത്തിന്റെ ചിറകുകൾ അറ്റു. ആത്മാരാധനയോളം വളർന്ന ഒരു മനസ് അവളെ വിടാതെ പിടിച്ചു. അവനവൻ കേന്ദ്രീകൃതമായ ഒരു ജീവിതയാപനത്തിന്റെ സങ്കുചിതത്വമാവാം അത്തരം ഭ്രാന്തൻ ചിന്തകളിലേക്ക് അവളെ നയിച്ചത്. ഒരർത്ഥത്തിൽ അത് ഒരു സ്വാഭാവികമായ ആഗ്രഹം മാത്രമാണ്. അതേസമയം അസ്വാഭാവികമായ ചില തലങ്ങൾ അതിനുണ്ട് താനും.

പക്ഷെ കേവല ആഗ്രഹത്തിൽ തുടങ്ങിയ ആശയം ഭ്രാന്തമായ ആസക്തിയായി ഉള്ളിൽ വളർന്ന് നിറഞ്ഞ് തിങ്ങിയപ്പോൾ അമർത്തി

വയ്ക്കാൻ അവൾക്ക് കഴിഞ്ഞില്ല.

ഒരു ഒഴിവുദിനത്തിന്റെ സ്വാസ്ഥ്യത്തിൽ വിശ്രമിക്കുകയായിരുന്ന രാജാവിനെ അവൾ മുഖം കാണിക്കാനായി ചെന്നു. ആദ്യദർശനത്തിലെ പരുങ്ങലും സംഭ്രമവും കൊണ്ട് തന്നെ പതിവുകളിൽ നിന്ന് വിപരീതമായ ഏതോ ദൗത്യവും കൊണ്ടാണ് വരവെന്ന് അദ്ദേഹം ഊഹിച്ചു. അത് തുറന്ന് ചോദിക്കുകയും ചെയ്തു.

'ഇന്നേവരെ എന്റെ ഒരാഗ്രഹത്തിനും അച്ഛൻ എതിര് നിന്നിട്ടില്ല'

'ഇനിയങ്ങോട്ടും അത് സംഭവിക്കാൻ ഇടയില്ല. അതുകൊണ്ട് തന്നെ അനാവശ്യമായ മുഖവുരകൾ ആവശ്യവുമില്ല'

രാജാവ് പൊട്ടിച്ചിരിച്ചുകൊണ്ട് അങ്ങനെ പറഞ്ഞപ്പോൾ അന്തരീക്ഷത്തിന് വല്ലാത്ത ഒരു തരം ലാഘവത്തം കൈവന്നതായി അവൾക്ക് തോന്നി.

'എന്താണ് കുമാരി കാര്യം? എന്താണെങ്കിലും പറയൂ'

രാജാവ് അനുമതി തന്നപ്പോൾ ഇത് തന്നെയാണ് ഏറ്റവും ഉചിതമായ സന്ദർഭമെന്ന് അവൾക്ക് തോന്നി.

'എന്നെ എന്റെ മരണശേഷവും ആളുകൾ ഓർമ്മിക്കണം'

കുറെക്കൂടി ഉച്ചത്തിലുള്ള പൊട്ടിച്ചിരിയായിരുന്നു രാജാവിന്റെ മറുപടി.

'അതിന് നിനക്ക് മരിക്കാൻ പ്രായമായിട്ടില്ലല്ലോ?'

'മരണത്തിന് അങ്ങനെ പ്രത്യേക പ്രായപരിധി വല്ലതുമുണ്ടോ?'

'എന്താണ് മകളേ ഇതൊക്കെ? പതിനെട്ട് തികയാത്ത നീ മരണത്തെക്കുറിച്ച് പറയാതെ ജീവിതത്തെക്കുറിച്ച് ചിന്തിക്കൂ'

'അച്ഛാ...ഞാനുദ്ദേശിച്ചത് അതല്ല. എക്കാലവും ഞാൻ ഓർമ്മിക്കപ്പെടണം'

രാജാവ് പെട്ടെന്ന് ഗൗരവത്തിലായി.

'അതിന് നാം തന്നെ മനസ് വയ്ക്കണം. കാലത്തിന് ഓർത്തു വയ്ക്കാൻ പാകത്തിൽ സമൂഹത്തിന് എന്തെങ്കിലും സംഭാവന ചെയ്യണം'

'അതിനുള്ള കഴിവും പ്രതിഭയുമൊന്നും എനിക്കില്ലല്ലോ അച്ഛാ..'

'പ്രതിഭ കൊണ്ട് മാത്രമല്ല നാം ഓർമ്മിക്കപ്പെടുന്നത്. മറ്റുള്ളവർക്കായി ചെയ്ത നന്മയുടെ പേരിലും ഓർമ്മിക്കപ്പെടുന്നവരുണ്ട്'

'പക്ഷെ ഞാൻ പറഞ്ഞു വരുന്നത് മറ്റൊന്നാണ്'

'എങ്കിൽ വളച്ചുകെട്ടാതെ നീ കാര്യം തെളിച്ച് പറയു'

കുമാരി പെട്ടെന്ന് മൗനിയായി. എങ്ങിനെ അവതരിപ്പിക്കും എന്ന ആശയക്കുഴപ്പം അവളെ അലട്ടുന്നതായി രാജാവിന് തോന്നി. അൽപ്പസമയത്തെ കാത്തിരിപ്പിന് ശേഷം രാജാവ് അക്ഷമനായി.

'നീ കാര്യം പറയൂ മകളേ..'

'എനിക്ക് എന്റെ രൂപത്തിൽ ഒരു പ്രതിമ നിർമ്മിച്ചു തരണം. ഞാനുമായി വരവണ്ണം വ്യത്യാസമില്ലാത്ത വിധത്തിൽ ഒരു പ്രതിമ. ആര് കണ്ടാലും ഇരട്ടപെറ്റവരെ പോലെ തോന്നിക്കണം. ഞാൻ മരിച്ച് മണ്ണടിഞ്ഞാലും അത് നിലനിൽക്കണം. അത് കാണാനായി ലോകത്തിന്റെ നാനാഭാഗത്തു നിന്നും ആളുകൾ ഈ നാട്ടിൽ എത്തണം.എല്ലാവരും എന്റെ രൂപസൗകുമാര്യത്തെ വാഴ്ത്തിപ്പാടണം. അതുകണ്ട് എന്റെ ആത്മാവ് സ്വർഗ്ഗത്തിലിരുന്ന് സന്തോഷിക്കണം. അങ്ങനെ നിത്യതയെ പുൽകുന്ന ഒരു പ്രതിരൂപം എനിക്കായി നിർമ്മിക്കപ്പെടണം'

ഇക്കുറി രാജാവിന്റെ മുഖത്തെ ചിരി പൂർണ്ണമായി മാഞ്ഞ് തീവ്രമായ ആലോചനകളുടെ അഗാധതയിൽ ആണ്ടുപോയി.

'അങ്ങ് എന്താണ് ഒന്നും മിണ്ടാത്തത്'

ക്ഷമ നശിച്ച കുമാരി ശബ്ദമുയർത്തി ഈർഷ്യ പ്രകടിപ്പിച്ചു.

'ആഗ്രഹം നല്ലത് തന്നെ. പക്ഷെ പെട്ടെന്ന് മറുപടി നൽകാൻ കഴിയുന്ന ഒന്നല്ല നീ ഉണർത്തിച്ചത്.'

'എന്തുകൊണ്ട്?'

ആഗ്രഹത്തിന്റെ തീവ്രത അവളെ അക്ഷമയുടെ കയത്തിലേക്ക് തള്ളിയിട്ടു.

'ഒരാളെ അയാളുടെ രൂപത്തിൽ നിന്ന് അണുവിട വ്യത്യാസമില്ലാതെ പുനർനിർമ്മിക്കാൻ സാക്ഷാൽ ജഗദീശ്വരന് പോലും കഴിയണമെന്നില്ല. കാരണം സൃഷ്ടിപ്രക്രിയയുടെ നിമിഷങ്ങളിലെ മാനസികാവസ്ഥയും ഭാവനയും ഓരോ ഘട്ടങ്ങളിലും വിഭിന്നമായിരിക്കും. ഒരേ രൂപം തന്നെ രണ്ട് സമയത്ത് നിർമ്മിക്കുമ്പോൾ രണ്ട് വിധത്തിലാവാം. ഒന്നിനെ മുൻനിർത്തി അതുപോലൊന്ന് സൃഷ്ടിക്കുക എളുപ്പമല്ല'

കുമാരി പെട്ടെന്ന് ക്ഷുഭിതയായി.

'അതൊന്നും എനിക്കറിയേണ്ടതില്ല. അച്ഛൻ വാക്ക് തന്നതാണ്. ഇനി എന്റെ ആഗ്രഹം സാധിച്ചു തന്നേ തീരു'

അവൾ കരച്ചിലിന്റെ വക്കോളമെത്തി.

'വിഷമിക്കാതിരിക്കു. ഞാനൊന്ന് ആലോചിക്കട്ടെ'

'ആലോചിച്ചാൽ പോരാ. നടത്തി തരിക തന്നെ വേണം. ഇല്ലെങ്കിൽ..'

അവൾ കടുത്ത തീരുമാനങ്ങളിലേക്ക് പോകുമെന്ന് രാജാവിന് തോന്നി. കുമാരി ചില സന്ദർഭങ്ങളിൽ അങ്ങനെയാണ്. അഹിതമായ ഒന്നിനെയും ഉൾക്കൊള്ളാൻ അവളുടെ മനസ് പാകമായിട്ടില്ല. അമിത ലാളനകളുടെ തേരിലേറി വളർന്നതു കൊണ്ടാവാം ആഗ്രഹിക്കുന്നതെന്തും ഞൊടിയിടക്കുള്ളിൽ സാധിക്കപ്പെടുക എന്നതിനപ്പുറം അതിന്റെ

പ്രായോഗികബുദ്ധിമുട്ടുകൾ അവളുടെ ചിന്താപദ്ധതിക്ക് അപ്പുറമാണ്.

അവൾക്ക് ചുറ്റും കറങ്ങുന്ന ഒരു വൃത്തമാണ് അവളുടെ മനസ്. തന്റെ ബുദ്ധിമുട്ടുകൾ പോലും അവൾക്ക് ഒരു പ്രശ്നമല്ല.

ശൈശവത്തിലേ അമ്മയെ നഷ്ടമായ ഒരു കുഞ്ഞിനോടുള്ള സഹതാപമാണ് സ്നേഹാധിക്യമായി തന്റെയുള്ളിൽ വളർന്ന് പടർന്നത്. ഇനി അതിന്റെ അളവിൽ ഒരിഞ്ച് പോലും വ്യത്യാസം വന്നാൽ അത് ഉൾക്കൊള്ളാൻ അവൾക്ക് കഴിയില്ല.

രാജരാജേശ്വരൻ കൂടിയാലോചനകൾക്കായി രാജ്യത്തിനകത്തും പുറത്തുമുള്ള നിരവധി ശിൽപ്പികളെ ക്ഷണിച്ചു വരുത്തി. അവരിൽ ആർക്കും തന്നെ അദ്ദേഹം നിർദ്ദേശിച്ച ദൗത്യം പൂർണ്ണമാക്കാം എന്ന ആത്മവിശ്വാസം ഉണ്ടായിരുന്നില്ല.

പ്രകൃതിയുടെ കൺപീലികൾ, അവളുടെ ഇമയനക്കം, സൂക്ഷ്മഭാവങ്ങൾ, ത്വക്കിലെ നേരിയ രോമരാജികൾ...അങ്ങനെ എല്ലാ സൂക്ഷ്മവിശദാംശങ്ങളും ഉൾക്കൊള്ളുന്ന എല്ലാ അർത്ഥത്തിലും പൂർണ്ണതയുള്ള ശിൽപ്പമാണ് രാജാവ് ആവശ്യപ്പെടുന്നത്. ശിൽപ്പികൾ ഒന്നടങ്കം ദിവസങ്ങളോളം കൊട്ടാരത്തിൽ താമസിച്ച് തലപുകഞ്ഞ് ആലോചിച്ചു. സംഘം ചേർന്ന് ചർച്ച ചെയ്തു.

ആർക്കും വ്യക്തമായ ഒരു ഉത്തരം ലഭിച്ചില്ല. ചിത്രം ലഭിച്ചില്ല.

ഒരു സൃഷ്ടിക്കും പകരം വയ്ക്കാൻ ആർക്കുമാവില്ല. പുനർനിർമ്മിതി എന്നത് ഒരു സങ്കൽപ്പം മാത്രമാണ്. എത്ര തീവ്രമായി ശ്രമിച്ചാലും മാതൃകാരൂപത്തിൽ നിന്നും നേരിയ വ്യത്യാസം ഏത് സൃഷ്ടിയിലുമുണ്ടാവും. മാതൃകയെ മനസുകൊണ്ട് ഒപ്പിയെടുത്ത് അതേപടി പകർത്താനോ പുനസൃഷ്ടിക്കാനോ ഏതൊരു കലാകാരന്റെയും പ്രതിഭ അശക്തമാണ്.

വിദഗ്ധരുടെ ന്യായവാദങ്ങൾ രാജാവിന് മനസിലാവുമായിരുന്നു. പക്ഷെ അതൊന്നും തന്നെ കുമാരിക്ക് ഉൾക്കൊള്ളാൻ കഴിഞ്ഞില്ല. അവൾ ജലപാനം കഴിക്കാതെ തന്നോട് തന്നെ പകവീട്ടി. രാജാവ് ആകെ വിഷമവൃത്തത്തിലായി.

ഏകമകൾ ആദ്യമായി ഉന്നയിച്ച ആഗ്രഹമാണ്. അത് സാധിച്ചുകൊടുക്കാൻ രാജ്യാധികാരം കയ്യിലുണ്ടായിട്ടും തനിക്ക് കഴിഞ്ഞില്ലെന്ന് വന്നാൽ അതിൽപരം അപമാനകരമായി മറ്റെന്താണുള്ളത്? കഴിഞ്ഞ കാലമത്രയും അവൾക്കു വേണ്ടി താനാണ് ചിന്തിച്ചത്. അവളുടെ ഇംഗിതം ചോദിച്ചറിയാതെ സ്വയം മനസിലാക്കി പ്രവർത്തിക്കുകയായിരുന്നു. അവൾക്ക് വേണ്ടതെല്ലാം എത്ര പണിപ്പെട്ടും കണ്ടെത്തി കൊടുക്കുകയായിരുന്നു. അന്നൊന്നും അവൾ തനിക്ക് ഇന്നത് വേണമെന്ന്

ആവശ്യപ്പെട്ടിരുന്നില്ല. എല്ലാം അച്ചരൻ കണ്ടറിഞ്ഞ് ചെയ്യുന്നുവല്ലോ എന്നതായിരിക്കാം അവളുടെ സമാധാനം. ഇപ്പോൾ ഇതാദ്യമായി അവൾ ഒരു കാര്യം തന്നോട് ആവശ്യപ്പെട്ടിരിക്കുന്നു. പക്ഷെ അത് നിവർത്തിച്ചുകൊടുക്കാൻ കഴിയുന്നതുമില്ല.

രാജാവ് മന്ത്രിമുഖ്യനുമായി ആലോചിച്ച് അടുത്തവാരത്തിൽ തന്നെ ലോകോത്തരശിൽപ്പികളെ വിളിച്ചു വരുത്തി വിവരം ധരിപ്പിച്ചു. ലക്ഷക്കണക്കിന് പണം വാഗ്ദാനം ചെയ്തു. എല്ലാം കേട്ടിട്ടും ആത്മവിശ്വാസം നഷ്ടപ്പെട്ടവരെ പോലെ നിസഹായരായി അവർ പരസ്പരം നോക്കുന്നത് രാജാവും മന്ത്രിയും ഒരേ സമയം ശ്രദ്ധിച്ചു.

'ക്ഷമിക്കണം പ്രഭോ..കഴിയുമെങ്കിൽ ഈ ദൗത്യത്തിൽ നിന്ന് അടിയനെ ഒഴിവാക്കണം. കുമാരി വിചാരിക്കുന്ന വിധത്തിൽ കഴയിഞ്ച് വ്യത്യാസമില്ലാതെ ഒരു രൂപം പുനസൃഷ്ടിക്കാൻ അടിയൻ അശക്തനാണ്.'

ഏറെ പുകൾപെറ്റ കൗടില്യൻ എന്ന ശിൽപ്പി തന്റെ ധർമ്മസങ്കടം തുറന്ന് പറഞ്ഞു.

'ശ്രമിച്ചുനോക്കാതെയാണോ ഒരു കാര്യം അസാധ്യമാണെന്ന് നിശ്ചയിക്കുന്നത്. ഇത് ധിക്കാരമല്ലാതെ മറ്റെന്താണ്'

രാജാവ് കോപിച്ചപ്പോൾ മന്ത്രി അതിൽ ഇടപെട്ടു.

'അങ്ങനെ പറയാൻ സാധിക്കുമോ പ്രഭോ..ഇത്ര വലിയ സാമ്പത്തിക നേട്ടങ്ങൾ ലഭിക്കുന്ന ഒരു ദൗത്യത്തിൽ നിന്നും ധിക്കാരപൂർവം പിൻമാറാൻ ഇവർക്കെന്നല്ല ആർക്കെങ്കിലും കഴിയുമോ? അസാധ്യമെന്ന് അവർ സൂചിപ്പിച്ചുവെന്നേയുള്ളു'

'പിന്നെ നാം എന്ത് ചെയ്യണം. ശിൽപ്പവിദ്യ പഠിക്കാൻ പോവണോ? പ്രകൃതി ആണുംപെണ്ണുമായിട്ട് എന്റെ ഏകമകളാണ്. അവളുടെ നിസാരമായ ഒരാഗ്രഹം സാധിച്ചുകൊടുക്കാൻ കഴിഞ്ഞില്ലെങ്കിൽ പിന്നെ അച്ചരനായി ജീവിച്ചിരിക്കുന്നതിൽ എന്ത് അർത്ഥം? സൂര്യചന്ദ്രൻമാരെ പിടിച്ചുകൊടുക്കാനൊന്നുമല്ലല്ലോ അവൾ ആവശ്യപ്പെട്ടത്?'

രാജാവ് പറയുന്നതിലും കാര്യമുണ്ടെന്ന് മന്ത്രിക്ക് തോന്നി. പ്രത്യക്ഷത്തിൽ പ്രകൃതി ആവശ്യപ്പെട്ടിരിക്കുന്നത് യുക്തിരഹിതമായ കാര്യമൊന്നുമല്ല. മനുഷ്യസാധ്യമല്ലെന്നും പറയാനാവില്ല. പക്ഷെ ഒരു രൂപം പുനസൃഷ്ടിക്കാനുള്ള കഴിവുകേട് കലാകാരൻമാർ ഒന്നടങ്കം അറിയിക്കുമ്പോൾ അവരെ നിർബന്ധിച്ചും ഭയപ്പെടുത്തിയും കാര്യം നടത്തിയെടുക്കുക സാധ്യമല്ല. കാരണം കല ഭയത്തിൽ നിന്നും ഭീഷണിയിൽ നിന്നും രൂപപ്പെടേണ്ട ഒന്നല്ല. അത് സ്വതന്ത്രവും ആഹ്ളാദപൂർണ്ണവും അനായാസവുമായ ഒരു അന്തരീക്ഷത്തിന്റെ ലഘവത്വത്തിൽ നിന്നും

സ്വാഭാവികമായി രൂപപ്പെട്ട് വരേണ്ട ജൈവികമായ ഒരു പ്രക്രിയയാണ്. പക്ഷെ ഇതൊന്നും ഈ സന്ദർഭത്തിൽ രാജാവിനോ കുമാരിക്കോ മനസിലായെന്നും വരില്ല. അവരുടെ മനസിൽ ആഗ്രഹം മാത്രമാണുള്ളത്. അതിന്റെ പ്രായോഗിക വൈഷമ്യങ്ങളെക്കുറിച്ച് ധാരണയില്ല. ഒരു കലാകാരൻെറ മനസിന്റെ രസതന്ത്രങ്ങളെക്കുറിച്ചുള്ള ബോധ്യവുമില്ല. വളരെ തന്ത്രപൂർവം മറികടക്കേണ്ട ഒന്നാണ് ഈ പ്രതിസന്ധി. ശിൽപ്പികൾ ഒന്നടങ്കം തങ്ങളുടെ നിസഹായത ഏറ്റുപറഞ്ഞ് മടങ്ങിപോയി. എന്ത് ചെയ്യാൻ കഴിയുമെന്ന് രാപ്പകൽ മന്ത്രി തലപുകഞ്ഞ് ആലോചിച്ചു. നാടായ നാടെല്ലാം അലഞ്ഞ് പല തരക്കാരായ പ്രതിഭകളെ സമീപിച്ചു. അവരിൽ ചിലർ ധനം മോഹിച്ച് ദൗത്യം ഏറ്റെടുക്കാൻ തയ്യാറായി വന്നു. ചിലർ മാസങ്ങളെടുത്ത് നിർമ്മാണപ്രക്രിയ പൂർത്തിയാക്കി.

കുമാരി അതീവപ്രതീക്ഷയോടെ പുനർനിർമ്മിക്കപ്പെട്ട തന്റെ രൂപം ഒരു നോക്ക് കാണാനായി കൽമണ്ഡപത്തിലെത്തി. പ്രതിമയിലേക്ക് ഒന്നേ നോക്കിയുള്ളു. പ്രകൃതിക്ഷോഭം പോലെയായിരുന്നു അവളുടെ രോഷം.

'മന്ത്രിമുഖ്യൻ എന്താണിത്? ഇതാണോ എന്റെ രൂപം. ഇയാൾ-ഈ ശിൽപ്പി എന്നെ അപമാനിക്കാനുള്ള പുറപ്പാടാണോ? ഇതിലും ഭേദം ഇങ്ങനെയൊന്ന് നിർമ്മിക്കാതിരിക്കുകയായിരുന്നു. വേഗം..വേഗം കൊണ്ടുപോകൂ ഇത് എന്റെ കൺവെട്ടത്തു നിന്ന്...'

ദൗത്യം ഏറ്റെടുത്ത ഓരോ ശിൽപ്പികൾ നിർമ്മിച്ച പ്രതിമകളോടും പ്രകൃതിയുടെ പ്രതികരണം സമാനമായിരുന്നു. ആർക്കും അവളെ തൃപ്തിപ്പെടുത്താനായില്ല. പുനസൃഷ്ടിക്കാനും. പ്രകൃതി മറ്റൊരാൾക്ക് പെട്ടെന്ന് പുനർനിർമ്മിക്കാൻ പാകത്തിൽ അനായാസമായ ഒരു രൂപകമല്ല. അവൾ അനന്യതയുടെയും അത്യപൂർവതയുടെയും പ്രതീകമാണ്. ഈ പ്രപഞ്ചത്തിൽ ഇത്തരമൊരു സൃഷ്ടി മറ്റൊന്നില്ലെന്ന് തന്നെ ഉറപ്പിച്ച് പറയാം. പ്രപഞ്ച നിയന്താതാവായ ഈശ്വരൻ നേരിട്ട് രൂപപ്പെടുത്തിയ സവിശേഷസൃഷ്ടി. അതിന് പകരം വയ്ക്കാവുന്ന മറ്റൊന്ന് രൂപപ്പെടുത്താൻ പറഞ്ഞാൽ പരിമിതികളുള്ള ഒരു സാധാരണ മനുഷ്യന് സാധിക്കുന്നതെങ്ങനെ?

പ്രശ്നം തങ്ങൾ വിചാരിക്കുന്നതിലും സങ്കീർണ്ണവും അപ്രായോഗികവുമാണെന്ന് കാണക്കാണെ രാജാവിനും ഒരു പരിധിവരെ കുമാരിക്കും ബോധ്യപ്പെട്ടു. പക്ഷെ അതൊന്നും പ്രകൃതിയെ ആഗ്രഹതീവ്രതയിൽ നിന്ന് മോചിപ്പിച്ചില്ല. മനുഷ്യമനസ് അങ്ങനെയാണ്. അപ്രാപ്യമല്ല എന്ന് കാണും തോറും എത്തിപ്പിടിക്കാനുള്ള ത്വര ഏറും. കയ്യെത്തിപ്പിടിക്കാവുന്നതിനെ വിട്ട് അകന്നുപോകുന്നത് കരഗതമാക്കുക എന്നതാണ്

മനസിന്റെ കൗതുകം.

പക്ഷെ കുമാരിയുടെ ആഗ്രഹസാഫല്യം ആര് നിർവഹിക്കും. ആ ചോദ്യത്തിന് ആർക്കും ഉത്തരമുണ്ടായില്ല.

പ്രതിഫലത്തിന്റെ തോത് രാജാവ് പ്രതിദിനം വർദ്ധിപ്പിച്ചു. കോടാനുകോടി പണം വാഗ്ദാനം ചെയ്തു. രാവും പകലും ഉറക്കമിളച്ച് പല തരക്കാരായ ശിൽപ്പികൾ കുമാരിയുടെ രൂപം പുനർനിർമ്മിക്കാൻ ശ്രമിച്ചു. ഒന്നും കുമാരിക്ക് തൃപ്തിയായില്ല. വാസ്തവത്തിൽ ആ അഭൗമസൗന്ദര്യം അതിന്റെ പത്തിലൊന്ന് പോലും പുനസൃഷ്ടിക്കാൻ ആർക്കും കഴിഞ്ഞില്ല. മനുഷ്യഭാവനയ്ക്ക് അതീതമായ അത്യപൂർവമായ പ്രപഞ്ചസൃഷ്ടിയായിരുന്നു പ്രകൃതി.

ഓരോ തവണയും ചിലർ സൃഷ്ടിച്ച പ്രതിമകൾ പ്രകൃതിയുടെ രൂപത്തോട് ചേർന്നു വരുന്നു എന്ന് തോന്നിപ്പിച്ചെങ്കിലും അവസാന നിമിഷം എത്തുമ്പോൾ അതൊക്കെയും ആഗ്രഹം മാത്രമായി അവശേഷിച്ചു. ഏതെങ്കിലും സൂക്ഷ്മാംശങ്ങളിൽ തട്ടി പൂർണ്ണത എന്ന സങ്കൽപ്പം വീണുടയുന്നത് പ്രകൃതിക്കൊപ്പം ശിൽപ്പികളും തിരിച്ചറിഞ്ഞു. പ്രപഞ്ചസൃഷ്ടിയുടെ അതുല്യതയെ അതിജീവിക്കാൻ തങ്ങൾ ഓരോരുത്തരും അശക്തരാണെന്ന അസാധാരണമായ തിരിച്ചറിവ് കൂടിയായിരുന്നു അവരെ സംബന്ധിച്ച് ശിൽപ്പനിർമ്മിതി. അതുകൊണ്ട് തന്നെ ആ രാജ്യത്തെയും അയൽരാജ്യങ്ങളിലെയും ശിൽപ്പികൾ രാജാവിനെ ഭയന്ന് വിദൂരസ്ഥലങ്ങളിലേക്ക് പലായനം ചെയ്തു.

നിർബന്ധം കൊണ്ടോ പ്രേരണ കൊണ്ടോ ധനമോഹം കൊണ്ടോ സംഭവിക്കുന്നതല്ല സൃഷ്ടി. അതിന് പൂർണ്ണതയുടെ സമീപത്തെ പോലും സ്പർശിക്കാനാവില്ല എന്ന തിരിച്ചറിവിലേക്ക് വളരെ പതുക്കെ രാജാവും കുമാരിയും എത്തിപ്പെട്ടു. എന്നിട്ടും ആഗ്രഹം എന്നത് അമർത്ത്യനായി നിലകൊണ്ടു. അല്ലെങ്കിലും ആഗ്രഹങ്ങൾക്ക് മരണമില്ലല്ലോ?

കുമാരിയുടെ മുഖത്തു നിന്നും ആഹ്ളാദത്തിന്റെ അലകൾ മെല്ലെ അപ്രത്യക്ഷമായി. സദാ നിരാശ ബാധിച്ച ആ മുഖം കാണുന്നത് തന്നെ രാജാവിനെ സംബന്ധിച്ച് ദുഖഹേതുവായി. ഒരു സങ്കടങ്ങളും അറിയിക്കാതെ ഇക്കാലമത്രയും താൻ വളർത്തിക്കൊണ്ടു വന്ന കുട്ടിയാണ് ഇപ്പോൾ എല്ലാം നഷ്ടപ്പെട്ടവളെ പോലെ നിസംഗയായി നിർവികാരയായി ഇരിക്കുന്നത്. ഉറ്റതോഴി അളകനന്ദ അടക്കം അടുപ്പമുള്ളവരെല്ലാം തന്നെ കിണഞ്ഞ് പരിശ്രമിച്ചിട്ടും അൽപ്പം പോലും മാറ്റമുണ്ടാക്കാൻ സാധിച്ചില്ല. സംഭവ്യമല്ല എന്ന ധാരണ കുമാരിയെ കൂടുതൽ ആഴമേറിയ നിരാശയിലേക്ക് തള്ളിയിട്ടു. ചില കാര്യങ്ങളിൽ അധികാരവും സമ്പന്നതയും പോലും എത്ര നിസാരമാണെന്ന് രാജാവിനും തോന്നി.

"കല അമർത്യമാണ്. അസ്പശ്യവുമാണ്. അതിന്റെ നിയമങ്ങളും ശാസ്ത്രവും ഈശ്വരന് മാത്രം സുവിദിതമാണ്. അതിനെ എത്തിപ്പിടിക്കാമെന്നും കീഴടക്കാമെന്നുമുള്ള ധാരണ കേവലം വ്യാമോഹങ്ങൾ മാത്രം."

രാജരാജേശ്വരൻ തന്റെ അവബോധതലത്തിൽ സംഭവിച്ച പുതിയ വെളിപാട് മന്ത്രിമുഖ്യനുമായി പങ്ക് വച്ചു.

'വളരെ ശരിയാണ് പ്രഭോ. ഞാനും ഈ സത്യം മനസിലാക്കിയിരുന്നു'

അയാൾ രാജാവിന്റെ നിഗമനത്തോട് പൂർണ്ണമായി തന്നെ യോജിച്ചു.

പക്ഷെ എല്ലാം മനസിലാക്കിയിട്ടും കുമാരിയുടെ അതിരുകളില്ലാത്ത സങ്കടത്തിന് പരിഹാരം കണ്ടെത്താൻ അവർക്ക് കഴിഞ്ഞില്ല.

തന്റെ അതേ രൂപത്തിലുള്ള പ്രതിമ കാണാതെയുള്ള ജീവിതം-ജീവിതമേ അല്ലെന്ന വിശ്വാസത്തിൽ അവൾ ദിവസങ്ങൾ കഴിച്ചുകൂട്ടി. മകളുടെ ഈ അവസ്ഥ രാജാവിനെ കുറച്ചൊന്നുമല്ല വിഷമിപ്പിച്ചത് പക്ഷെ അതിന്റെ പരിഹാരം എന്നത് അദ്ദേഹത്തിന്റെ ചിന്താപദ്ധതിക്കും അപ്പുറത്തായിരുന്നു.

ോോ

5

ആഗമനം

ഭൂമി ഒരു വിസ്മയമാണ്. അതിലേറെ വിസ്മയങ്ങൾ അനുദിനം സംഭവിക്കാനുള്ള ഇടം കൂടിയാണ് ഈ ഭൂമി. അപ്രതീക്ഷിത വിസ്മയങ്ങൾക്ക് ചേക്കേറാനുള്ള ഒരു സ്ഥലമായി ഭൂമിയെ വിഭാവനം ചെയ്ത ഒരു കവി കോസലരാജ്യത്ത് ജീവിച്ച് മൺമറഞ്ഞിരുന്നു. മുനിപ്രസാദ് എന്ന ആ കവിയുടെ വാക്കുകളിൽ വിശ്വസിച്ചിരുന്ന മന്ത്രിക്ക് അകാരണമായ ഒരു തരം ആത്മവിശ്വാസം മനസിൽ രൂഢമൂലമായിരുന്നു. അത് മറ്റൊന്നുമല്ല. ഇന്നല്ലെങ്കിൽ നാളെ കുമാരിയുടെ ആഗ്രഹപൂർത്തീകരണത്തിന് പ്രാപ്തനായ ഒരാൾ കോസലരാജ്യത്ത് എത്തിപ്പെടും. അത് ഒരു വൃഥാമോഹമാണെന്ന് തോന്നാമെങ്കിലും മറിച്ച് ചിന്തിക്കാനായിരുന്നു അദ്ദേഹത്തിന് ഇഷ്ടം. ഒരു കാര്യം സംഭവിക്കില്ല എന്ന് ചിന്തിക്കാൻ ആർക്കും കഴിയും. പക്ഷെ സംഭവിക്കും എന്ന് ചിന്തിക്കുകയാണ് പ്രധാനം. ഏത് കാര്യവും നാം തീവ്രമായി ആഗ്രഹിച്ചാൽ ആഗ്രഹസാഫല്യത്തിനായി പ്രപഞ്ചം മുഴുവൻ നമുക്കൊപ്പം നിൽക്കും. ഇവിടെ ഒരേ സമയം മൂന്ന് മനുഷ്യാത്മാക്കളാണ് പ്രാർത്ഥനാപൂർവം ആഗ്രഹനിവൃത്തിക്കായി കാത്തിരിക്കുന്നത്. മന്ത്രി, രാജാവ്, പ്രകൃതി, പിന്നെ ആ നാട്ടിലെ സകലമാനപ്രജകളും കുമാരിയുടെ സന്തോഷത്തിനായി ജഗന്നിയന്താതാവിനോട് യാചിച്ചുകൊണ്ടേയിരുന്നു.

പ്രാർത്ഥനകളും മന്ത്രജപങ്ങളും ഒരു ചാലകശക്തിയാണ്. തീവ്രമായ ആഗ്രഹത്തോടെയുള്ള ഒരു സമർപ്പിത മനസിന്റെ പരിശ്രമങ്ങളും അപേക്ഷകളും പ്രപഞ്ചത്തിൽ തന്നെ അനുകൂലമായ പരിണാമങ്ങൾക്ക് ഇടയാക്കുമെന്നതാണ് പരശ്ശതം അനുഭവങ്ങളിൽ നിന്ന്, എൺപത് വയസിന്റെ തിരിച്ചറിവുകളിൽ നിന്ന് മന്ത്രിമുഖ്യൻ മനസിലാക്കിയിട്ടുള്ളത്. ഇവിടെയും അത്ഭുതം സംഭവിക്കുമെന്ന വിശ്വാസത്തിന് ആധാരവും അതുതന്നെയായിരുന്നു.

ഒരുപാട് മനസുകളുടെ പ്രാർത്ഥനകൾക്കുള്ള മറുപടി പോലെയാണ് പ്രാർത്ഥനാപൂർവം അയാൾ ആ ദേശത്ത് കാല് കുത്തിയത്. കളിമൺപ്രതിമകൾ വിൽക്കുന്ന അയാളുടെ പേര് ബ്രഹ്മൻ എന്നായിരുന്നു. കാഴ്ചയിൽ സൗന്ദര്യമെന്ന് പറയാവുന്ന ഒന്നും തന്നെയില്ലാത്ത

ഒരു ഭിക്ഷാംദേഹി. നാടോടി. അയാൾ കാലവും ദേശവും നോക്കാതെ നാടായ നാടുനീളെ അലഞ്ഞുകൊണ്ടേയിരുന്നു. വിശപ്പും ദാഹവും പോലും കാര്യമാക്കാതെ പ്രവർത്തിച്ചുകൊണ്ടുമിരുന്നു.

കളിമണ്ണ് കാണുന്നിടത്തെല്ലാം അയാൾ വിശ്രമിച്ചു. മനസിൽ പ്രചോദനം സംഭവിക്കുന്ന നിമിഷങ്ങളിൽ കർമ്മനിരതനായി. കൈകൾ മനസിന്റെ പ്രേരണക്കൊത്ത് ചലിച്ചു. വെറും കളിമണ്ണിൽ ഭാവന അത്ഭുതം വിരിയിച്ചു. ആർക്കും വേണ്ടാത്ത പശിമണ്ണ് അനന്യശിൽപ്പങ്ങളായി ഉയിർകൊണ്ടു. ഇയാൾക്ക് ഇതെങ്ങിനെ സാധിക്കുന്നുവെന്ന് കണ്ടുനിന്നവരെല്ലാം അത്ഭുതപ്പെട്ടു. ചിലർ സംശയം ചോദിച്ചു. അയാൾക്ക് മറുപടി ഒന്നേ ഉണ്ടായിരുന്നുള്ളു.ഇരുകരങ്ങളും മുകളിലേക്ക് ഉയർത്തി ചോദ്യകർത്താക്കൾക്ക് മറുപടി പറഞ്ഞു.

'ഓം നമോ നാരായണായ...ഓം നമോ നാരായണായ...'

ഊണിലും ഉറക്കത്തിലും സൃഷ്ടികർമ്മത്തിലും യാത്രയിലും ഉടനീളം അയാൾ ആ നാമം ജപിച്ചുകൊണ്ടേയിരുന്നു.

'ഞങ്ങളും കഴിയുന്നത്ര സമയം ഭഗവാനെ ഭജിക്കുന്നുണ്ടല്ലോ? എന്നിട്ട് ഞങ്ങൾക്കെന്തേ ഇത് സാധിക്കുന്നില്ല'

കളിമൺപ്രതിമകൾ വിറ്റ് ജീവിക്കുന്ന ചില തോഴർ സംശയം പ്രകടിപ്പിച്ചപ്പോൾ ബ്രഹ്മൻ പറഞ്ഞു.

'നിങ്ങളുടെ നാവ് ഉരുവിടുന്നുണ്ടാവും. പക്ഷെ മനക്കണ്ണിൽ ഭഗവാനെ കാണാൻ ശ്രമിക്കുന്നുണ്ടാവില്ല'

ഇയാൾ എന്ത് ഭ്രാന്തൊക്കെയാണ് ഈ പറയുന്നതെന്ന് പലർക്കും മനസിലായില്ല.

പക്ഷെ അയാൾക്കറിയാം. കല ഉന്മാദത്തിന്റെ മറുപാതിയാണ്. കലയും ഭക്തിയും ഇണചേരുന്ന മനസ് അത്ഭുതങ്ങൾ വിരിയിക്കുന്നു. അതിന് പകരം വയ്ക്കാനും പകരം നിൽക്കാനും മറ്റൊന്നില്ല.

ജടപിടിച്ച മുടി മുകളിലേക്ക് ഉയർത്തിക്കെട്ടി കൗപീനം പോലെ ദൈർഘ്യം കുറഞ്ഞ ഒറ്റമുണ്ടുടുത്ത് മേൽവസ്ത്രം ധരിക്കാതെ മഞ്ഞും മഴയും വെയിലും തൃണവത്കരിച്ച് അലഞ്ഞു തിരിയുന്ന ബ്രഹ്മൻ പറയുന്നതിൽ പാതിയും ശ്രോതാക്കൾക്ക് മനസിലാവാറില്ല.

കളിമൺപ്രതിമകൾ വഴിവക്കിൽ നിരത്തിവച്ച് വിൽക്കുന്നതിനിടയിൽ പ്രതിമയുടെ ഗുണഗണങ്ങൾ തിരക്കുന്നവരോട് ബ്രഹ്മൻ പറയും.

'കല സ്വയംസംവേദിതമാണ്. അതിന് വിശദീകരണങ്ങൾ നൽകാൻ സൃഷ്ടാവ് പോലും അശക്തനാണ്. നിർമ്മിതവസ്തുവിന്റെ ഭാവവും സൗന്ദര്യവും ആസ്വാദകൻ മനക്കണ്ണാൽ അഥവാ ഹൃദയം കൊണ്ട് അറിയേണ്ടതാണ്. അനുഭവവേദ്യമാകുന്ന എന്താണോ അതാണ് കല'

'ഇയാൾക്ക് മുഴുഭ്രാന്താണെന്ന് തോന്നുന്നു'

കേൾവിക്കാരിൽ ചിലർ അടക്കം പറഞ്ഞു ചിരിച്ചു. ചിലർ ആരാധനയോടെ ചിലർ അത്ഭുതത്തോടെ മറ്റുചിലർ പരിഹാസത്തോടെയും അവജ്ഞയോടെയും അയാളെ നോക്കി.

അയാൾ അതൊന്നും ഗൗനിച്ചില്ല.

അതിസാധാരണതയുടെ ഉപരിതലക്കാഴ്ചകളിൽ അഭിരമിക്കുന്നവർക്ക് സ്വപ്നത്തിൽ പോലും ഉൾക്കൊള്ളാൻ കഴിയാത്ത വിധത്തിൽ ഗിരിശൃംഗത്തോളം ഉയർന്നതും ഉദാത്തവുമായിരുന്നു അയാളുടെ ഭാവന.

ആരും കേൾക്കാനില്ലെങ്കിലും അയാൾ പറഞ്ഞുകൊണ്ടേയിരുന്നു.

'ഈ പ്രപഞ്ചവും ഭൂമിയും തന്നെയാണ് ഏറ്റവും ശ്രേഷ്ഠമായ കല. ഏറ്റവും സമുന്നതനായ കലാകാരനാവട്ടെ പ്രപഞ്ച നിയന്താതാവായ സർവേശ്വരനും. ഈശ്വരൻ എന്നത് തന്നെ മൂന്ന് വ്യത്യസ്ത ഭാവങ്ങളുടെ സമന്വയമാണ്. ബ്രഹ്മ-വിഷ്ണു-മഹേശ്വരൻ. ബ്രഹ്മാവ് സൃഷ്ടികാരകനെങ്കിൽ വിഷ്ണു നിലനിൽപ്പിന്റെ മൂർത്തിയും മഹേശ്വരൻ സംഹാരമൂർത്തിയുമാണ്. എല്ലാ വസ്തുക്കൾക്കും ജന്മവും വളർച്ചയും നാശം അഥവാ അന്ത്യവുമുണ്ട്. ഒന്നും സ്ഥായിയല്ല. കല അഥവാ ഭാവന അഥവാ സൃഷ്ടി അഥവാ സങ്കൽപ്പങ്ങൾ മാത്രമാണ് കാലത്തെ അതിജീവിക്കുന്നത്. മൂന്ന് ഈശ്വരഭാവങ്ങളുടെയും അനുഗ്രഹം സമന്വയിക്കുന്നതെന്തോ അതാണ് കല. അത് നിത്യതയുടെ-അനശ്വരതയുടെ പ്രകാശം പരത്തുന്ന ദിവ്യമായ ഒരു അനുഭവമാണ്'

ആളുകൾ അയാൾ പറയുന്നതിന്റെ അർത്ഥം മനസിലാകാതെ പരസ്പരം നോക്കുമ്പോൾ അയാൾ സൗമ്യസ്മിതത്തോടെ അവർക്കായി കൂടി പ്രാർത്ഥിക്കും.

"ചരാ ചര ഗുരു കൃഷ്ണമാം രക്ഷതു
കൃഷ്ണം സദാ നമസ്യേ
കൃഷ്ണേന ഏവ അഹം സുരക്ഷിത
കൃഷ്ണായ അസകൃത് ദത്തം മന
കൃഷ്ണാദ് ഏവ മമ സമുദ് ഭവ
അഹംവിഭോ കൃഷ്ണസ്യ ദാസ അസ്മി
കൃഷ്ണഭക്തി അചഞ്ചലാ അസ്തു
ഭഗവൻ ഹേ കൃഷ്ണ തുഭ്യം നമ: "

കല നിലനിൽപ്പിന്റെ ജീവിതാഭിവാഞ്ജയുടെ പ്രേരകശക്തിയെങ്കിൽ അതിന്റെ സൃഷ്ടിക്കും വളർച്ചക്കും നിലനിൽപ്പിനു നാം സർവേശ്വരനായ ഭഗവാൻ കൃഷ്ണനെ തന്നെ ആശ്രയിക്കണം.

ആർക്കും വേണ്ടിയല്ല, എന്നാൽ എല്ലാവർക്കും വേണ്ടി എന്ന മട്ടിൽ അങ്ങനെ ഉറക്കെ പറഞ്ഞുകൊണ്ട് ബ്രഹ്മൻ നാടായ നാടെല്ലാം അലഞ്ഞു.

ഒടുവിൽ വഴിതെറ്റിയോ വഴികണ്ടെത്തിയോ കൊട്ടാരത്തിലുമെത്തി.

പുറം കാഴ്ചയിൽ വൃത്തിഹീനമായ ആ രൂപത്തെ കൊട്ടാരപാലകർ തടഞ്ഞു. മട്ടുപ്പാവിൽ നിന്ന് ഈ കാഴ്ച കണ്ട മന്ത്രി ആളെ അയച്ച് അയാളെ വിളിപ്പിച്ചു. അയാളുടെ പുറത്ത് തൂങ്ങുന്ന തുണിസഞ്ചിയിൽ നിന്ന് പുറത്തേക്ക് തള്ളിനിന്ന ശിൽപ്പങ്ങളുടെ ഭംഗി അകലക്കാഴ്ചയിലും ഹൃദ്യമായിരുന്നു.

ഇരിക്കാൻ ഇരിപ്പിടവും കുടിക്കാൻ സംഭാരവും നൽകിയ ശേഷം മന്ത്രി ആരാഞ്ഞു

'എന്താണ് അങ്ങയുടെ പേര്?'

'ബ്രഹ്മദത്തൻ. ബ്രഹ്മൻ എന്ന് വിളിക്കും'

അയാൾ വെറ്റിലക്കറ പുരണ്ട പല്ലുകൾ പുറത്ത് കാട്ടി ചിരിച്ചു.

'നിങ്ങളുടെ സൃഷ്ടിയിൽ ഏറ്റവും മനോഹരമായ പ്രതിമ ഏതാണ്'

മന്ത്രി ഔത്സുക്യത്തോടെ ചോദിച്ചു.

ഒട്ടും ആലോചിക്കാതെയായിരുന്നു മറുപടി.

'അത് വരാനിരിക്കുന്നതേയുള്ളു'

'നിങ്ങൾ ആളെ പരിഹസിക്കുകയാണോ?'

മന്ത്രിക്ക് തെല്ല് കോപം വന്നു.

'ഒരിക്കലുമല്ല ഭവാൻ. ഏതൊരു കലാകാരനും അവന്റെ നാളിതുവരെയുള്ള സൃഷ്ടികളിൽ അസംതൃപ്തനാവും. ഇതുക്കും മേലെ എന്ത് സൃഷ്ടിക്കാം എന്ന ചിന്ത-അതിനായുള്ള പരിശ്രമമാണ് അവനെ ജീവിക്കാൻ പ്രേരിപ്പിക്കുന്നത്. അതുകൊണ്ട് തന്നെ പ്രകൃഷ്ടസൃഷ്ടി എന്നത് ഒരു വ്യാമോഹം മാത്രമാണ്. അല്ലെങ്കിൽ സങ്കൽപ്പമാണ്. കയ്യെത്തിപ്പിടിക്കാൻ പറ്റുമെന്ന് നമ്മൾ പ്രതീക്ഷിക്കുന്ന അതേസമയം അതിന് കഴിയാത്ത ഒന്ന്. അകലയെങ്ങോ പതിയിരിക്കുന്ന ഒരു മനോമോഹന സ്വപ്നം.'

അയാൾ പറഞ്ഞതിൽ പാതിയും മന്ത്രിമുഖ്യന് മനസിലായില്ല.

'നിങ്ങൾക്ക് മനുഷ്യന്റെ ഭാഷയിൽ സംസാരിച്ചുകൂടെ?'

കൂടുതൽ വ്യക്തതക്കായി മന്ത്രി ചോദിച്ചു.

'അങ്ങനെ സ്ഥായിയായ ഒരു ഭാഷയുണ്ടോ ഭവാൻ. എല്ലാവരും അവരവർക്ക് ഉചിതമായ ഒരു ഭാഷയിൽ സംസാരിക്കുന്നു. യഥാർത്ഥത്തിൽ ഭാഷ എന്നത് തന്നെ ഒരു അനാവശ്യമാണ്. സംവേദനത്തിന്റെ രീതികളാണ് പ്രധാനം. മൗനത്തിലൂടെയും ഫലപ്രദമായി സംവദിക്കാൻ

കഴിയും. മൂകരായ മനുഷ്യാത്മാക്കളും സംസാരിക്കുന്നില്ലേ? അവരുടെ ഭാഷ നാം മനസിലാക്കുന്നില്ലേ?'

'നിങ്ങൾ ഒരു താന്തോന്നിയാണെന്ന് തോന്നുന്നു'

മന്ത്രി പറഞ്ഞു.

'എല്ലാ കലാകാരൻമാരും താന്തോന്നികളാണ് പ്രഭോ. അവർക്ക് നഷ്ടപ്പെടാൻ ഒന്നുമില്ല. അവരുടെ സൃഷ്ടികളല്ലാതെ. അതുകൊണ്ട് തന്നെ അവർ യാതൊന്നിനെയും ഭയപ്പെടുന്നതുമില്ല'

ഇയാളോട് കൂടുതൽ സംസാരിക്കുന്നത് വൃഥാ വ്യായാമമാണെന്ന് മന്ത്രിക്ക് തോന്നി. പക്ഷെ ഇയാൾ ഒരു അതുല്യകലാകാരനാണ്. തോളിലെ മുഷിഞ്ഞ തുണി സഞ്ചിയിൽ നിന്നും അയാൾ പുറത്തിറക്കി വച്ച കേവലം കളിമൺശിൽപ്പങ്ങൾ സൃഷ്ടിപരതയുടെ അനന്യമാതൃക കളാണ്. ഒരു സാധാരണ കലാകാരന് ഒരിക്കലും വിഭാവനം ചെയ്യാനോ പ്രാവർത്തികമാക്കാനോ കഴിയാത്ത വിധം അതുല്യമാണ് അയാളുടെ സൃഷ്ടികൾ.

ഇത്രയും കാലം ഈ രാജ്യം കാത്തിരുന്നത് ഇയാളെയാണ്. ഒരു പക്ഷെ കുമാരിയുടെ സങ്കൽപ്പത്തിലെ പ്രതിമക്ക് രൂപം കൊടുക്കാൻ ഇയാൾക്ക് കഴിഞ്ഞേക്കാം. ബ്രഹ്മന്റെ അഭിപ്രായത്തിന് കാത്തുനിൽ ക്കാതെ അയാളുടെ പ്രതിമകളിൽ ഏറ്റവും സുന്ദരമെന്ന് തോന്നിയ ഒരു രാധാമാധവരൂപം മന്ത്രി കയ്യിലെടുത്ത് തിരിച്ചും മറിച്ചും അതിന്റെ ഭംഗി നോക്കി. നാം അതുവരെ കണ്ട കൃഷ്ണനും രാധയ്ക്കും ഉണ്ടായിരുന്ന തിന്റെ പതിൻമടങ്ങ് ചൈതന്യവും ശോഭയും ആ പ്രതിമയ്ക്കുണ്ടാ യിരുന്നു.

'മുൻപൊരിക്കലും ഇത്തരമൊരു പ്രതിമ ഞാൻ കണ്ടിട്ടില്ല'

മന്ത്രി പറഞ്ഞു. എന്നിട്ട് കൂട്ടിച്ചേർത്തു.

'നിങ്ങൾ ഇത് എങ്ങനെ സാധിച്ചു?'

'എല്ലാവരും കാണുന്ന കണ്ണിൽ ഒരു വസ്തുവിനെ കാണുന്നവനല്ല കലാകാരൻ. ആരും കാണാത്ത കണ്ണിൽ കാണാനാവണം. അഥവാ എല്ലാവരും കണ്ടതിൽ നിന്ന് വേറിട്ട തലത്തിൽ ആവിഷ്കരിക്കാൻ കഴിയണം. അങ്ങ് മുൻപ് കണ്ട അതേ രാധാമാധവസങ്കൽപ്പം തന്നെയാ ണിത് പക്ഷെ അതിന് ഒരു അധികമാനം നൽകാൻ ഈയുള്ളവൻ ശ്രമിച്ചു എന്ന് മാത്രം. ആ മാനമാണ് ഈ പ്രതിമയെ വേറിട്ട് നിർത്തു ന്നത്. പ്രതിഭാധനനായ കലാകാരന്റെ സവിശേഷ സ്പർശം അതി ലാണ് കുടികൊള്ളുന്നത്"

മന്ത്രി അതിന് മറുപടി പറഞ്ഞില്ല. പകരം ഇത്രമാത്രം അറിയിച്ചു.

'താങ്കൾ അൽപ്പസമയം വിശ്രമിക്കൂ. ഞാൻ തമ്പുരാനെ മുഖം

കാണിച്ച് വരാം'

മന്ത്രി രാധാമാധവ പ്രതിമയുമായാണ് പോയത്.

അയാൾ കടന്നു ചെല്ലുമ്പോൾ വീണാവാദനത്തിൽ മുഴുകിയിരിക്കുകയാണ് കുമാരി. വിഷാദസുന്ദരമായ ഈണങ്ങളാണ് അവൾ ശ്രുതിയിടുന്നത്. രാജാവ് മകൾക്കരികെ ആലോചനാ നിമഗ്നനായി ഇരിപ്പുണ്ട്. സംഗീതത്തിന്റെ അലൗകികമായ അനുഭൂതികളിൽ വിലയം പ്രാപിക്കുമ്പോഴും ഇരുവരും ദുഖിതരാണെന്ന് മുഖഭാവങ്ങളിൽ നിന്നും മന്ത്രി തിരിച്ചറിഞ്ഞു.

'അടിയന്തിരമായി മുഖം കാണിക്കേണ്ടതുണ്ട്. പ്രവേശനാനുമതി നൽകിയാലും'

മന്ത്രിയുടെ ശബ്ദം കേട്ട് വീണയുടെ തന്ത്രികളിലെ സ്പർശം അയഞ്ഞു. രാജാവ് കടന്നു വരാൻ അനുവാദം നൽകി.

മന്ത്രി മുഖവുരയ്ക്ക് നിൽക്കാതെ പ്രതിമ രാജാവിന്റെ കൈകളിലേക്ക് കൊടുത്തു. അദ്ദേഹം അതിവിസ്മയത്തോടെ പലകുറി തിരിച്ചും മറിച്ചും നോക്കിയിട്ട് മകൾക്ക് കൈമാറി. പ്രകൃതിയുടെ മുഖത്തും അനൽപ്പമായ സന്തോഷം നിഴലിട്ടു.

'ഇത്ര സുന്ദരമായ രാധാമാധവനെ മുൻപൊരിക്കലും ഞാൻ കണ്ടിട്ടില്ല'

പ്രകൃതി അത്ഭുതം മറച്ചുവച്ചില്ല.

അനുബന്ധമെന്നോണം മന്ത്രി ഉണർത്തിച്ചു.

'കഷ്ടിച്ച് ഒരു നാഴിക കൊണ്ട് നിർമ്മിച്ചതാണത്രെ. കളിമൺപ്രതിമകൾ നിർമ്മിച്ച് തെരുവിൽ വിൽക്കുന്നവന്റെ കരവിരുത്. ഈശ്വരന്റെ കരസ്പർശം അനുഭവിച്ചറിയും പോലെ. മുഖം കാണിക്കാൻ വന്നിട്ടുണ്ട്. പേര് ബ്രഹ്മദത്തൻ. ഇവിടേക്ക് ആഗതനാവാൻ താത്പര്യം അറിയിച്ചിട്ടുണ്ട്'

'വരാൻ പറയൂ'

മന്ത്രി സന്തോഷത്തോടെ മടങ്ങി. ഇക്കുറി ദൗത്യം ഫലപ്രാപ്തിയിലെത്തുന്നതും രാജാവ് തനിക്ക് അസംഖ്യം രത്നങ്ങൾ പാരിതോഷികമായി നൽകുന്നതും അയാൾ സ്വപ്നം കണ്ടു.

മന്ത്രിക്കൊപ്പം കടന്നുവന്ന പ്രാകൃതരൂപിയെ കണ്ട് രാജാവിന്റെ മുഖം മങ്ങി. അയാളുടെ ദേഹത്തു നിന്നും അവാച്യമായ ഒരു തരം ദുർഗന്ധം വമിച്ചുകൊണ്ടിരുന്നു. രാജാവ് വലതുകരം കൊണ്ട് മൂക്ക് മറച്ചു. പ്രകൃതി ഇതൊന്നും അറിയുന്നുണ്ടായിരുന്നില്ല. മാസ്മരികമായ ഒരു അനുഭവത്തിന്റെ ആകർഷണവലയത്തിലായിരുന്നു അവൾ. ബ്രഹ്മന്റെ രൂപമോ വൈരൂപ്യമോ ദുർഗന്ധമോ ഒന്നും അവളെ തെല്ലും

ആവേശിച്ചതേയില്ല. അസാധ്യരൂപലാവണ്യമുള്ള ഒരു ശിൽപ്പത്തിന്റെ ദർശനസൗഭഗം അവളെ അനുഭൂതികളുടെ ആഴക്കടലിലേക്ക് കൂട്ടിക്കൊണ്ടു പോയി. അവൾ കണ്ണിമയ്ക്കാതെ ആരാധനാപൂർവം അയാളെ നോക്കി.

ബ്രഹ്മൻ തികച്ചും നിർവികാരനായിരുന്നു. രാജാവും മന്ത്രിയും പ്രജകളും കളിമണ്ണും എല്ലാം അയാൾക്ക് ഒന്നുപോലെയായിരുന്നു. ഈ പ്രപഞ്ചവും സർവചരാചരങ്ങളും തന്റെ സൃഷ്ടിപ്രക്രിയക്കുള്ള അസംസ്കൃതവസ്തുക്കൾ മാത്രമായിരുന്നു ബ്രഹ്മന്. അവയെ തന്റേതായ രീതിയിൽ ഭാവനാത്മകമായി പുനസൃഷ്ടിക്കാനുള്ള അടങ്ങാത്ത ത്വര അയാളെ അനുധാവനം ചെയ്തുകൊണ്ടേയിരുന്നു.

മന്ത്രിമുഖ്യൻ ഉദ്ദേശലക്ഷ്യങ്ങൾ വ്യക്തമായി വിശദീകരിച്ചു. പിന്നെ ഇത്രയും കൂട്ടിച്ചേർത്തു.

'കുമാരിയുടെ രൂപവുമായി നേരിയ ഒരംശം പോലും വ്യത്യാസമുണ്ടാവാൻ പാടില്ല പ്രതിമക്ക്. എത്ര ഉയർന്ന വിലയ്ക്കുള്ള അസംസ്കൃത വസ്തുക്കളും എന്ത് തരം സൗകര്യങ്ങളും ചെയ്തു തരാം. പക്ഷെ രൂപം കിറുകൃത്യമായിരിക്കണം'

പെട്ടെന്ന് ഒരു പൊട്ടിച്ചിരി മുഴങ്ങി. രാജാവ് ഒരു നടുക്കത്തോടെ തല ഉയർത്തുമ്പോൾ ബ്രഹ്മന് ഉറക്കെ ചിരിക്കുകയാണ്.

'താനെന്താ ഞങ്ങളെ പരിഹസിക്കുകയാണോ?'

മന്ത്രി ക്ഷുഭിതനായി.

'ക്ഷമിക്കണം പ്രഭോ. അങ്ങ് പറഞ്ഞതിലെ നർമ്മം ആസ്വദിച്ച് ചിരിച്ചതാണ്.'

'ഞാൻ പറഞ്ഞത് വാസ്തവമാണ്. അത് തനിക്ക് തമാശയായോ?'

ബ്രഹ്മൻ ചിരി വിട്ട് ഗൗരവത്തിലായി.

'പ്രഭോ..പകർത്തിയെഴുത്തല്ല കല. അത് സ്വതന്ത്രാസ്തിത്വമുള്ള സവിശേഷമായ ഒരു സൃഷ്ടിപ്രക്രിയയാണ്. കുമാരിയുടെ രൂപം അങ്ങനെ തന്നെ കാണാൻ ഒരു നിലക്കണ്ണാടി മതി. അല്ലെങ്കിൽ ജലപ്പരപ്പിലെ പ്രതിഫലനം തന്നെ ധാരാളം. ശിൽപ്പമാവുമ്പോൾ കുമാരിയുടെ അടിസ്ഥാനരൂപഭാവങ്ങൾ നിലനിർത്തിക്കൊണ്ട് തന്നെ വേറിട്ട തനതായ ഒരു സൃഷ്ടിയാവും സംഭവിക്കുക'

മന്ത്രി വീണ്ടും ക്ഷോഭിച്ചു.

'വാദപ്രതിവാദത്തിനും തർക്കവിതർക്കങ്ങൾക്കുമല്ല നിങ്ങളെ ഇവിടേക്ക് ക്ഷണിച്ചത്. ഇത് രാജകൽപ്പനയാണ്. കുമാരിയുടെ രൂപം അങ്ങനെ തന്നെ പുനസൃഷ്ടിച്ചില്ലെങ്കിൽ ഗളച്ഛേദം ഫലം'

ഇക്കുറി ബ്രഹ്മൻ വീണ്ടും പൊട്ടിച്ചിരിച്ചു.

'ഫലിതം പറയുന്നതിൽ അങ്ങേയ്ക്കുള്ള സാമർത്ഥ്യം അപാരം തന്നെ'

'ഫലിതമല്ല. കാണണോ നിനക്ക്?'

മന്ത്രി ഭീഷണിയുടെ സ്വരം മുഴക്കി. ബ്രഹ്മൻ ശാന്തനായി പ്രതിവചിച്ചു.

'ക്ഷോഭം കൊണ്ട് കാര്യമില്ല പ്രഭോ. ഭീഷണി മുഴക്കിയും ഭയപ്പെടുത്തിയും വരുതിക്ക് കൊണ്ടുവരാവുന്ന ഒന്നല്ല കല. അത് സ്വാസ്ഥ്യത്തിന്റെയും ആഹ്ളാദത്തിന്റെയും അടങ്ങാത്ത ത്വരയുടെയും ഉൾപ്രേരണയുടെയും പാരമ്യതയിൽ നിന്ന് സ്വാഭാവികമായും അനായാസമായും സംഭവിക്കേണ്ട ഒന്നാണ്. അത് സത്യമാണ്. അതാണ് സത്യം. ഞാനൊരു ജ്ഞാനിയൊന്നുമല്ല. അനുഭവത്തിൽ നിന്നാണ് ഞാനിത് പറയുന്നത്'

മന്ത്രി വീണ്ടും ശാസിക്കാനൊരുങ്ങിയപ്പോൾ രാജാവ് കൈ ഉയർത്തി തടഞ്ഞു.

'മതി. നിർദ്ദേശങ്ങൾ വേണ്ട. അയാളെ അയാളുടെ ഇഷ്ടത്തിന് വിടൂ. ആവശ്യമുള്ള അത്രയും ദിവസങ്ങൾ ഈ കൊട്ടാരത്തിൽ രാജകീയ സൗകര്യങ്ങളോടെ കഴിയാം. ആവശ്യപ്പെടുന്ന എന്തും എത്തിച്ചു തരാം. നിങ്ങൾക്ക് സാധിക്കുന്ന കാലമത്രയും കാത്തിരിക്കാനും തയ്യാർ. പക്ഷെ എന്റെ മകൾക്ക് സന്തോഷം ലഭിക്കുന്ന ഒരു സൃഷ്ടി രൂപപ്പെടുത്തണം. ഇത് ആജ്ഞയല്ല, അപേക്ഷയാണ്. നിസഹായനായ ഒരു പിതാവിന്റെ അപേക്ഷ. ധനവും അധികാരവും കൊണ്ട് ആർജ്ജിക്കാവുന്ന ഒന്നല്ല കലയെന്ന് നന്നായറിയാം. അത് ദൈവദത്തമായ ഒരു വരദാനമാണ്. ഈശ്വരൻ അത് നിങ്ങളിൽ നിക്ഷേപിച്ചിരിക്കുന്നു എന്നതിന്റെ ഉത്തമനിദർശനമാണ് ഈ രാധാമാധവശിൽപ്പം. നിമിഷനേരം കൊണ്ട് കളിമണ്ണിൽ അത്ഭുതങ്ങൾ സൃഷ്ടിക്കാൻ കഴിവുള്ള നിങ്ങൾക്ക് ഇതിലും വലിയ വിസ്മയങ്ങൾ തീർക്കാൻ കഴിയുമെന്ന് എനിക്കുറപ്പുണ്ട്'

ആ പ്രശംസാവചനം ബ്രഹ്മന്റെ ഉള്ളം കുളിർപ്പിച്ചു. അഭിനന്ദനങ്ങൾക്കും നല്ലവാക്കുകൾക്കും കലയെ ഉണർത്താൻ കഴിയുമെന്ന് സ്വാനുഭവം കൊണ്ട് അയാൾക്ക് അറിയാം. കുമാരിയുടെ കണ്ണുകളിലെ ആരാധനയുടെ തിളക്കം അയാളുടെ ഉൾപ്രേരണയെ പ്രോജ്ജ്വലിപ്പിച്ചു. അയാൾ നേരിയചുവപ്പും മഞ്ഞപ്പും വീണ തന്റെ കണ്ണുകൾ കൊണ്ട് അവളെ അടിമുടി ഉഴിഞ്ഞു. കാണുന്നത് കണ്ണുകൾ കൊണ്ടെങ്കിലും അയാൾ മനസുകൊണ്ട് അവളെ ആവാഹിക്കുകയായിരുന്നു.

ഇളം കാറ്റിൽ പറക്കുന്ന കറുകറുത്ത് തിളക്കമാർന്ന അലസമായ

മുടിയിഴകളും പുരികക്കൊടികളും പക്ഷിച്ചുണ്ടുപോലെ നീണ്ടു കൂർത്ത് അത്ഭുതം കൊണ്ട് വിറയ്ക്കുന്ന മുക്കിൻതുമ്പും മേൽച്ചുണ്ടിന് മേൽ നേർത്ത ചെമ്പൻരോമരാജികൾ പൊടിഞ്ഞ ഇടവും അതിലെ നനുത്ത വിയർപ്പ് തുള്ളികളുമെല്ലാം അയാൾ അധികമാനത്തോടെ മനസിൽ ഒപ്പിയെടുത്തു. മഞ്ഞയും ചുവപ്പും കലർന്ന ശുഭ്രവർണ്ണമായിരുന്നു അവളുടെ ത്വക്കിന്. മിനുസമാർന്ന അതിന്റെ പ്രതലം ഒരു കണ്ണാടിയേക്കാൾ ജ്വലനഭംഗിയും സുതാര്യവുമാണെന്ന് തോന്നും. ശംഖ് തോൽക്കുന്ന കഴുത്ത്. മാൻകുട്ടികളെ പോലെ ചൊടിയോടെ തുള്ളിക്കളിച്ച് നിൽക്കുന്ന സ്തനദ്വയങ്ങൾ. ഒരു ചിത്രകാരൻ വരച്ചുവച്ചതു പോലെ ആകൃതിയൊത്ത അഴകാർന്ന ഉടൽ. തുടയിടുക്കുകളുടെയും നിതംബങ്ങളുടെയും മുഴുപ്പും തുടുപ്പും പ്രത്യേകം ശ്രദ്ധേയമാണ്. വസ്ത്രത്തിന്റെ പഴുതിലൂടെ ദൃശ്യമാവുന്ന പൊക്കിൾച്ചുഴിയുടെ വൃത്തവും ആഴവും കലാത്മകമാണ്. രണ്ടായി പിളരുന്ന ചുണ്ടുകളുടെ ചുവപ്പ് രാശിക്കിടയിൽ വ്യക്തമാവുന്ന ദന്തനിരകൾ വെണ്ണക്കൽ പോലെ ശുഭ്രതരമാണ്. നീണ്ടു കൂർത്ത വിരലുകൾ വരച്ചുവച്ചതു പോലെയുണ്ട്. ഒരു ശിൽപ്പത്തിനും അനുകരിക്കാനോ അനുസരിക്കാനോ കഴിയാത്ത വണ്ണം അനന്യതയുടെ അപാരതകളിൽ വിരാജിക്കുന്ന രൂപമാണിതെന്ന് ബ്രഹ്മന് തോന്നി. ശരിക്കും ഈശ്വരദത്തമായ അപൂർവസൃഷ്ടി. ലാവണ്യാനുഭവത്തിന്റെ പരമകാഷ്ഠ.

സ്വർണ്ണക്കൊലുസുകൾ ഇഴചേർന്നു കിടക്കുന്ന പാദങ്ങളായിരുന്നു മറ്റൊരു വിസ്മയം. കൊലുസിനാണോ പാദങ്ങൾക്കാണോ ഭംഗിയെന്ന് അയാൾ സന്ദേഹിച്ചു. സ്വർണ്ണവും കഴുത്തിലും കാതിലും ജ്വലിക്കുന്ന രത്നങ്ങൾക്ക് പോലും കുമാരിയുടെ അത്ര കാന്തികതയില്ല.

സമാനതകളില്ലാത്ത ഈ രൂപം എങ്ങനെ കല്ലിൽ കൊത്തുമെന്നോർത്ത് ബ്രഹ്മൻ വിഷണ്ണനായി. തന്റെ സൃഷ്ടിപരതയുടെ പരിമിതികൾ അയാളെ വിഷമിപ്പിച്ചു. പ്രകൃതി എല്ലാ അർത്ഥത്തിലും അന്യാദൃശമായ ഒരു അത്ഭുതം തന്നെയാണ്. അതിനെ പകർത്തുന്നതു പോയിട്ട് അതിന്റെ നേരിയ ഒരംശം പോലും പുനസൃഷ്ടിക്കുക മനുഷ്യസാധ്യമല്ല. താനെന്നല്ല ഏത് ലോകോത്തര ശിൽപ്പി വിചാരിച്ചാലും അത് സംഭവ്യമല്ല. ഇവിടെ പക്ഷെ അത് പറയാൻ നിർവാഹമില്ല. തന്നിൽ നിക്ഷിപ്തമായ കർത്തവ്യം നിർവഹിച്ചേ തീരൂ.

○○

സൃഷ്ടി

നിദ്രാവിഹീനമായ നിരവധി രാത്രികളിൽ ബ്രഹ്മൻ കൊട്ടാരത്തിലെ ഉദ്യാനത്തിലൂടെ നിരന്തരം ഉലാത്തി. നിലാവും കാറ്റും ചീവീടുകളുടെ ചിലപ്പും അയാൾക്ക് കൂട്ടായി. എവിടെ തുടങ്ങണം, എങ്ങനെ തുടങ്ങണം എന്നത് അയാളെ പ്രതിസന്ധിയിലാക്കി. സൃഷ്ടിക്ക് മുൻപുള്ള നിമിഷങ്ങൾ, അതിനായുള്ള ഒരുക്കങ്ങൾ വളരെ പ്രധാനമാണ്. പ്രാഥമികമായി വേണ്ടത് ശക്തമായ ഉൾപ്രേരണയാണ്. പ്രകൃതിയെ കണ്ട നിമിഷം തന്നെ തനിക്ക് അത് ലഭിച്ചുകഴിഞ്ഞു. പുനസൃഷ്ടിക്കാനുള്ള തീവ്രമായ അഭിവാഞ്ജ.

പക്ഷെ ആഗ്രഹം കൊണ്ട് മാത്രമായില്ല. അത് ആവിഷ്കാരത്തിന്റെ തലത്തിലേക്ക് എത്തിപ്പെടണമെങ്കിൽ സൃഷ്ടിപരതയുടെ നിരവധി രാസമാറ്റങ്ങൾ സംഭവിക്കണം. മനസിൽ കടന്നു കൂടിയ ആദ്യബീജം പലതരം പരിണാമങ്ങളിലൂടെ കടന്ന് നൂതനമായ ദൃശ്യബിംബങ്ങളായി പുനർജനിക്കണം. എങ്കിൽ മാത്രമേ അതിനെ കല്ലിൽ ആവാഹിക്കാൻ കഴിയൂ.

ബ്രഹ്മന്റെ ആവശ്യാനുസരണം മന്ത്രി പലതരം കല്ലുകൾ വരുത്തി. അയാൾ ഓരോന്നിന്റെയും ഗുണഗണങ്ങളും ദോഷവശങ്ങളും കൃത്യമായി പരിശോധിച്ചു. കല്ല് നിശ്ചേതനമായ വസ്തുവാണ്. അതിൽ കലയില്ല. രൂപങ്ങളില്ല. പക്ഷെ അതിനെ ആവിഷ്കരിക്കാനുള്ള സാധ്യതകൾ മറഞ്ഞു കിടപ്പുണ്ട്. ഭാവനാ സമ്പന്നനായ ഒരു കലാകാരന് ഏത് കല്ലിലും മൗലികമായ സൃഷ്ടികൾ രൂപപ്പെടുത്താൻ സാധിക്കും.

പക്ഷെ ശിൽപ്പത്തിന് ആത്മാവുണ്ടാവണമെങ്കിൽ കലാകാരന്റെ മനസ് ആ തലത്തിൽ രൂപപ്പെടണം. മനസിൽ നിന്നാണ് അഥവാ ഹൃദയാന്തരത്തിൽ നിന്നാണ് അത് കൈകളിലൂടെ കല്ലിലേക്ക് എത്തുന്നത്.

ദിവസങ്ങളും ആഴ്ചകളും കടന്നു പോയിട്ടും കൂട്ടിയിട്ട കല്ലുകളിൽ നോക്കി ബ്രഹ്മൻ ദിവാസ്വപ്നം കണ്ടതല്ലാതെ വിശേഷിച്ച് ഒന്നും സംഭവിച്ചില്ല. ഇക്കുറി മന്ത്രി അക്ഷമനായി.

'കുമാരി കൂടെക്കൂടെ അന്വേഷിക്കുന്നുണ്ട്. തമ്പുരാനും ചോദിക്കുന്നു. ശിൽപ്പനിർമ്മിതിയിൽ പുരോഗതിയുണ്ടോയെന്ന്...'

ബ്രഹ്മൻ ആലോചനയോടെ പറഞ്ഞു.

'നിർമ്മിതിയിൽ തുടക്കം വളരെ പ്രധാനമാണ്. ആദ്യം രൂപഭാവങ്ങൾ മനസിൽ ചിട്ടപ്പെടുത്തണം. എല്ലാ സൂക്ഷ്മതലങ്ങളും ഭാവന ചെയ്യണം. സൃഷ്ടി അനുസ്യൂതമായ ഒരു ഒഴുക്കാണ്. നല്ല തുടക്കം കിട്ടിയാൽ പിന്നെ ആ ഒഴുക്ക് നമ്മൾ പോലുമറിയാതെ നമ്മെ വലിച്ചുകൊണ്ടു പോകും. പിന്നീട് വലിയ കാലതാമസം വരില്ല'

മന്ത്രിക്ക് ഒന്നും മനസിലായില്ല.

'പക്ഷെ ആ ഒഴുക്ക് എപ്പോൾ സംഭവിക്കും. തുടക്കം എങ്ങനെ ലഭിക്കും?'

'അറിയില്ല. എല്ലാം ജഗദീശ്വരന് മാത്രമേ അറിയൂ'

ബ്രഹ്മൻ പ്രാർത്ഥനാപൂർവം ആകാശത്തേക്ക് നോക്കി.

'എങ്കിൽ പിന്നെ ശിൽപ്പനിർമ്മിതിയും ഈശ്വരനെ ഏൽപ്പിച്ചാൽ പോരേ?

'മന്ത്രി ഗൂഢമായി പരിഹസിച്ചു.

'അങ്ങ് കളിയാക്കിയതാണെങ്കിലും ആ പറഞ്ഞത് വാസ്തവമാണ്. അടിയന്റെ കരങ്ങൾ ചലിക്കുന്നുവെന്നേയുള്ളൂ. യഥാർത്ഥത്തിൽ സൃഷ്ടിപ്രക്രിയ നടത്തുന്നത് സാക്ഷാൽ ഭഗവാൻ തന്നെയാണ്'

'നിങ്ങൾ ശിൽപ്പിയോ? അതോ പൂജാരിയോ? ഇനി അതല്ല സന്ന്യാസിയോ?'

'കല ദൈവദത്തമാണ് പ്രഭോ. അതിന് ആത്മീയമായ മാനങ്ങളുണ്ട്. സന്ന്യാസത്തിന് പോലും സങ്കൽപ്പിക്കാനാവാത്ത ഉദാത്തമായ തലങ്ങളുണ്ട് കലയ്ക്ക്..'

'വായിൽ കൊള്ളാത്ത വർത്തമാനങ്ങൾ പറഞ്ഞാൽ കാര്യം നടക്കില്ല. നിങ്ങൾ നേരം കളയാതെ വരയ്ക്കാൻ നോക്ക്'

'സമ്മർദ്ദം കൊണ്ട് സാധിതമാവുന്ന ഒന്നല്ല ശിൽപ്പം. അനിഷ്ടം സഹിച്ച് കഴിയാൻ താത്പര്യമില്ല. ഇന്നു തന്നെ ഞാൻ മുറി ഒഴിഞ്ഞു കൊള്ളാം. എനിക്ക് ജീവിക്കാൻ തെരുവുകൾ മതി. അൽപ്പം കളിമണ്ണും. മനസമാധാനമാണ് അടിയന് മുഖ്യം'

'രാജകൽപ്പന ധിക്കരിച്ച് രക്ഷപ്പെടാമെന്നാണ് വ്യാമോഹമെങ്കിൽ ഓർത്തോ.. കഴുത്തിന് മേൽ ശിരസുണ്ടാവില്ല'

'സാരമില്ല. അതിലപ്പുറമൊന്നും സംഭവിക്കില്ലല്ലോ. ഞാൻ മരിച്ചാലും ഞാൻ സൃഷ്ടിച്ച പ്രതിമകളുണ്ട്. എത്രയോ വീടുകളിൽ മരണമില്ലാതെ സുരക്ഷിതരായി അവർ ഇരിപ്പുണ്ട്. ഈ ജന്മം സഫലമാവാൻ അത് തന്നെ ധാരാളം'

മരണത്തെ പോലും ഭയമില്ലാത്ത ബ്രഹ്മനെക്കുറിച്ചോർത്ത് മന്ത്രി

അത്ഭുതം കൂറി.

അയാൾ ഒന്നും മിണ്ടാതെ തിരിഞ്ഞു നടന്നപ്പോൾ ഒരശരീരി പോലെ ബ്രഹ്മദത്തൻ പറഞ്ഞു.

'കലാകാരന് മരണമില്ല പ്രഭോ. ഭൗതികദേഹം വെടിഞ്ഞാലും അയാൾ ജീവിച്ചിരിക്കും. അയാളുടെ സൃഷ്ടി ആസ്വദിക്കുന്ന ഓരോ മനസുകളിലും...'

മന്ത്രി അത് കേട്ടതായി ഭാവിച്ചില്ല. സൃഷ്ടിപരമായ കഴിവുകൾ ഉള്ളവരിൽ ഭ്രാന്തിന്റെ അംശം ലേശം കൂടിയിരിക്കുമെന്ന് ചെറുപ്പത്തിൽ മുത്തച്ഛൻ പറഞ്ഞ് അദ്ദേഹം കേട്ടിട്ടുണ്ട്. അനുഭവത്തിൽ പലപ്പോഴും അങ്ങനെ തോന്നിയിട്ടുമുണ്ട്.

മന്ത്രി സ്ഥലമൊഴിഞ്ഞപ്പോൾ ബ്രഹ്മദത്തൻ വീണ്ടും ഏകാന്തതയുടെ തുരുത്തിലായി.

ഒരു ദിവസം അയാളുടെ വാസസ്ഥലത്ത് പ്രകൃതി എത്തി. കിടക്കയിൽ അലസതാവിലസിതമായി ആലോചനകളോടെ കിടന്ന ബ്രഹ്മൻ കുമാരിയെ കണ്ട് പുകച്ചുകൊണ്ടിരുന്ന ചുരുട്ട് കുത്തിക്കെടുത്തി. പാതി നിറച്ചു വച്ച മദ്യചഷകം കാണാമറയത്തേക്ക് പൂഴ്ത്തി.

പ്രകൃതി സൗമ്യസുന്ദരമായി മന്ദഹസിച്ചു. അവൾ ചിരിക്കുമ്പോൾ ഈ പ്രപഞ്ചത്തിന്റെ മുഴുവൻ സൗന്ദര്യവും വഴിയുന്നതായി അയാൾക്ക് തോന്നി. പലതരം പൂക്കളുടെ സമ്മിശ്രഗന്ധമായിരുന്നു അവളുടെ ദേഹത്തിന്. പെണ്ണിന്റെ മണം ഇതായിരിക്കണമെന്ന് ബ്രഹ്മന് തോന്നി. ശിൽപ്പകലയിൽ ഗന്ധത്തിന് സാധ്യതയില്ല. എന്നാൽ കാഴ്ചയുടെ കാന്തികതയ്ക്ക് ഗന്ധം പോലും അനുഭവവേദ്യമാക്കാൻ കഴിയണം.

അയാൾ എണീറ്റ് ഭവ്യതയോടെ ഒതുങ്ങി നിന്നു. പെട്ടെന്ന് അവൾ പൊട്ടിച്ചിരിച്ചു.

'എന്ത് അബദ്ധമാണ് ഈ കാണിക്കുന്നത്. ആരാധ്യനായ അങ്ങ് കേവലം ഒരു പാഴ്ജന്മമായ എന്നെക്കണ്ട് എണീക്കുന്നു. ആദരവ് കാണിക്കുന്നു. മഹാവൈരുദ്ധ്യം തന്നെ.'

'അയ്യോ...അങ്ങനെ പറയരുത്. അവിടന്ന് രാജകുമാരിയാണ്. ഒരു മഹാരാജ്യത്തിന്റെ ഏക അവകാശിയാണ്'

'അത് ജന്മനാ ലഭിച്ച ഒരു പൊട്ടഭാഗ്യം. അതിൽ കവിഞ്ഞ് അതിന് എന്ത് പ്രസക്തിയാണുള്ളത്. ഈ ജന്മത്തിന് എന്ത് സവിശേഷതയാണുള്ളത്.'

'തെരുവിന്റെ സന്തതിയായ അടിയന് അവിടത്തെ മുന്നിൽ നിൽക്കാൻ കഴിയുന്നത് പോലും മഹാഭാഗ്യം'

'വിഢിത്തം പുലമ്പാതിരിക്കൂ..മഹാപ്രതിഭയായ അങ്ങ് ജനിച്ചത്

എവിടെയാണെങ്കിൽ എന്ത്? ലോകം മുഴുവൻ ആദരിക്കാനും ആരാധിക്കാനും യോഗ്യനാണ് അങ്ങ്. അവിടത്തെ മഹത്ത്വം ധനത്തിന്റെ അളവിലോ അധികാരത്തിന്റെ പകിട്ടിലോ അല്ല'

'അതൊക്കെ ഒരു വാദത്തിന് പറയാൻ കൊള്ളാം. പക്ഷെ യാഥാർത്ഥ്യം മറ്റൊന്നാണ്. ഒരു ഭിക്ഷക്കാരനിലും ശോച്യമാണ് എന്റെ അവസ്ഥ'

'ഈ പ്രതിമ ഒരു യാഥാർത്ഥ്യമാവുന്നതോടെ അതെല്ലാം മാറാൻ പോവുകയാണ്. രാജകീയമായ പദവികളിലേക്ക് അവിടന്ന് പരിവർത്തനം ചെയ്യപ്പെടാൻ പോകുന്നു'

ബ്രഹ്മൻ ആത്മോപഹാസം വഴിയുന്ന ഒരു ചിരി ചിരിച്ചു.

'കുമാരി..ആഡംബരങ്ങൾ മഹത്തായ സൃഷ്ടികൾക്ക് വളക്കൂറുള്ള മണ്ണല്ല. പട്ടിണിയുടെ നൊമ്പരം, സഹജീവികളുടെ വേദന...എല്ലാം കണ്ടും കേട്ടും അനുഭവിച്ചും അറിയാൻ പാകത്തിൽ സ്വാതന്ത്ര്യത്തിന്റെ ആകാശം..ഏത് മഹത്തായ കലയും രൂപം കൊണ്ടിട്ടുള്ളത് പ്രതിലോമ സാഹചര്യങ്ങളിൽ നിന്നാണ്'

പ്രകൃതി പാതി മനസിലായതു പോലെ പുഞ്ചിരിച്ചു.

ആ നിമിഷങ്ങളിൽ അയാൾ അവളുടെ ചിരിയുടെ സമസ്ത തലങ്ങളും മനസിലേക്ക് ആവാഹിക്കുകയായിരുന്നു. പുഞ്ചിരി ഹൃദയത്തിന്റെ പ്രതിഫലനമാണ്. മനസിന്റെ അതിസൂക്ഷ്മഭാവങ്ങൾ വിനിമയം ചെയ്യാൻ അതിന് കഴിയും. ചിരിക്കുമ്പോഴുള്ള ആ കണ്ണുകളുടെ സവിശേഷമായ തിളക്കം. മുല്ലമൊട്ടുകൾ വിരിയും പോലുള്ള ദന്തനിര. അധരങ്ങളുടെ നേർത്ത ചലനങ്ങൾ. മൂക്കിന്റെ വികാസപരിണാമങ്ങൾ. കവിളുകളുടെ തുടിപ്പ്. പുരികങ്ങളുടെയും കൺപീലികളുടെയും ആനന്ദനൃത്തം. എല്ലാം അയാൾ പലകുറി മനസിൽ വരച്ചു. ഇനി ഇതെല്ലാം കല്ലിൽ കൊത്തണം. ഇതിനേക്കാൾ ശോഭയോടെ. സൗകുമാര്യത്തോടെ.

'എനിക്ക് പ്രതീക്ഷയുണ്ട്. എന്റെ രൂപം അതിന്റെ എല്ലാ പൂർണ്ണതയോടും കൊത്താൻ അങ്ങേയ്ക്ക് കഴിയും'

'കുമാരി ദയവുചെയ്ത് എന്നെ അങ്ങ് എന്ന് അഭിസംബോധന ചെയ്യരുത്. അത് കേൾക്കുമ്പോൾ അടിയന് വല്ലാത്ത ലജ്ജ തോന്നുന്നു'

'അപകർഷത അന്യാദൃശ സിദ്ധികളുള്ള ഒരു കലാകാരന് ഭൂഷണമല്ല. ഞാൻ ആദ്യമായി എന്താണോ അഭിസംബോധന ചെയ്തത് അങ്ങനെ തന്നെ തുടരും. തിരിച്ച് അടിയൻ എന്ന വാക്ക് അവിടന്ന് ഉച്ചരിച്ചാൽ പിന്നെ ഞാൻ ഈ സവിധത്തിൽ വരില്ല. നമ്മേക്കാൾ താഴ്ന്നവരാണ് അങ്ങനെ വിളിക്കേണ്ടത്. അവിടുന്ന് എനിക്ക് സങ്കൽപ്പിക്കാൻ

കഴിയാത്ത വിധം ഉയരങ്ങളിൽ നിൽക്കുന്ന മഹാനുഭാവനാണ്.'

ബ്രഹ്മൻ തർക്കത്തിന് നിന്നില്ല.

അയാൾ എല്ലാ ചോദ്യങ്ങളും എല്ലാ ഉത്തരങ്ങളും എല്ലാ സന്ദേഹങ്ങളും മൗനത്തിന്റെ നിതാന്തമായ വാത്മീകത്തിലൊതുക്കി. കുമാരി നിറഞ്ഞ ആകാംക്ഷയോടെ ചോദിച്ചു.

'എന്നാവും ശിൽപ്പനിർമ്മാണം ആരംഭിക്കുക.?'

'ഉറപ്പില്ല. എങ്കിലും ചിത്രാപൗർണ്ണമിയുടെ അന്ന് തുടങ്ങണമെന്നുണ്ട്. ഉള്ളിൽ പ്രചോദനം ശക്തമാണ്. രൂപഭാവങ്ങളുടെ ആകെത്തുക മനസിൽ ചിട്ടപ്പെടുത്തി കഴിഞ്ഞു. ഇനി ഒരു മരവുരിയിലേക്ക് ചിത്രരൂപത്തിൽ പകർത്തണം. അത്രയുമായാൽ ഇനി ധൈര്യമായി തുടങ്ങാം.'

'ചിത്രം എനിക്ക് കാണാൻ സാധിക്കുമോ?'

'ഇല്ല. അത് ഒരു അടിസ്ഥാന രൂപഘടന മാത്രമാണ്. സൃഷ്ടാവിന്റെ വഴിതെളിക്കാനുള്ള ഉപകരണം. പണിത് വരുമ്പോൾ ചിത്രത്തിൽ നിന്നും ബഹുദൂരം അകന്നു പോകും. പുതിയ തലങ്ങളും ഭാവങ്ങളും കൈവരും. അത് മനസിന്റെ രസതന്ത്രമാണ്. ആ നിമിഷത്തിൽ ലഭിക്കുന്ന വെളിപാടാണ്. അതിന് ഈശ്വരൻ മനസ് വയ്ക്കണം'

കുമാരി അത്യാകാംക്ഷയോടെ കഥ കേൾക്കുന്ന ഒരു കുഞ്ഞിന്റെ ഔത്സുക്യത്തോടെ അയാളെ ശ്രവിച്ചു.

'അങ്ങ് എവിടെ നിന്നാണ് ഇതെല്ലാം പഠിച്ചത്. ഏത് ഗുരുമുഖത്തു നിന്നാണ്?.'

ബ്രഹ്മദത്തൻ ചിരിച്ചു.

'വാത്മീകിയും വേദവ്യാസനും കാളിദാസനും ഏത് ഗുരുകുലത്തിലാണ് പഠിച്ചത്? ഏത് ഗുരുമുഖത്തു നിന്നാണ്?'

പ്രകൃതി ആരാധന വഴിയുന്ന മിഴികളോടെ അയാളെ തുറിച്ചു നോക്കി.

'സർവകലകളുടെയും ഉറവിടമായ ആ മഹാശക്തിയിൽ നിന്ന് ലഭിക്കാത്തതൊന്നും മറ്റെങ്ങു നിന്നും നമുക്ക് ലഭ്യമാവില്ല'

'കല ജന്മസിദ്ധമാണ്. ഈശ്വരദത്തമാണ്. അതല്ലേ അങ്ങ് പറഞ്ഞതിന്റെ വ്യംഗ്യം.'

പ്രകൃതി ചോദിച്ചപ്പോൾ ബ്രഹ്മദത്തൻ ചിരിച്ചുകൊണ്ട് തലയാട്ടി.

'സിദ്ധിക്കൊപ്പം സാധനയും വേണം. കൂടുതൽ കൂടുതൽ അറിയാൻ ആഗ്രഹിക്കുന്നവർക്ക് അതിനായി ശ്രമിക്കുന്നവർക്ക് ഗുരുകുലങ്ങൾ നിർബന്ധമല്ല. ഏത് പിഞ്ചുകുഞ്ഞും അവന് ഗുരുമുഖമാണ്. ഏതൊരു അനുഭവവും ഗുരുനാഥനാണ്'

ബ്രഹ്മൻ പറഞ്ഞുവരുന്നതിന്റെ പൊരുൾ അവൾ പൂർണ്ണാർത്ഥത്തിൽ ഉൾക്കൊണ്ടു. തെരുവിന്റെ സന്തതിയെന്ന് മന്ത്രി പരിചയപ്പെടുത്തിയ ഇദ്ദേഹം എത്ര വലിയ ജ്ഞാനിയും കലാകാരനുമാണ്. പ്രകൃതിക്ക് അയാളോടുള്ള ആദരവും ആരാധനയും അനുനിമിഷം വർദ്ധിച്ചു.

അവളുടെ മനസിൽ അവളറിയാതെ തന്നെ അയാളൊരു ശിൽപ്പമായി തുടങ്ങി.

ബ്രഹ്മദത്തന് വിശേഷിച്ചൊന്നും തോന്നിയില്ല. കുമാരിയും മഹാരാജാവും വിചാരിക്കുന്ന തലത്തിൽ എങ്ങനെ ശിൽപ്പം നിർമ്മിക്കാം എന്നത് മാത്രമായിരുന്നു അയാളുടെ ചിന്ത. അവരുടെ സങ്കൽപ്പത്തിനൊത്ത് ഉയരാൻ കഴിഞ്ഞില്ലെങ്കിൽ ഇന്ന് ലഭിക്കുന്ന ആദരവ് പഴങ്കഥയാവും. ചിലപ്പോൾ ശിക്ഷ ലഭിച്ചെന്നും വരാം. അധികാരികൾക്ക് കലയുടെ നിയമങ്ങൾ അജ്ഞാതമാണ്. അവർ വസ്തുതാപരതയുടെ കണ്ണിലൂടെയാണ് എല്ലാം നോക്കി കാണുന്നത്. മൃദുഭാവങ്ങൾ അവർക്ക് അന്യമാണ്.

ഉറക്കമില്ലാത്ത രാത്രികളുടെ എണ്ണം ഏറി വരികയാണ്. മികച്ച ഒരു തുടക്കത്തിനായി അയാൾ കൊതിച്ചു. സ്വപ്നസമാനമായ തുടക്കം. അത് യാഥാർത്ഥ്യമായാൽ പിന്നെയെല്ലാം എളുപ്പമാണ്. മനസ് ശിൽപ്പത്തിലേക്ക് വഴിനടത്തും.

ചിത്രാപൗർണ്ണമിയാണ് ലക്ഷ്യമിട്ടിരുന്നതെങ്കിലും അതിന് രണ്ടു ദിവസം മുൻപ് ഒരു രാത്രി ഉറക്കം വരാതെ കിടക്കുമ്പോൾ മനസിലേക്ക് സൃഷ്ടിയുടെ ഒരു തീപ്പൊരി വന്നു വീണു. പിന്നെ വൈകിയില്ല. മുറിവാതിൽ തുറന്ന് ഇറങ്ങി പണിശാലയിലെത്തി. എണ്ണവിളക്കുകളുടെ മഞ്ഞവെളിച്ചത്തിൽ ഉളിയും കൊട്ടുവടിയുമെടുത്ത് ചെറുകഷണങ്ങളായി മുറിച്ച് മിനുസപ്പെടുത്തി സൂക്ഷിച്ചിരുന്ന കൽക്കഷണങ്ങളിൽ രൂപം കൊത്താൻ തുടങ്ങി. പുഞ്ചിരിക്കുന്ന ആ മുഖമാണ് ആദ്യം മനസിൽ തെളിഞ്ഞത്. അതിന്റെ സൂക്ഷ്മവിശദാംശങ്ങൾ മനസിൽ നിറപൗർണ്ണമി പോലെ തെളിഞ്ഞു നിന്നു. കരങ്ങൾ അതിനെ ശിലയിലേക്ക് ആവാഹിച്ചു. നേരം വെളുത്തപ്പോഴേക്കും മുഖകമലം ഏറെക്കുറെ പണിക്കുറ്റം തീർത്ത് കിട്ടി. അപ്പോഴേക്കും അയാൾ തളർന്നു പോയിരുന്നു. ക്ഷീണിച്ച് അവശനായി വന്ന് കിടക്കും മുൻപ് രൂപപ്പെടുത്തിയ ശകലം ചുവന്ന പട്ടുതുണി കൊണ്ട് മുടാനും വാതിൽ പുറത്തു നിന്ന് ഭദ്രമായി ബന്ധിച്ച് താക്കോൽ മടിക്കുത്തിൽ തിരുകാനും മറന്നില്ല. പൂർത്തിയാവും മുൻപ് ശിൽപ്പഭാഗം മറ്റൊരാൾ കാണാൻ പാടില്ലെന്നാണ് ശാസ്ത്രം.

പിറ്റേന്ന് പ്രഭാതത്തിൽ പ്രാതൽ കഴിഞ്ഞ് വിശ്രമിക്കുമ്പോൾ കുമാരിയുടെ രൂപം വാതിൽപ്പടിയിൽ ചലിച്ചു.

'എന്തേ വിശേഷം? ചിത്രാപൗർണ്ണമിക്ക് ഇനി രണ്ട് നാൾ മാത്രം' അവൾ ഓർമ്മിപ്പിച്ചു.

വെറ്റിലക്കറ പുരണ്ട പല്ലുകൾ പുറത്ത് കാട്ടി അയാൾ വെളുക്കെ ചിരിച്ചു.

'അത്രവരെ കാത്തിരിക്കേണ്ടി വന്നില്ല. ഇന്നലെ രാത്രി മുഖം കൊത്തി. വിചാരിച്ചതിലും മെച്ചമായിട്ടുണ്ട്'

'ഉവ്വോ...എനിക്കൊന്ന് കാണാൻ പറ്റ്വോ?'

അവളുടെ ഉത്സാഹത്തിനും ആകാംക്ഷക്കും അതിരുകളില്ലായിരുന്നു.

'ക്ഷമിക്കണം. ശാസ്ത്രപ്രകാരം അനാച്ഛാദനത്തിന് മുൻപ് പ്രതിമ മറ്റൊരാൾ കാണാൻ പാടില്ല'

'എങ്കിൽ വേണ്ട. അതിനെന്തിനാണ് ക്ഷമാപണം. കടപ്പെട്ടിരിക്കുന്നത് ഈയുള്ളവളല്ലേ, അങ്ങയോട്'

'അതൊന്നും പറയാൻ സമയമായിട്ടില്ല. ആകത്തുക എന്താവുമെന്ന് സൃഷ്ടാവിന് കൂടി നിശ്ചയംണ്ടാവില്ല'

പ്രകൃതിയുടെ മുഖത്തെ വെളിച്ചം മങ്ങി. ബ്രഹ്മൻ അത് ശ്രദ്ധിച്ചു. അവൾ മെല്ലെ നടന്നു ചെന്ന് അയാളുടെ ചാരത്തായി ഇരുന്നു.

'കുമാരി ദണ്ഡപ്പെടണ്ട. കഴിവിന്റെ പരമാവധി ഞാൻ ശ്രമിക്കും. എല്ലാം ശുഭമാവുമെന്ന് തന്നെ നമുക്ക് പ്രത്യാശിക്കാം'

അയാളുടെ വാക്കുകളിൽ അവൾ സമാധാനം കണ്ടെത്തി.

മനസുകൊണ്ട് കൂടുതൽ അടുത്തു എന്ന് തോന്നിയ ഒരു ഘട്ടത്തിൽ അവൾ ചോദിച്ചു.

'വീടും നാടും കുടുംബവുമൊന്നും പറഞ്ഞില്ല'

'ഈ ഭൂമി തന്നെ നാട്.ഏതോ നാട്ടിൽ ജനിച്ചു. ഏതൊക്കെയോ നാടുകളിൽ വളർന്നു. കുഞ്ഞുന്നാളിൽ അമ്മ മരിച്ചു. അച്ഛൻ ഉപേക്ഷിച്ചു പോയി എന്നൊക്കെ പറഞ്ഞുകേട്ടിട്ടുണ്ട്. ബന്ധുക്കൾ തിരിഞ്ഞുനോക്കാതായപ്പോൾ നാടുചുറ്റിത്തുടങ്ങി. ഒരിക്കലും അവസാനിക്കാത്ത യാത്രകൾ, ഭിക്ഷാടനം, ചെറിയ ചെറിയ കൈവേലകൾ..അതിനിടയിൽ എപ്പോഴോ ഉള്ളിൽ ഉറങ്ങിക്കിടന്ന ഒരു കഴിവ് കണ്ടെത്തി. അൽപ്പം കളിമണ്ണുകൊണ്ട് ജീവിതം മെനയാമെന്ന് പഠിച്ചു. പിന്നെ പ്രതിമകൾ നിർമ്മിച്ച് വിറ്റ് ഒരു ജീവിതം. വീടും കൂടുമില്ലാത്ത ഒരാൾക്ക് എന്ത് വിവാഹം, കുടുംബം...ഒന്നും ഉണ്ടായില്ല. എല്ലാ സ്വപ്നങ്ങളും പ്രതീക്ഷകളും ആഗ്രഹങ്ങളും പ്രതിമകളിലേക്ക് സന്നിവേശിപ്പിച്ചു. അതിന്റെ പൂർണ്ണതയിലായിരുന്നു മനസും ശരീരവും ആയുസും ആരോഗ്യവുമെല്ലാം..'

പ്രകൃതി അവധാനതയോടെ അയാളുടെ കഥകൾ കേട്ടിരുന്നു.

സ്വന്തമെന്ന് പറയാൻ ആരുമില്ലാത്ത ഒരാൾ. എവിടെ നിന്നോ വന്ന് എങ്ങോട്ടൊക്കെയോ സഞ്ചരിക്കുന്ന ഒരാൾ.

കുമാരിയുടെ അടുപ്പം നിറഞ്ഞ പെരുമാറ്റം ബ്രഹ്മന്റെ മനസ് നിറച്ചു. ആദ്യമായാണ് ഒരാൾ തന്നെ ഇത്രമേൽ അംഗീകരിക്കുന്നത്. ആരാധനയോടെ പെരുമാറുന്നത്. ആദരവ് പ്രകടിപ്പിക്കുന്നത്. മറ്റുള്ളവർക്ക് താനൊരു വിൽപ്പനക്കാരൻ മാത്രമായിരുന്നു. അവർ നൽകുന്ന പണത്തിന്റെ മൂല്യത്തിനുള്ള പ്രതിമകൾ പകരം കൊടുക്കുന്ന ഒരു കച്ചവടക്കാരൻ. തന്നിലെ കലാകാരനെ അവർ അറിഞ്ഞില്ല. അറിയേണ്ട ആവശ്യവുമില്ല. ഈ പ്രതിമകൾ ആര് നിർമ്മിക്കുന്നു എന്ന് ആരും ചോദിച്ചില്ല. പണം തന്ന് വാങ്ങുന്നവർക്ക് അത് അറിയേണ്ട ആവശ്യവുമില്ല.

അതുകൊണ്ട് തന്നെ പ്രകൃതി നൽകിയ ഈ അംഗീകാരം ബ്രഹ്മന് അമൃതേത്തായി. ഇന്ധനമായി. അയാൾ രാപ്പകൽ അദ്ധ്വാനിച്ചു. പ്രചോദനത്തിന്റെ സുവർണ്ണനിമിഷങ്ങൾക്ക് കാതോർക്കാതെ പ്രതിമയുടെ പൂർണ്ണതയ്ക്കായി ബോധപൂർവം പരിശ്രമിച്ചു. മാസങ്ങൾക്കുള്ളിൽ പ്രതിമ പൂർണ്ണമായി.

ബ്രഹ്മൻ അകലെ മാറി നിന്ന് പല വീക്ഷണകോണിലൂടെ അതിനെ നോക്കി. ചാഞ്ഞും ചരിഞ്ഞും നടന്നും ഇരുന്നും കിടന്നും താഴെ നിന്നും മുകളിൽ നിന്നും വശങ്ങളിൽ നിന്നുമെല്ലാം നോക്കി. പെട്ടെന്ന് അയാളുടെ ഇടനെഞ്ചിൽ തീയാളി.

ഈ സൃഷ്ടി അപൂർണ്ണമാണ്. കുമാരിയുടെ രൂപഭംഗി പ്രതിമയിൽ ആവാഹിക്കാൻ തനിക്ക് കഴിഞ്ഞിട്ടില്ല. താൻ അതിന് അപ്രാപ്തനാണ്. തന്റെ സൃഷ്ടി വികലമാണ്. കുമാരി രൂപഭംഗിയുടെ അപാരതയാണ്. അതിന്റെ നൂറിലൊരംശം പോലും പ്രതിമയിൽ പകർത്താൻ കഴിയാത്ത താനെന്ത് ശിൽപ്പിയാണ്?

എന്ത് പ്രതിഭയാണ് തനിക്കുള്ളത്? അയാളുടെ ഉള്ള് തേങ്ങി.

മുൻകൂട്ടി പറഞ്ഞിരുന്നതിൻ പ്രകാരം തിരുമനസുകൊണ്ട് പരിവാരങ്ങൾ സഹിതം പണിശാലയിലേക്ക് എഴുന്നള്ളി. ഒപ്പം മന്ത്രിമുഖ്യനും രാജകുമാരിയും ഉണ്ടായിരുന്നു.

ചാരിക്കിടന്ന വാതിൽ തുറന്ന് അകത്തേക്ക് വന്ന രാജാവ് ഒന്ന് നടുങ്ങി.

നിലത്തു കിടന്ന് വാവിട്ട് കരയുന്ന ബ്രഹ്മദത്തനെയാണ് ആദ്യം കണ്ടത്. പിന്നിലായി കൂടം കൊണ്ട് അടിച്ചു തകർക്കപ്പെട്ട്, പല കഷണങ്ങളായി ചിതറിക്കിടക്കുന്ന പ്രതിമ.

അയാൾ ഒരു പുഴുവിനെ പോലെ ഇഴഞ്ഞ് രാജാവിന്റെ അടുത്തെത്തി ആ കാൽപ്പാദങ്ങളിൽ കമിഴ്ന്നു വീണ് കരഞ്ഞു. കണ്ണുനീർ

വീണ് ആ പാദുകങ്ങൾ നനഞ്ഞു.

'പ്രഭോ..അവിടന്ന് എന്നോട് ക്ഷമിക്കണം. ഈ ശ്രമത്തിൽ ഞാൻ പരാജയപ്പെട്ടു. ദേവസുന്ദരികളെ അതിശയിക്കുന്ന അങ്ങയുടെ പുത്രിയുടെ രൂപഭംഗി പകർത്താൻ എന്റെ മനസും കരങ്ങളും അശക്തമാണ്. കഴിവിന്റെ പരമാവധി ഞാൻ ശ്രമിച്ചു നോക്കി. പക്ഷെ തോറ്റുപോയി പ്രഭോ.....ഞാൻ തോറ്റുപോയി..'

അയാൾ കുട്ടികളെ പോലെ വീണ്ടും വാവിട്ട് കരഞ്ഞു.

'അങ്ങ് നൽകുന്ന ഏത് ശിക്ഷയും പൂർണ്ണമനസാലെ സ്വീകരിക്കാൻ ഞാൻ തയ്യാറാണ്.. ഞാൻ തയ്യാറാണ്..'

രാജാവ് അയാളെ പിടിച്ച് എഴുന്നേൽപ്പിച്ചു.

'വിഷമിക്കാതെ ശ്രീമൻ. നിങ്ങൾ ശ്രമിച്ചുവല്ലോ. അതുതന്നെ ധാരാളം. ക്രിയാത്മകമായ ഒരു കർമ്മം എത്ര ശ്രമകരമാണെന്ന് നാം മനസിലാക്കുന്നു. നമുക്ക് അറിയാത്ത പലതും കുമാരി പറഞ്ഞു തന്നു. അപ്പോഴാണ് കലയുടെ മൂല്യവും അതിന്റെ സങ്കീർണ്ണതകളും ഞാൻ തിരിച്ചറിഞ്ഞത്. നിങ്ങൾ കരയാതിരിക്കൂ. നമുക്ക് ഇനിയും ശ്രമിക്കാമല്ലോ?'

രാജാവ് തന്നെ സ്വന്തം കൈലേസുകൊണ്ട് അയാളുടെ കണ്ണീരൊപ്പി. ബ്രഹ്മദത്തൻ ആ സ്നേഹത്തിന് മുന്നിൽ പ്രണമിച്ചു. കൂപ്പുകൈകളോടെ അയാൾ പറഞ്ഞു.

'മഹാരാജൻ ദയവുചെയ്ത് ഒരു അവസരം കൂടി തരണം. ഞാൻ ഒരു തവണ കൂടി ശ്രമിച്ചു നോക്കട്ടെ..'

'തീർച്ചയായും ബ്രഹ്മദത്തൻ...നിങ്ങൾക്ക് ആവശ്യമുള്ളത്ര സമയവും സാഹചര്യവും ഞാൻ ഒരുക്കിത്തരും. സമാധാനമായിരിക്കൂ..'

ബ്രഹ്മദത്തനോടുള്ള അച്ഛന്റെ കരുതലും പരിഗണനയും പ്രകൃതിയുടെ ഉള്ളം കുളിർപ്പിച്ചു. അവൾ നിറകണ്ണുകളോടെ സമൗനം എല്ലാറ്റിനും സാക്ഷിയായി.

'പറയൂ..ബ്രഹ്മദത്തൻ...പൂർണ്ണതയുള്ള ഒരു പ്രതിമയുടെ നിർമ്മിതിക്ക് എന്ത് സൗകര്യങ്ങളാണ് ഞാൻ ചെയ്തു തരേണ്ടത്?'

'ഒന്നും വേണ്ട മഹാരാജൻ. എന്നെ സ്വതന്ത്രമായി വിട്ടാൽ മാത്രം മതി. ദേശാന്തരങ്ങൾ നീളുന്ന ഒരു യാത്ര. അത് കഴിഞ്ഞു വരുമ്പോൾ ഒരുപക്ഷെ എന്റെ മനസ് പരിപാകമാവും. അപ്പോൾ സൃഷ്ടിപരമായ പൂർണ്ണത എന്ന സ്വപ്നം യാഥാർത്ഥ്യമായേക്കാം'

അപ്പോഴും പൂർണ്ണമായി ഉറപ്പ് നൽകാൻ അയാൾക്ക് കഴിഞ്ഞില്ല. സൃഷ്ടിയുടെ രഹസ്യം അയാൾക്കെന്നല്ല ഏതൊരു സർഗാത്മക കലാകാരനും അജ്ഞാതമായ ഒന്നാണ്. അതിന്റെ പിന്നിലെ ദുരൂഹതകളും

നിഗൂഢതകളും ദൈവീകമായ ഒന്നാണ്. അദൃശ്യവും അസ്പൃശ്യവുമായ ഏതോ തലത്തിൽ വ്യാപരിക്കുന്ന ഒന്ന്.

ബ്രഹ്മദത്തൻ എല്ലാവരോടും യാത്ര പറഞ്ഞ് കൊട്ടാരമുറ്റത്തേക്കിറങ്ങി. രഥങ്ങളും പല്ലക്കുകളും രാജാവ് വാഗ്ദാനം ചെയ്തെങ്കിലും അയാൾ നിരസിച്ചു.

'അലങ്കാരങ്ങളും ആഢംബരങ്ങളുമല്ല പ്രധാനം. മനസിന്റെ ആരും കാണാത്ത അറകൾ തുറക്കപ്പെടുക എന്നതാണ്. അതുമാത്രമാണ്. അതിന് പ്രകൃതിയുടെ ശുദ്ധവായു ശ്വസിക്കണം. അതിന്റെ ജൈവികതയിലേക്ക് ആഴ്ന്നിറങ്ങണം. അതുമായി താദാത്മ്യം പ്രാപിക്കണം. കാരണം കല പ്രകൃതിദത്തമാണ്. ഈശ്വരൻ പോലും അതിൽ നിന്ന് വേറിട്ട ഒന്നല്ല'

പിൻതിരിഞ്ഞ് നോക്കാതെ പടിയിറങ്ങിയ ബ്രഹ്ദത്തന് പിന്നാലെ കുമാരി ഓടിക്കിതച്ച് ചെന്നു.

അയാൾ ഒരു നിമിഷം തിരിഞ്ഞ് അവളെ നോക്കി.

'എവിടെ പോയാലും എത്ര ദൂരത്തായാലും അങ്ങ് മടങ്ങി വരില്ലേ? അതോ വരാതിരിക്കുമോ?'

ബ്രഹ്മൻ ചിരിച്ചു. സൃഷ്ടിപരതയുടെ ആഴമുള്ള ചിരി. ധ്വനിസാന്ദ്രതയുടെ സ്പർശം പ്രകൃതി അതിൽ ദർശിച്ചു. സൗമ്യമെങ്കിലും ആത്മവിശ്വാസത്തിന്റെ ദൃഢതയോടെ അയാൾ പറഞ്ഞു.

'വരും...വരാതിരിക്കില്ല'

൦൦

7

വെളിപാട്

യാത്രകൾ അനിവാര്യമാണ്. അത് നൽകുന്ന തിരിച്ചറിവുകൾ അനന്തവും അപാരവുമാണ്. അനിതരസാധാരണാണ്. ബ്രഹ്മദത്തൻ എന്തിനെന്നറിയാതെ എങ്ങോട്ടെന്നില്ലാതെ യാത്ര ചെയ്തു കൊണ്ടേയിരുന്നു. യാത്രക്കിടയിൽ അയാൾ പല നാടുകൾ കണ്ടു. കാഴ്ചകൾ കണ്ടു. സംസ്കാരവൈവിധ്യങ്ങൾ കണ്ടു. ആളുകളെ കണ്ടു. ആചാരങ്ങൾ കണ്ടു. അതിൽ നിന്നെല്ലാം മനസ് പലതും സ്വാംശീകരിച്ചു. പക്ഷെ എല്ലാ കാഴ്ചകൾക്കും അന്തർധാരയായി മനസിൽ അവൾ നിറഞ്ഞു നിന്നു. പ്രകൃതി..!

മനോമോഹനമായ ആ രൂപം..സമാനതകളില്ലാത്ത ആ ഭാവം... അതിന്റെ നിറഭേദങ്ങൾ..വർണ്ണക്കൂട്ടുകൾ..വർണ്ണരാഹിത്യങ്ങൾ...എല്ലാം അയാൾ മനസിൽ സ്വരൂപിച്ചു. പക്ഷെ അതുകൊണ്ടൊന്നും പുനസൃഷ്ടി ഒരു യാഥാർത്ഥ്യമാവുന്നില്ല. കുറ്റമറ്റതാവുന്നുമില്ല. പൂർണ്ണത അകലക്കാഴ്ചകളിൽ മാത്രം അഭിരമിക്കുന്ന ഒരു സത്യമാണ്. അത് അസ്പൃശ്യവും വിദൂരസ്ഥവുമാണ്. ആഗ്രഹിക്കുന്ന എല്ലാവരുടെയും അടുത്തേക്ക് അത് എത്തിപ്പെടണമെന്നില്ല. അഥവാ എത്ര ശ്രമിച്ചാലും അത് പ്രാപ്യമാവണമെന്നില്ല. അടുക്കാൻ ശ്രമിക്കും തോറും അകന്നകന്നു പോകുന്ന ഒരു മരീചികയാണ് അത്. കലാപരമായ പൂർണ്ണത.

എത്തിപ്പിടിക്കാനുള്ള ആഗ്രഹം നിസീമമാണ്. എന്നാൽ എത്തിപ്പെടാനുള്ള സാധ്യത വിരളവും. ഈ പ്രതിസന്ധി ഘട്ടം മറികടക്കുകയെന്നതാണ് പ്രധാനം.

ഒടുവിൽ ചെന്നെത്തിയത് ഒരു ക്ഷേത്രസന്നിധിയിലാണ്. രാവ് ഏറെ ചെന്നതിനാൽ നാടും ദേശവും ഏതെന്ന് അറിഞ്ഞില്ല. കുതിരവണ്ടിക്കാരൻ യാത്ര അവസാനിപ്പിച്ച വഴിയിൽ ഇറങ്ങി. അവിടെ നിന്ന് നോക്കിയാൽ കാണാവുന്നത് എണ്ണവിളക്കുകളുടെ സ്വർണ്ണവർണ്ണവും നിലാവിന്റെ നീലിമയുമാണ്. മുന്നിൽ പ്രപഞ്ചം നിറഞ്ഞു നിൽക്കുന്ന വിശാലമായ ആൽമരം. അതിന്റെ ചെറിയ ഇലകൾ കാറ്റിൽ തലയിളക്കി കളിക്കുന്നത് കാണാം. കാറ്റ് വസ്ത്രങ്ങൾ വിറപ്പിക്കുന്നുണ്ട്. കാറ്റിന് ക്ഷേത്രത്തിന്റെ മണമാണ്. എണ്ണയുടെ, നെയ്യിന്റെ, കർപ്പൂരത്തിന്റെ

കളഭത്തിന്റെ, പൂക്കളുടെ ഗന്ധം.

രാത്രി ഏറെ വൈകിയിട്ടും നട അടച്ചിട്ടില്ല. ഭക്തർ കുറവാണ്. ഒറ്റപ്പെട്ട ചിലർ തൊഴുത് മടങ്ങുന്നു. അതിൽ അടുപ്പം തോന്നിയ ഒരാളോട് ചോദിച്ചു.

'നട അടച്ചില്ലേ?'

'ഇപ്പം അടയ്ക്കും. വേഗം ചെന്നാൽ തൊഴാം. സാധാരണ സന്ധ്യാ പൂജ കഴിഞ്ഞ് അടയ്ക്കുകയാണ് പതിവ്. ഇന്ന് വിശ്വകർമ്മദിനമായതു കൊണ്ട് വൈകി.'

ഒരു നിമിത്തം പോലെ വന്നു പെട്ടത് സൃഷ്ടികാരകനായ ബ്രഹ്മാവിന്റെ സവിധത്തിൽ. അയാളുടെ സംസാരത്തിലെ സൂചന ശരിയെങ്കിൽ ഈ ക്ഷേത്രത്തിലെ പ്രതിമ ബ്രഹ്മാവാണ്. ഈ ജഗത്തെ തന്നെ സൃഷ്ടിച്ച മഹാശക്തി.

ആവേഗമായ ചലനങ്ങളോടെ ബ്രഹ്മൻ കടന്നു ചെല്ലുമ്പോൾ നട അടയ്ക്കാനുള്ള അവസാനഘട്ട ഒരുക്കങ്ങളിലായിരുന്നു പ്രായം ചെന്ന പൂജാരി. ഭക്തനെ കണ്ട് അയാൾ തിടുക്കം കൂട്ടി.

ബ്രഹ്മൻ താണുവീണ് കേണ് അപേക്ഷിച്ചു.

'സൃഷ്ടിയുടെ ആദ്യവാക്കും അവസാന വാക്കുമായ ഭഗവാനേ... എന്റെ ശ്രമം പൂർണ്ണതയിൽ എത്തിക്കണേ..മറ്റൊരാൾക്കും അപ്രാപ്യ മാംവിധം സമാനതകളില്ലാത്ത ഒരു പ്രകൃഷ്ടകൃതി നിർമ്മിക്കാൻ എന്നെ പ്രാപ്തമാക്കേണമേ..എന്നെ സഹായിക്കേണമേ..'

കാറ്റിൽ ദീപങ്ങൾ ജ്വലനഭംഗിയോടെ ഉലഞ്ഞു. മണികൾ മുഴങ്ങി. ബ്രഹ്മൻ കുനിഞ്ഞ് തൊഴുതു. സാഷ്ടാംഗം പ്രണമിച്ചു.

നട അടഞ്ഞു. പൂജാരി മടങ്ങി. ബ്രഹ്മൻ തിരിഞ്ഞു നടന്നു. ക്ഷേത്രം വിജനമായി.

ഇനി മുന്നോട്ടുള്ള യാത്ര അസാധ്യം. ക്ഷീണവും പാരവശ്യവും അസഹ്യം. ക്ഷേത്രത്തിൽ നിന്നും ഭിക്ഷ ലഭിച്ച നിവേദ്യച്ചോറു കൊണ്ട് വിശപ്പിന് താത്കാലിക ശമനം. പൂജാരിക്ക് നമോവാകം.

ആൽമരത്തിന്റെ ചുവട്ടിലെ കൽക്കെട്ട് സ്ഫടികശുദ്ധമായിരുന്നു. ഉണങ്ങിയ ഇലകൾ പട്ടുമെത്തയാക്കി നനുത്ത തണുപ്പുള്ള കരിങ്കൽപ്പാളികളിൽ ചുമലിലെ തോർത്ത് വിരിച്ച് ബ്രഹ്മദത്തൻ കിടന്നു. കളഭം മണക്കുന്ന കാറ്റ് മനസ് കുളിർപ്പിച്ചു.

അശാന്തമായ മനസിൽ പ്രതീക്ഷകൾ മുളച്ചു. ഈശ്വരൻ എല്ലാറ്റിനും വഴിതുറക്കും. ബ്രഹ്മൻ പ്രാർത്ഥനാഭരിതമായ മനസോടെ നിദ്രയുടെ ആഴങ്ങളിലേക്ക് തുഴഞ്ഞു.

ബോധസീമകളിൽ ശൂന്യത നിറഞ്ഞു. ലോകവും മനോ

വിചാരങ്ങളും അയാൾക്ക് അന്യമായി.

ചുറ്റും രാത്രി നിറഞ്ഞു. രാത്രി വളർന്നു. രാത്രി തുടുത്തു. ഇരുട്ട് കറുപ്പിന്റെ ഭംഗി നിറച്ചു. അരയാലിന്റെ ചുവട്ടിൽ അനാഥത്വത്തിന്റെ നിഴൽ പോലെ ബ്രഹ്മദത്തൻ.

ദേവചൈതന്യം അയാളുടെ ഉള്ളുലച്ചു. ഉള്ള് നിറച്ചു. പിന്നെ വെളിപാടായി പെയ്തിറങ്ങി. ധ്വനനശേഷിയുള്ള ഒരു അശരീരി അയാളുടെ ആത്മാവിന്റെ ആഴങ്ങളിൽ നിന്ന് ബോധസീമകളിലേക്ക് അരിച്ചു വന്നു.

സ്വപ്നമായിരുന്നു. അതോ സത്യമായിരുന്നോ? വ്യക്തമായി അറിവില്ല. അല്ലെങ്കിൽ തന്നെ ഏതിനാണ് വ്യക്തതയുള്ളത്. സ്പഷ്ടതയും.

പിന്നിൽ സൂര്യപ്രഭ പോലെ ഒരു ചൈതന്യം. അതിന് ഒത്തനടുവിൽ ബ്രഹ്മാവിനെ പോലെ തോന്നിക്കുന്ന ഒരാൾരൂപം. അടുത്താണെങ്കിലും അകലെയാണെന്ന് തോന്നുന്ന രൂപം. അകലക്കാഴ്ചയിൽ ഒരു തച്ചനെ പോലെ തോന്നും. രൂപഭാവങ്ങളിൽ നിന്നും അങ്ങിനെ വായിക്കാം. അദ്ദേഹം പറയുകയാണ്.

'മകനേ...ഏതൊരു സൃഷ്ടാവിനെ സംബന്ധിച്ചും പൂർണ്ണത ഒരു വിദൂരസ്വപ്നമാണ്. അതിലേക്കുള്ള അനന്തമായ യാത്ര മാത്രമാണ് അയാളുടെ ജീവിതം. പൂർണ്ണതയോട് അടുത്തു നിൽക്കുന്ന ഒരു സൃഷ്ടി നിർമ്മിക്കണമെങ്കിൽ അതിന് ആധാരമായ വസ്തുവിനെ ശാരീരികവും മാനസികവും ആത്മീയവുമായി ആഴത്തിൽ അറിഞ്ഞ് അനുഭവിക്കണം. ആത്മൈക്യം പ്രാപിക്കണം'

പുതിയ വെളിപാടിന്റെ തിളക്കത്തിൽ ബ്രഹ്മൻ ഞെട്ടിയുണർന്നു. അയാൾക്ക് പിന്നീട് ഉറക്കം വന്നില്ല.

ക്ഷേത്രത്തിന്റെ ചുറ്റുവിളക്കുകൾ കണ്ണിൽ കുത്തുന്ന ഇരുട്ടിൽ പ്രതീക്ഷയുടെ പ്രകാശവർഷമായി. എവിടെ ആ വാക്കുകൾ? എവിടെ ആ രൂപം? എവിടെ ആ ചൈതന്യം? ആ പ്രകാശധാര?

നൈമിഷിമായ ഒരു സാന്നിദ്ധ്യം കൊണ്ട് അവബോധതലത്തിൽ നൂതനമായ ഉൾക്കാഴ്ച സമ്മാനിച്ച് മടങ്ങിയ ആ രൂപം ഏതായിരുന്നു. ഈശ്വരൻ...അതോ സ്വന്തം മനസിന്റെ ഉൾപ്രേരണകളോ..

എന്തായാലും കേട്ടത് സത്യമാണ്. കേൾക്കേണ്ടിയിരുന്നത് ഇതായിരുന്നു. അറിയേണ്ടതും.

ഒരു നൂലിഴയുടെ പോലും അകലമില്ലാത്ത വിധം ആധാരമായ വസ്തുവിനെ സൃഷ്ടാവ് ഉള്ളിലേക്ക് ആവാഹിക്കണം. ആത്മാവിലേക്ക് ചേർക്കണം. രണ്ട് ആത്മഭാവങ്ങൾ ഒന്നിച്ച് ഒന്നായി പുനർജനിക്കണം. അതാണ് സൃഷ്ടി. അത് മാത്രമാണ് സൃഷ്ടി. മൗലികമായ സൃഷ്ടിപരതയുടെ അപാരസൗന്ദര്യം പ്രകടമാവുന്നത് അവിടെ മാത്രമാണ്.

പുലരി കിഴക്കിന് ഉയിരായി. ഇരുട്ടിന്റെ ഭംഗി വെയിൽത്തിളക്കത്തിന് വഴിമാറി. ആൽമരച്ചില്ലകളിലൂടെ, ഇലച്ചാർത്തുകളുടെ നേരിയ പഴുതിലൂടെ അരിച്ചിറങ്ങുന്ന പ്രകാശരശ്മികളിൽ പുത്തൻ അവബോധത്തിന്റെ തിളക്കമുണ്ടായിരുന്നു.

കൊട്ടാരത്തിലെ ഉദ്യാനത്തിൽ പൂക്കൾക്കിടയിലായിരുന്നു കുമാരി. ഒരു വസന്തത്തിന് നടുവിൽ നിൽക്കും പോലെ. ശുഭ്രവർണ്ണമുള്ള വസ്ത്രത്തിൽ അവളുടെ രൂപഭംഗി അതിന്റെ പാരമ്യതയെ പുൽകി. വെള്ളരിപ്രാവുകൾക്ക് അരിമണി വിതറുകയായിരുന്നു അവൾ. പ്രാവുകൾ കൂട്ടത്തോടെ പറന്നു വന്ന് നിരനിരയായി നിന്ന് ഭക്ഷിക്കുന്ന കാഴ്ച കണ്ടുകൊണ്ടാണ് ബ്രഹ്മൻ വന്നു കയറിയത്.

കുമാരിയുടെ സഹജവിസ്മയം തുളുമ്പുന്ന കണ്ണുകൾ ആശ്ചര്യം കൊണ്ട് ഒന്നു കൂടി വിടർന്നു.

പ്രതീക്ഷയുടെ സമീപക്കാഴ്ചയായിരുന്നു അവൾക്ക് അയാളുടെ ആഗമനം. ഇത്രവേഗം ഒരു മടങ്ങിവരവ് അവളുടെ ചിന്താപദ്ധതിയിൽ വിദൂരമായി പോലും ഉണ്ടായിരുന്നില്ല.

കുമാരി അയാൾക്കരികിലേക്ക് ഓടുകയായിരുന്നു. കൈവെള്ളയിൽ നിന്നും അരിമണികൾ ചിതറി വീണു. അരിപ്രാവുകൾ കൂട്ടംതെറ്റി പറന്നു. കുമാരിയുടെ വെള്ളവസ്ത്രം ഇളം കാറ്റിൽ ഉലഞ്ഞു. പൂക്കളുടെ നറുമണം ചുറ്റിലും പരന്നു.

കുമാരി കിതപ്പോടെ അയാൾക്കരികിലെത്തി നിന്നു. വികാരാധിക്യത്താൽ അവൾ തന്നെ കെട്ടിപ്പിടിച്ച് ഉമ്മ വച്ചേക്കുമെന്ന് അയാൾ ഭയന്നു. അവൾക്കും ആഗ്രഹമുണ്ടായിരുന്നു. പരിമിതികളെക്കുറിച്ച് ബോധ്യവും. എന്നിട്ടും അയാൾ അവളുടെ മനസ് വായിച്ചു. അവൾ അയാളുടെയും.

അയാൾ വരുമെന്ന് അവൾക്ക് ഉറപ്പായിരുന്നു. ഈ ലോകത്ത് തന്നെ പുനസൃഷ്ടിക്കാൻ അയാൾക്കല്ലാതെ മറ്റാർക്കും കഴിയില്ലെന്നും അവൾക്ക് ബോധ്യമായിരുന്നു. അയാളുടേത് സമർപ്പിത മനസായിരുന്നു. ആവിഷ്കൃതമാകേണ്ട ആശയത്തെ ഉള്ളിലേക്ക് ആവാഹിക്കാൻ പ്രാപ്തമായ മനസ്. അത് ഒരു നാൾ തന്റെ പ്രതിരൂപം സൃഷ്ടിക്കും. അന്ന് തന്റെ മനസ് ഒരു അപ്പൂപ്പൻതാടി പോലെ ആഹ്ളാദത്തിന്റെ അലകടലിന് മീതെ പറന്നു നടക്കും.

'പ്രതീക്ഷിച്ചതിലും മുൻപേ അങ്ങ് മടങ്ങി വന്നു. എനിക്കുറപ്പുണ്ട്. ഇനി വൈകാതെ ആ സ്വപ്നം സഫലമാവും'

അയാളുടെ ചിരിയിൽ അതുവരെ കാണാത്ത ആത്മവിശ്വാസം സ്ഫുരിക്കുന്നത് അവൾ തിരിച്ചറിഞ്ഞു.

കുമാരി പുതിയ ഒരാളെ കാണും പോലെ അയാളെ കണ്ണുകൾ കൊണ്ട് അടിമുടി ഉഴിഞ്ഞു. അയാളുടെ രൂപഭാവങ്ങളിൽ വന്ന മാറ്റം അവളെ അത്ഭുതത്തിന്റെ ഗന്ധമാദനപർവതത്തിലേക്ക് വഴിനടത്തി. താടിയും മുടിയും ക്ഷൗരം ചെയ്ത് പുതിയ രൂപഭാവങ്ങളിലായിരുന്നു അയാൾ.

'എന്തൊരു മാറ്റമാണിത്? ഒറ്റനോട്ടത്തിൽ ചിലർ തിരിച്ചറിഞ്ഞെന്ന് വരില്ല'

അവൾ കളി പറഞ്ഞു. അയാൾ പക്ഷെ കാര്യം പറഞ്ഞു.

'മാറ്റം അനിവാര്യമല്ലേ? എന്നും ഒരുപോലെയായാൽ പുതിയ കാര്യങ്ങൾ സംഭവിക്കുമോ?'

'ഞാൻ വെറുതെ പറഞ്ഞതാണ്'

'ഞാൻ പക്ഷെ കാര്യമായിത്തന്നെയാണ് '

'അകത്തേക്ക് വരു'

അവൾ ക്ഷണിച്ചു.

കൊട്ടാരത്തിലെ ശിൽപ്പശാലയിൽ വച്ച് അയാൾ സംഭവിച്ച കാര്യങ്ങളത്രയും അവളോട് തുറന്ന് പറഞ്ഞു.

'അച്ഛൻ ഇതറിയുമ്പോൾ സന്തോഷം കൊണ്ട് മനസ് നിറയും'

'ങും..'

അയാളുടെ മൂളൽ ഭാഗികമായിരുന്നു. അതുകേട്ട് അവൾ പുരികമുയർത്തി.

'നമുക്ക് മുന്നിലുള്ളത് ഒരു മാർഗരേഖ മാത്രമാണ്. ലക്ഷ്യപ്രാപ്തി കൈവരിക്കുവോളം സമാധാനിക്കാൻ കഴിയില്ല. സന്തോഷിക്കാനും'

അത് വാസ്തവമാണെന്ന് അവൾക്കും തോന്നി.

ആശയത്തെ സൃഷ്ടാവ് എല്ലാ അർത്ഥത്തിലും ഉൾക്കൊണ്ട ശേഷമാവണം പുനസൃഷ്ടിയെന്നാണ് അരുളപ്പാട്. അത് ഒരു ദർശനം മാത്രമാണ്. സവിശേഷമായ ഒരു ഉൾക്കാഴ്ച. അതിനെ പ്രായോഗിക തലത്തിലെത്തിക്കേണ്ട ബാധ്യത ബ്രഹ്മദത്തനുള്ളതാണ്. അയാൾക്ക് മാത്രമുള്ളതാണ്.

രാജസദസിൽ വച്ചാണ് ബ്രഹ്മൻ രാജാവിനെ വിവരം ധരിപ്പിച്ചത്. എല്ലാം കേട്ട് അദ്ദേഹം കുലുങ്ങിച്ചിരിച്ചു. ബ്രഹ്മദത്തൻ ആത്മവിശ്വാസം തുളുമ്പുന്ന സ്വരത്തിൽ പറഞ്ഞു.

'പ്രഭോ..എനിക്ക് നൂറുശതമാനം ഉറപ്പുണ്ട്. കുമാരിയുടെ മുഴുവൻ തേജസും ആവാഹിക്കുന്ന ഒരു ശിൽപ്പം ചമയ്ക്കാൻ എനിക്ക് കഴിയും. ഞാനത് അങ്ങയെ ബോധ്യപ്പെടുത്തിയിരിക്കും'

രാജാവ് വലതുകരം ഉയർത്തി അയാളെ ആശീർവദിച്ചു.

'പക്ഷെ ഒരു പ്രശ്നമുണ്ട്. സമക്ഷത്തു നിന്നും അത് മനസിലാക്കുമെന്ന് കരുതുന്നു'

തിരുമനസിന്റെ പുരികം, വില്ലുപോലെ വളഞ്ഞു.

ബ്രഹ്മൻ ആത്മധൈര്യം വിടാതെ തുടർന്നു.

'ശിൽപ്പത്തിന്റെ ആശയവും അവലംബവും കുമാരിയാണ്. ആശയത്തെ അടുത്തറിയണമെങ്കിൽ ദിവസം മുഴുവൻ കുമാരി അടിയനൊപ്പം ശിൽപ്പശാലയിൽ ഉണ്ടാവണം. സമയകാലങ്ങൾ പോലും അതിന് തടമാവാൻ പാടില്ല. സൃഷ്ടാവിന് ആന്തരികപ്രചോദനം ഉണ്ടാവുന്ന ഏത് സമയത്തും കുമാരിയുടെ സാന്നിദ്ധ്യം ഉണ്ടാവണം'

മഹാരാജാവ് ചിരിച്ചു.

'അതിൽ അസ്വാഭാവികമായി എന്താണുള്ളത്? ചിത്രകാരൻമാർക്ക് മുന്നിൽ ആധാരവസ്തു നിന്നുകൊടുക്കാറില്ല. ഇവിടെ ശിൽപ്പമാണ് ചമയ്ക്കേണ്ടത്. അത് ചിത്രത്തേക്കാൾ എത്രയോ ശ്രമകരമാണ്. അതിലൊന്നും നോം തെറ്റ് കാണുന്നില്ല'

ബ്രഹ്മൻ കൃതാർത്ഥതയോടെ മന്ദഹസിച്ചു.

കുമാരിയുടെ മുഖത്ത് സ്വപ്നസാഫല്യത്തിന്റെ അനുരണങ്ങളുണ്ടായി.

'കുമാരിക്ക് എതിർ അഭിപ്രായമില്ലല്ലോ?'

രാജാവ് മകളെ നോക്കി ചോദിച്ചു.

അവൾ ഇല്ലെന്ന് തലയാട്ടി.

ബ്രഹ്മൻ പ്രാർത്ഥനാപൂർവം നെഞ്ചിൽ കൈവച്ചു.

○○

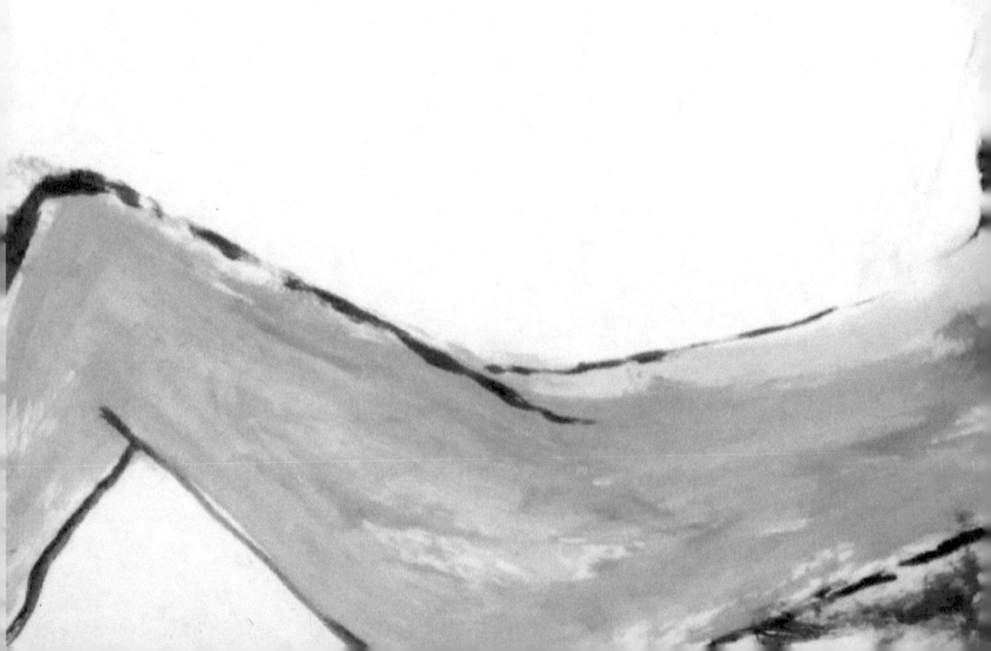

8

പ്രണയം

ആഴത്തിൽ അനുഭവിച്ച് അറിയുക. എന്നിട്ട് പുനർനിർമ്മിക്കുക.

ഗുരുവചനം ബ്രഹ്മൻ പലകുറി മനസിൽ ഉരുവിട്ടു.

പക്ഷെ അത് എങ്ങിനെ എന്ന ചിന്ത അയാളിൽ പ്രബലമായി.

കുമാരിയെ വെറുതെ കണ്ടതുകൊണ്ടോ ഉപരിപ്ലവമായി സംസാരിച്ചതുകൊണ്ടോ ആഴത്തിൽ അറിയുക സുസാധ്യമല്ല. എല്ലാ അർത്ഥത്തിലുമുള്ള അറിവ് എന്നത് പ്രധാനമാണ്. മാനസികമായും ശാരീരികമായും ആത്മീയമായുമുള്ള അറിവ്.

അതിന്റെ പല തലങ്ങൾ അയാൾ ഭംഗ്യന്തരേണ അവൾക്ക് മുന്നിൽ അവതരിപ്പിച്ചു. പ്രകൃതിക്ക് കുറച്ചൊക്കെ മനസിലായി. ചിലത് മനസിലായതുമില്ല.

ഏറെ ദിവസങ്ങൾ കൂടുതലായി സംസാരിച്ചപ്പോൾ അയാൾക്ക് ബോധ്യമായി. പ്രകൃതി നിഗൂഢതകളുടെ കടലാണ്. അവളുടെ ഉള്ളിൽ നിരവധി ചുഴികളും മലരികളുമുണ്ട്. എല്ലാം കണ്ടെടുക്കാതെ അവളെ പകർത്തുക പ്രായോഗികമല്ല. മനസിന്റെ സൂക്ഷ്മഭാവങ്ങൾ ആദ്യം ഗ്രഹിക്കണം.

പല സന്ദർഭങ്ങളിലെ പ്രതികരണങ്ങളിലൂടെ, വർത്തമാനങ്ങളിലൂടെ ചലനങ്ങളിലുടെ അയാൾ അവളെ ഒരു പരിധിവരെ അടുത്തറിഞ്ഞു.

ബ്രഹ്മനും പ്രകൃതിയും കൂടുതൽ സമയവും സംസാരിച്ചു കൊണ്ടേയിരുന്നു. അവരുടെ ഇഷ്ടങ്ങളിലെയും കാഴ്ചപ്പാടുകളിലെയും സമാനതകൾ പരസ്പരം പങ്കിട്ടു. അവൾക്കൊപ്പം കുളിക്കടവിലും ഉദ്യാനത്തിലും നഗരത്തിലും എല്ലാം അയാൾ ചുറ്റി നടന്നു. പ്രകൃതിയുടെ പൊക്കിൾ ചുഴിക്ക് താഴെയുള്ള നനുത്തചെമ്പൻ രോമങ്ങൾ മുതൽ മേൽച്ചുണ്ടിൽ പൊടിയുന്ന വിയർപ്പു തുള്ളികൾ വരെ അയാൾക്ക് പരിചിതമായി.

അവർ ഭൂമിക്ക് താഴെയുള്ള സകല വിഷയങ്ങളെക്കുറിച്ചും സംസാരിച്ചു. അവരുടെ അഭിരുചികൾ ഏറെക്കുറെ ഒന്നായിരുന്നു. മനസുകളും വൈകാതെ ഒന്നായി. ബ്രഹ്മൻ കുമാരിയെയും കുമാരി ബ്രഹ്മനെയും തീവ്രമായി പ്രണയിച്ചു.

തീവ്രാനുരാഗത്തിന്റെ പാരമ്യതയിലെ ഒരു നിമിഷത്തിൽ അവർ ഒന്നായി ഒരുമിച്ചൊഴുകി.

രണ്ടു ശരീരം എന്നത് മനസുപോലെ പരസ്പരം ഒന്നായി.

കുമാരിയെ ബ്രഹ്മൻ ആഴത്തിൽ അറിഞ്ഞു.

നേർത്ത നീലനിറമുള്ള നിലാവെളിച്ചത്തിന്റെ കാന്തികപ്രഭ വീണു കിടക്കുന്ന ആ രാത്രി സ്വപ്നതുല്യമാണെന്ന് ബ്രഹ്മന് തോന്നി. കുമാരി അയാളുടെ മടിയിൽ തലവച്ച് കിടക്കുകയായിരുന്നു. അവളുടെ മുടിയിഴകൾ മൃദുത്വത്തിന്റെ അവസാനവാക്കാണെന്ന് അയാൾക്ക് തോന്നി. ഈ ഭൂമിയിലെ മുഴുവൻ സൗന്ദര്യവും തന്റെ മടിയിലേക്ക് വീണു കിടക്കും പോലെ.

വെണ്ണതോൽക്കുമുടലിൽ പരുപരുത്ത തന്റെ കൈത്തലത്താൽ മൃദുവായി തലോടിക്കൊണ്ട് ബ്രഹ്മൻ പറഞ്ഞു.

'ആശയം ശിൽപ്പിയുടെ മനസിന്റെ ആഴങ്ങളിലേക്കിറങ്ങിക്കഴിഞ്ഞു. കുമാരിയുടെ ശരീരവും മനസും എല്ലാ അർത്ഥത്തിലും പൂർണ്ണമായി തന്നെ എന്റെയുള്ളിൽ പതിഞ്ഞു കഴിഞ്ഞു. വരവണ്ണം വ്യത്യാസമില്ലാതെ നിന്നെ ഞാൻ പൂർണ്ണമായി ഉൾക്കൊണ്ട് കഴിഞ്ഞു. ഇനി സമയം കളയാനില്ല. നാളെ തന്നെ ഞാൻ ശിൽപ്പം കൊത്തുന്നു.'

'നിർമ്മിതിയുടെ ഘട്ടത്തിൽ ആധാരമായ വസ്തു മുന്നിൽ നിൽക്കുന്നത് പൂർണ്ണതയ്ക്ക് സഹായകമാവുമെന്ന് കേട്ടിട്ടുണ്ട്'

പ്രകൃതി ഒരു സംശയം ചോദിച്ചു.

'വാസ്തവമാണ്. അങ്ങനെ ചെയ്യുന്ന ശിൽപ്പികളുണ്ട്. രൂപം സൃഷ്ടാവിന്റെ മനസിൽ ഉറയ്ക്കാത്ത സന്ദർഭങ്ങളിലാണ് അത് വേണ്ടിവരുന്നത്. കുമാരിയുടെ കാര്യത്തിൽ അതിന്റെ ആവശ്യമില്ല. എല്ലാം... എല്ലാം...എന്റെ മനസിലുണ്ട്..ഇനിയത് കല്ലിൽ പകർത്തുകയേ വേണ്ടു'

തന്റെ ജന്മം സഫലമായതായി പ്രകൃതിക്ക് തോന്നി. അത്രമേൽ ആത്മവിശ്വാസത്തോടെയാണ് ബ്രഹ്മദത്തൻ സംസാരിക്കുന്നത്. പ്രതിമ താൻ ആഗ്രഹിക്കുന്ന വിധത്തിൽ തന്നെ സംഭവിക്കുമെന്ന് അവൾക്ക് എന്തെന്നില്ലാത്ത വിശ്വാസം തോന്നി.

ശിൽപ്പശാലയിൽ നിന്ന് സ്വന്തം പള്ളിയറയിൽ മടങ്ങി എത്തിയിട്ടും കുമാരി ഉറങ്ങിയില്ല. ഇനി വെളുക്കാൻ ഏതാനും നാഴികകൾ മാത്രം. പിന്നിട്ട രാത്രി അത്രമേൽ അവളെ ആവേശിച്ചിരുന്നു. സർപ്പങ്ങളുടെ ഇഴയടുപ്പവും നിലാവിന്റെ നിറവുമുള്ള ആ സുവർണ്ണനിമിഷങ്ങൾ അവൾ ഓർത്തെടുത്തു. വീണ്ടും വീണ്ടും ഓർമ്മിച്ചു.

ഹാ...ഓർമ്മകൾ എത്ര മധുരതരമാണ്. പശു അയവിറക്കും പോലെ അവൾ ബ്രഹ്മൻ തന്നിലേൽപ്പിച്ച സ്നേഹക്ഷതങ്ങളെ ഓമനിച്ചു.

താലോലിച്ചു...

തണുപ്പുള്ള രാത്രിയിൽ ശിൽപ്പശാലയിലെ വിശ്രമസങ്കേതത്തിലെ പട്ടുമെത്തയിൽ കൊടുകൈ കുത്തി വളഞ്ഞ് കിടക്കുകയായിരുന്നു പ്രകൃതി. ധാവണി പോലൊരു വസ്ത്രമായിരുന്നു അവൾ ധരിച്ചിരുന്നത്. ചരിഞ്ഞുകിടക്കുമ്പോൾ പുറത്തേക്ക് ഉന്തിനിൽക്കുന്ന മുലകളുടെ പാർശ്വവീക്ഷണവും അണിവയറിന്റെ മടക്കുകയും മിനുപ്പും കണങ്കാലുകളുടെ ഭംഗിയും ബ്രഹ്മദത്തന് വ്യക്തമായി കാണാം. അയാൾ തിരിഞ്ഞും മറിഞ്ഞും ചാഞ്ഞും ചരിഞ്ഞും ഇരുന്ന് അവളുടെ രൂപഭംഗി വീക്ഷിച്ചു. ഒരു ഘട്ടമെത്തിയപ്പോൾ അവൾ ചോദിച്ചു.

'ഒരു സംശയം. നീളത്തിൽ നിവർന്ന് നിൽക്കുന്ന ശിൽപ്പം നിർമ്മിക്കാൻ ഞാൻ ഇങ്ങനെ കിടന്ന് കഷ്ടപ്പെടേണ്ടതുണ്ടോ?'

ബ്രഹ്മൻ ചിരിച്ചു.

'സംശയം സ്വാഭാവികം. പക്ഷെ ഉത്തരം വ്യക്തം. ഏത് വീക്ഷണത്തിലും ആധാരമാകുന്ന വസ്തുവിന്റെ രൂപഭാവങ്ങളിലെ നേരിയ പരിണാമങ്ങൾ നിരീക്ഷിക്കണം. അതിൽ നിന്നു, അതിന്റെ ഏകദേശരൂപം ഗണിച്ചെടുക്കണം. എന്നിട്ട് വേണം അത് കല്ലിലേക്ക് പകർത്താൻ. മാത്രമല്ല നിൽക്കുമ്പോഴാണോ ഇരിക്കുമ്പോഴാണോ കിടക്കുമ്പോഴാണോ കുമാരിയുടെ രൂപഭംഗി അതിന്റെ പരമകാഷ്ഠയിൽ എത്തുന്നതെന്നും ഗണിക്കണം. ഏത് അവസ്ഥയാണ് കൂടുതൽ ലാവണ്യാനുഭവം പകരുന്നെതെന്ന് കണ്ട് ശിൽപ്പം ആ തരത്തിൽ കൊത്തണം. നിൽക്കുന്ന പ്രതിമയേ പാടുള്ളു എന്ന് ഒരു ശാസ്ത്രത്തിലും പറയുന്നില്ല. സത്യം പറഞ്ഞാൽ വളഞ്ഞ് കിടക്കുമ്പോഴാണ് സ്ത്രീസൗന്ദര്യം അതിന്റെ പൂർണ്ണതയെ പുൽകുന്നത്.'

'നഗ്നപ്രതിമകൾക്ക് ഭംഗിയേറുമെന്നും വാദിക്കുന്നവരുണ്ട്'

പ്രകൃതി ഒരു വാദം മുന്നോട്ട് വച്ചു.

'ശുദ്ധ ഭോഷ്ക്. നഗ്നശിൽപ്പങ്ങൾ ധാരാളം. പക്ഷെ കല എപ്പോഴും അപൂർണ്ണതയിലാണ് കുടികൊള്ളുന്നത്. പാതിമറച്ച ഉടൽ. പാതി അനാവൃതമാകുന്ന നഗ്നത. അതിന്റെ ഭംഗി വാക്കുകൾക്കപ്പുറമാണ്. മുഴുവൻ തുറന്നു കാട്ടുന്ന മുലകളേക്കാൾ കാഴ്ചക്കാരന് കൊതി തോന്നുക പാതി ദൃശ്യമാവുന്ന മുലകളുടെ വീക്ഷണമാണ്.'

'ദാ..ഇങ്ങനെ, അല്ലേ?'

അവൾ മാറത്തു നിന്ന് അഴിഞ്ഞുവീണ മേൽവസ്ത്രത്തിന്റെ പഴുതിൽ പാതിമറഞ്ഞ സ്തനങ്ങളുടെ തുടിപ്പും ചൊടിപ്പും കാണിച്ച് ചോദിച്ചു.

ബ്രഹ്മദത്തൻ പതുക്കെ മന്ദഹസിച്ചു.

'ശരിക്കും കാഴ്ചയിലൂടെ മാത്രമല്ല, സ്പർശിച്ചും അനുഭവിച്ചുമാണ് അറിയേണ്ടത്. അപ്പോൾ പുനസൃഷ്ടിക്ക് ആഴവും സമഗ്രതയും ലഭിക്കും. മിഴിവും അഴകും ഉറപ്പും കൂടും'

'എന്നു വച്ചാൽ...?'

'എന്താണോ ഞാൻ ഉദ്ദേശിച്ചത് അതു തന്നെ. അല്ലെങ്കിൽ എന്താണോ കുമാരി ഉദ്ദേശിച്ചത് അതുതന്നെ..'

'പക്ഷെ ഒരു സ്ത്രീയുടെ പാതിവ്രത്യം..?'

'അതൊക്കെ വെറും സങ്കൽപ്പം. പരസ്പരം ഇഷ്ടപ്പെടുന്നവർ തമ്മിൽ ആഴത്തിൽ അറിയാൻ ശ്രമിച്ചാൽ നഷ്ടപ്പെടുന്നതാണോ പാതിവ്രത്യം?'

പ്രകൃതി ആകെ ചിന്താക്കുഴപ്പത്തിലായി.

'ഞാൻ ഒന്നിനും കുമാരിയെ നിർബന്ധിക്കുന്നില്ല. പൂർണ്ണമായ തലത്തിൽ ഒരു കുമാരിയെ പുനസൃഷ്ടിക്കാൻ ഒരു മോഹം. അതു കൊണ്ട് ആലോചിച്ചു പോയതാ..'

പ്രകൃതി ഏറെസമയം ചിന്താധീനയായി കിടന്നു.

ആ സമയത്ത് അയാളുടെ കണ്ണുകൾ അവളുടെ ദേഹത്തിന്റെ നിമ്നോന്നതങ്ങളിലൂടെ ഇഴയുകയായിരുന്നു.

തുടയിടുക്കുകളും കാൽവെണ്ണയും പാദങ്ങളും കൈവിരലുകളും കൈത്തണ്ടയും മാറിടവും കഴുത്തും എല്ലാം പരസ്പരം മത്സരിക്കും പോലെ. ഏതാണ് കൂടുതൽ മെച്ചമെന്ന് പ്രവചിക്കാൻ കഴിയാത്ത അവസ്ഥ.

മദഭരിതമായ മുല്ലപ്പൂവിന്റെ ഗന്ധമുള്ള തണുത്ത കാറ്റ് കിളിവാതി ലിലൂടെ അരിച്ചെത്തി അവരുടെ മൂക്ക് തുളച്ചു.

കുമാരി മൂക്ക് വിടർത്തി മണം പിടിച്ചു. അതിന്റെ ചുവട് പിടിച്ച് ബ്രഹ്മദത്തനും.

അയാൾ സവിശേഷമായ ഒരു ഭാവത്തിൽ അവളെ നോക്കി. ആ നോട്ടം ഒരു ശിൽപ്പിയുടേതായിരുന്നില്ല. മുൻപ് അയാളുടെ കണ്ണുകൾ തന്റെ ശരീരത്തിലൂടെ നിർബാധം ഇഴഞ്ഞു നടന്നപ്പോഴൊന്നും തോന്നാത്ത ലജ്ജ പ്രകൃതിയുടെ മുഖം തുടുപ്പിച്ചു. നാണത്തിന്റെ ചുവ പ്പുരാശി അവിടെ പടരുന്നത് ബ്രഹ്മനും അറിഞ്ഞു. അവളുടെ ഗൂഢസ് മിതത്തിൽ അതുവരെ അറിയാത്ത എന്തിനോ വേണ്ടിയുള്ള മോഹം അയാൾ അറിഞ്ഞു. വല്ലാത്ത ഒരു തരം ആത്മദാഹം അയാളെയും ഗ്രസിക്കുന്നുണ്ടായിരുന്നു. അതിൽ ഒരു ശിൽപ്പിയുടെ അന്വേഷണത്വ രയേക്കാൾ പുരുഷന്റെ മനസാണ് മുന്തി നിന്നത്. കുമാരിക്കും അത് മനസിലാക്കാൻ വിഷമമുണ്ടായില്ല. അയാളോടുള്ള അദമ്യമായ ആരാധന, അയാളുടെ വിരൽത്തുമ്പിലൂടെ അമർത്ത്യത നേടാനുള്ള

മോഹം, പിന്നെ സ്നേഹം..എല്ലാം കൂടിച്ചേർന്ന് ഏത് അർത്ഥത്തിലും അയാൾക്ക് വിധേയയാകാൻ അവൾ മനസുകൊണ്ട് തയ്യാറെടുത്തിരുന്നു. അയാളുടെ ഒരു കരസ്പർശം മാത്രം മതി അവളിലെ വെണ്ണ അലിഞ്ഞിറങ്ങാൻ.

ബ്രഹ്മൻ അവൾക്കരികിലേക്ക് ഒരു സർപ്പത്തെ പോലെ ഇഴഞ്ഞെത്തി. കിടക്കയിൽ അവൾക്കരികിലായി ഇരുന്നു. അയാളുടെ നിശ്വാസത്തിന്റെ തീക്ഷ്ണതാപം ഏൽക്കാനുള്ള കരുത്തില്ലാതെ അവൾ വിളറി. അവളുടെ ശരീരത്തു നിന്നും വമിക്കുന്ന ഗന്ധം അയാളെ ഉലച്ചുടച്ചു. അയാളുടെ നോട്ടം നേരിടാനാവാതെ അവൾ ശിരസ് നമിച്ചു. അവളുടെ നനഞ്ഞ് പിളർന്ന ചുണ്ടുകളിലേക്കായിരുന്നു അയാളുടെ നോട്ടം.പിന്നെ ശ്വാസഗതിക്കൊപ്പം താളാത്മകമായി ഉയർന്ന് താഴുന്ന സ്തനങ്ങളിലേക്കും. അതിന്റെ താളം അപൂർവസുന്ദരമായിരുന്നു.

അയാളുടെ കൈകൾ വിറയാർന്നിരുന്നു. അത് പതുക്കെ നീണ്ടുവന്ന് അവളുടെ കഴുത്തിലും പിന്നെ കവിളിലും അവിടം കടന്ന് കാതുകളിലും സ്പർശിച്ചു. കുമാരിയെ ആലില പോലെ വിറയ്ക്കാൻ തുടങ്ങി.

കാരിരുമ്പിന്റെ കരുത്തുള്ള കൈകൾ അതിമൃദുവായി അവളുടെ ശരീരത്തിന്റെ കയറ്റിറക്കങ്ങളിലൂടെ അലഞ്ഞു. അവൾ ഇക്കിളി പൂണ്ട് അമർത്തി ചിരിച്ചു. ചില ഭാഗങ്ങളിൽ കൈകൾ കുസൃതി കാട്ടുകയും അമർത്തി ഞെരിക്കുകയും ചെയ്തു.

അവൾ ഒരു മുല്ലവള്ളി പോലെ അയാളിലേക്ക് ചാഞ്ഞ് സുദൃഢമായ ആ മാറിലേക്ക് വീണ് വരിഞ്ഞുമുറുക്കി. അവളുടെ സ്തനകഞ്ചുകങ്ങൾ അയാളുടെ നെഞ്ചിൽ വീണ് ഞെരിഞ്ഞു.

അയാൾ വസ്ത്രങ്ങൾ ഉരിഞ്ഞെറിയുമ്പോൾ പോലും അതിന് സവിശേഷമായ ഒരു താളമുണ്ടെന്ന് അവൾക്ക് തോന്നി. ഒരു സർപ്പം ചുറ്റിവരിയും പോലെയാണ് അയാൾ അവളുടെ നഗ്നയിലേക്ക് ഇഴഞ്ഞിറങ്ങിയത്. പിന്നെ ആളിപ്പടർന്നത്. അയാളുടെ കറുത്ത ചുണ്ടുകൾ മേലാകെ ഇഴയുമ്പോൾ അവളുടെ അകത്തളങ്ങൾ നനഞ്ഞു. ത്വക്കിൽ നിന്ന് അഗ്നി ഉയർന്നു. തണുപ്പുള്ള ആ രാത്രിയിലും അവൾ വിയർത്തു കുളിച്ചു.

അവളുടെ ഉൾപ്പൂവ് അയാൾക്കായി പല കുറി വിരിഞ്ഞ് വിടർന്നു.

ഇരുമ്പുദണ്ഡ് പോലുള്ള അയാളുടെ പൗരുഷം അവളുടെ അകക്കാമ്പിലേക്ക് പലകുറി ആഴ്ന്നിറങ്ങി. അപാരമായ അനുഭൂതികളുടെ തിരത്തള്ളലിൽ താൻ മരിച്ചുപോകുമെന്ന് അവൾക്ക് തോന്നി. രതിസുഖത്തിന് ഇത്ര വലിയ തലങ്ങളുണ്ടെന്ന് അവൾക്ക് അറിയില്ലായിരുന്നു.

സ്വപ്നത്തിൽ പോലും കാണാത്ത മേച്ചിൽപ്പുറങ്ങളിലേക്ക് അയാൾ അവളെ വഴിനടത്തുകയായിരുന്നു.

വാത്സ്യായനന്റെ എല്ലാ വിദ്യകളും തികഞ്ഞ കലാചാതുര്യത്തോടെ അയാൾ അവളിൽ പരീക്ഷിച്ചു. അവളുടെ ആഴങ്ങളിൽ അയാൾ നിറഞ്ഞാടി. അവളിലെ ഓരോ രോമകൂപങ്ങളും ജീവാണുക്കളും അയാൾ അകക്കാമ്പിൽ അറിഞ്ഞു.

ആഹ്ളാദത്തിന്റെ അഖണ്ഡകോടിയിൽ അവളുടെ കണ്ണുകൾ നിറഞ്ഞൊഴുകി. അവൾ അയാളെ ചുറ്റിവരിഞ്ഞ് പിടഞ്ഞ് പുളഞ്ഞു. അയാളെ വിട്ട് പോകാൻ അവൾക്ക് കഴിയുമായിരുന്നില്ല.

പ്രപഞ്ചത്തിലെ അവസാന ജീവനും അവശേഷിക്കുവോളം അങ്ങനെ പൂർണ്ണനഗ്നരായി ആലിംഗനബദ്ധരായി കഴിയാൻ അവൾ മോഹിച്ചു. അയാളും...

'അറിഞ്ഞില്ലേ എന്നെ...'

അയാളുടെ മൂക്കിൽ തുമ്പിൽ നാവു നീട്ടി നനച്ചുകൊണ്ട് അവൾ ചോദിച്ചു.

'അറിഞ്ഞു. ശരിക്കും അനുഭവിക്കുകയായിരുന്നു'

'മതി.അത് മതി. ഇത് എന്റെ ജന്മസാഫല്യം. നോക്കൂ..ഇനി നാം ആഗ്രഹിച്ച വിധം ആ ശിൽപ്പം പൂർത്തിയാവും. എന്നെക്കുറിച്ച് ഇനി അറിയാൻ ഒന്നും ബാക്കിയില്ല'

അയാൾ ചിരിച്ചു.

അവൾ പറഞ്ഞത് അയാൾ പറയാൻ ആഗ്രഹിച്ചതായിരുന്നു. കേൾക്കാനും..

ശിൽപ്പം പൂർത്തിയായാൽ അത് എവിടെ പ്രതിഷ്ഠിക്കണമെന്നാണ് അയാൾ അപ്പോൾ ആലോചിച്ചു കൊണ്ടിരുന്നത്. സാങ്കേതികമായി അത് തീരുമാനിക്കേണ്ടത് രാജാവാണ്. പക്ഷെ സൃഷ്ടാവ് എന്ന നില യിൽ സ്വാഭാവികമായും തന്റെ അഭിപ്രായം ആരായും. ഇല്ലെങ്കിലും സ്വന്തം സങ്കൽപ്പം സമക്ഷത്ത് ബോധിപ്പിക്കാനുള്ള സാമാന്യ അവകാ ശമെങ്കിലും തനിക്കുണ്ട്. അങ്ങനെയെങ്കിൽ എന്ത് പറയണം?

ബ്രഹ്മൻ തന്റെ മനസ് കുമാരിയുമായി പങ്കിട്ടു. അയാളുടെ സങ്കൽ പ്പം ഒരേസമയം വിചിത്രവും കൗതുകകരവും അനന്യവും വിസ്മയഭരി തവുമായി അവൾക്ക് തോന്നി. അത്തരമൊരു സ്ഥലത്തെക്കുറിച്ച് അവൾ ആദ്യമായി കേൾക്കുകയായിരുന്നു. അങ്ങനെയൊരു രേഖയെ ക്കുറിച്ചും. ഭൂമിയുടെ ഒത്തനടുവിൽ ഇരുപാതികളെ തമ്മിൽ ചേർത്തു നിർത്തുന്ന വിചിത്രമായ ഒരു അടയാളം. ഭൂമധ്യരേഖ. ഭൂമിശാസ്ത്രപര മായി നിലകൊള്ളുന്ന ആ രേഖയേക്കാൾ മഹത്തരമാണത്രെ ക്രിയാത്മ

കതയുടെ രേഖ. ഈ ഭൂമിയുടെ സന്തുലിതാവസ്ഥ നിലനിർത്തുന്നത് ഇത്തരം രേഖകളാണ് പോലും. ബ്രഹ്മന്റെ വാദഗതികൾ തനി ഭ്രാന്തായി കുമാരിക്ക് തോന്നി. ചില സന്ദർഭങ്ങളിൽ കറതീർന്ന സത്യമായും.

'ഭൂമധ്യരേഖയോ? അങ്ങനെയൊന്ന് ഈ ഭൂമിയിലുണ്ടോ?'

ആകാംക്ഷ അടക്കാനാവാതെ അവൾ ചോദിച്ചു.

'അതൊരു സങ്കൽപ്പമല്ലേ?'

'യാഥാർത്ഥ്യങ്ങളേക്കാൾ വലുതും മഹത്തരവുമാണ് ആ സങ്കൽപ്പം'

ഒരു സ്വപ്നത്തിലെന്ന വണ്ണം വിദൂരതയിലേക്ക് മിഴികൾ പായിച്ച് ബ്രഹ്മൻ പറഞ്ഞു.

അവൾക്ക് ഒന്നും മനസിലായില്ല.

പ്രതിഷ്ഠാ സ്ഥാനത്തേക്കാൾ പ്രധാനം ശിൽപ്പമാണ്. ആധാരത്തേക്കാൾ വിശിഷ്ടം ആധേയമാണല്ലോ? എത്ര തീവ്രമായ ആത്മസമർപ്പണത്തിലൂടെയും അനന്യവും അതുല്യവുമായ ഒരു ശിൽപ്പം തീർക്കണം. കുമാരിയെ പോലും അതിശയിപ്പിക്കും വിധത്തിൽ അവരുടെ രൂപം പുനസൃഷ്ടിക്കണം. അയാളുടെ മനസിലും ശരീരത്തിലും ആത്മാവിലും ചിന്തകളിലും സ്വപ്നത്തിലും അവൾ മാത്രമായി. അവളുടെ ചൂടും തണുപ്പും നിറവും മണവും എല്ലാം അയാൾക്ക് അയാളുടേത് മാത്രമായി. ആ അനുഭവസ്പർശത്തിന്റെ പരമകാഷ്ഠയിൽ നിന്നു കൊണ്ട് അയാൾ പ്രകൃതിയുടെ രൂപം പുനർനിർമ്മിച്ചു. ഏഴ് രാത്രിയും ഏഴു പകലും ജലപാനം മാത്രം കഴിച്ചുകൊണ്ട് അയാൾ സൃഷ്ടികർമ്മം ചെയ്തു. മുറിയിൽ അയാൾ തനിച്ചായിരുന്നു.അവളുടെ ഓരോ രോമകൂപങ്ങളും ശ്വാസനിശ്വാസം പോലും അയാൾക്ക് ഹൃദിസ്ഥമായിരുന്നു.

സൃഷ്ടിയുടെ അവസാന ഘട്ടമെത്തിയപ്പോൾ ആനന്ദാതിരേകത്താൽ അയാൾ കുമാരിയോട് പറഞ്ഞു.

'ശിൽപ്പം ഏറെക്കുറെ പൂർണ്ണമായി. ഇനി അവസാന മിനുക്കു പണികൾ മാത്രം'

ഹർഷോന്മാദത്താൽ പ്രകൃതിയുടെ ഓരോ രോമകൂപങ്ങളും എണീറ്റു.

'ഇത്ര പെട്ടെന്ന്...?'

'ഉം..'

അയാൾ അഭിമാനത്തോടെ മൂളി

'കുറഞ്ഞത് ഏഴ് ആഴ്ചകളെങ്കിലും എടുക്കുമെന്ന് പറഞ്ഞിട്ട്...?'

'അത് വെറും മനകണക്ക്. സൃഷ്ടിയുടെ സമയം കൃത്യമായി നിർണ്ണയിക്കാൻ സൃഷ്ടാവ് പോലും അശക്തനാണ്. വാസ്തവത്തിൽ

അതെല്ലാം നിശ്ചയിക്കുന്നത് ആ മഹാസൃഷ്ടാവ് തന്നെയല്ലേ?'

അയാൾ ഇരുകരങ്ങളും മുകളിലേക്ക് ഉയർത്തി.

'എന്നാലും...എനിക്ക് വിശ്വസിക്കാൻ കഴിയുന്നില്ല'

'മഹത്തായ സൃഷ്ടികൾ അവിശ്വസനീയമായിരുന്നു എന്നും. രൂപപ്പെടുമ്പോഴും ആസ്വദിക്കപ്പെടുമ്പോഴും'

'ഏഴ് ദിനരാത്രങ്ങൾ...'

പ്രകൃതി ഒരു മന്ത്രണം പോലെ പറഞ്ഞു.

'അതെ..ആശയം മനസിലുറച്ചാൽ...അത് ശിൽപ്പിയെ ആഴത്തിൽ സ്വാധീനിച്ചാൽ പിന്നെ...അയാളുടെ ആത്മാവിനെ തീവ്രമായി ആവേശിച്ചാൽ പിന്നെയെല്ലാം എളുപ്പം. വർഷങ്ങൾ മാസങ്ങളായി ചുരുങ്ങും. മാസങ്ങൾ ആഴ്ചകളായി മാറും. ആഴ്ചകൾ ദിവസങ്ങളും..'

പ്രകൃതിക്ക് അതൊരു പുതിയ അറിവായിരുന്നു. നിറവായിരുന്നു.

ബ്രഹ്മൻ അപ്പോഴും മഹത്തരമായ ഒരു സ്വപ്നത്തിന്റെ അന്യാദൃശ ലോകത്തായിരുന്നു.

'ഈ ശിൽപ്പം ഭൂമദ്ധ്യരേഖയിൽ പ്രതിഷ്ഠിക്കണമെന്നാണ് എന്റെ ആഗ്രഹം'

അയാൾ ആവർത്തിച്ചു.

'ഭൂമദ്ധ്യരേഖ? സത്യത്തിൽ അങ്ങനെയൊരു രേഖയുണ്ടോ?'

പ്രകൃതിയുടെ നെറ്റിയിൽ സംശയത്തിന്റെ വരകൾ വീണു

തന്നെ പറ്റിക്കാൻ അയാൾ പറഞ്ഞ ഒരു തമാശ എന്നതിനപ്പുറം അവൾ ആ സങ്കൽപ്പരേഖയ്ക്ക് അത്ര പ്രാധാന്യം കൊടുത്തിരുന്നില്ല.

ബ്രഹ്മൻ അതീവഗൗരവത്തോടെ അതിന്റെ സാഹചര്യങ്ങൾ വിശദീകരിച്ചു.

"അതെ. ഹിമസാനു എന്ന് പറയും. ഭൂമിയുടെ ഒത്ത നടുവിൽ നില നിൽക്കുന്ന പർവതം. ദൂരക്കാഴ്ചയിൽ നേരിയ രേഖ പോലെ കാണപ്പെടുന്ന അതിന്റെ നെറുകയിൽ കാലത്തിന് മായ്ക്കാൻ കഴിയാത്ത വിധം എന്നും തലയുയർത്തിപ്പിടിച്ച് നിൽക്കണം കുമാരിയുടെ രൂപം'

"പക്ഷെ അത് ഭൂമിയുടെ ഒത്ത നടുവിലാണെന്ന് പറയാൻ കഴിയുമോ?"

തന്റെ പേരും രൂപവും ചരിത്രത്തിൽ അനശ്വരമായി നിലകൊള്ളുന്നതിലും കൗതുകം പ്രകൃതിക്ക് ആ സ്ഥലത്തെക്കുറിച്ച് അറിയാനായിരുന്നു.

ദത്തൻ വിദൂരതയിലേക്ക് നോക്കി എന്തോ ഒന്ന് ആലോചിച്ചു. പിന്നെ പതിഞ്ഞതെങ്കിലും ഉറച്ചബോധ്യത്തിന്റെ ദൃഢതയുള്ള സ്വരത്തിൽ പ്രതിവചിച്ചു.

"ഭൂമി തേങ്ങാമുറി പോലെ രണ്ട് കഷണങ്ങളാണെന്ന് സങ്കൽപ്പിക്കുക. അത് പരസ്പരം വേർപെട്ടുപോകാതെ ചേർത്തു നിർത്തുന്നത് ഈ മലയാണ് പോലും. ഇത് സങ്കൽപ്പമാണ്. പക്ഷെ യാഥാർത്ഥ്യമല്ലെന്നും പറഞ്ഞുകൂടാ..അതിന്റെ ഒത്ത മദ്ധ്യത്തിൽ ഏറ്റവും ഉയരങ്ങളിലാവും നമ്മുടെ ശിൽപ്പത്തിന്റെ സ്ഥാനം..."

"എനിക്ക് ആ മലയൊന്ന് കാണണം ദത്തൻ.."

"കുമാരി മനസ് വച്ചാൽ സാധിതമാകാത്ത എന്തെങ്കിലുമുണ്ടോ? തിരുമനസ് മുൻപാകെ ആഗ്രഹം ഒന്ന് ഉണർത്തിക്കുകയേ വേണ്ടു.."

"അങ്ങനെയല്ല..ദത്തനോടൊപ്പം എനിക്ക് ആ മലയിൽ പോകണം. അവിടെ വച്ച് നമ്മുടെ ശിൽപ്പം പൂർണ്ണമാവണം.."

പ്രകൃതി ഏറെ നേരം ആലോചിച്ചിരുന്നു. അവൾ ആകാംക്ഷയുടെ പാരമ്യതയിലാണെന്ന് അയാളറിഞ്ഞു.

ഒടുവിൽ അവളുടെ ആഗ്രഹത്തിന്റെ കൊടുമുടിയിൽ അവർ എത്തി.

ഭൂമിയിൽ നിന്ന് എല്ലാ തരത്തിലും വേറിട്ട് നിൽക്കുന്ന അപൂർവദൃശ്യഖണ്ഡമായിരുന്നു ആ ഇടം.

വളരെ ആയാസപ്പെട്ടാണ് അവർ മുകളിലെത്തിയത്. പ്രകൃതിക്ക് പലകുറി ഇടറുകയും തെന്നിവീഴുകയും ചെയ്യുമെന്ന് തോന്നി. ഓരോ തവണയും ബ്രഹ്മദത്തൻ തന്റെ കരുത്തുറ്റ കരങ്ങൾ കൊണ്ട് അവളെ താങ്ങി. ചില സന്ദർഭങ്ങളിൽ രണ്ട് കരങ്ങളിൽ കോരിയെടുത്ത് നടന്നു. ശരീരം മരവിപ്പിക്കുന്ന ആ തണുപ്പിൽ അയാളുടെ ശരീരത്തിന്റെ ഊഷ്മാവേറ്റുള്ള യാത്ര അവളിൽ അവാച്യമായ അനുഭൂതി നിറച്ചു.

മലയുടെ ഒത്തനടുവിലെത്തിയപ്പോൾ അയാൾ അവളെ താഴെ നിർത്തി.

അവൾ ഒരു കൊച്ചുകുട്ടിയുടെ കൗതുകത്തോടെ കണ്ണുകൾ വിടർത്തി ചുറ്റിലും നോക്കി.

ഒരു ചിത്രശലഭത്തെ പോലെ ആ മലയ്ക്ക് മുകളിലൂടെ അവൾ പാറിപറക്കുന്നത് കണ്ട് ബ്രഹ്മദത്തൻ ഉള്ളിൽ ചിരിച്ചു. പിന്നെ ചിരി മുഖത്തേക്ക് തുളുമ്പി.

ജീവിതധന്യതയുടെ പാരമ്യതയിൽ നിൽക്കുന്നതായാണ് അവൾക്ക് തോന്നിയത്.

'ഇത്ര അടുത്ത് ഇങ്ങനെയൊരു ഭൂമിക ഉണ്ടെന്ന് ഇപ്പോൾ... ഇപ്പോൾ മാത്രമാണ് ഞാൻ അറിയുന്നത്. എന്തുകൊണ്ട്..എന്തുകൊണ്ട് മുൻപ് ഞാനിത് അറിഞ്ഞില്ല'

'അറിയാൻ ശ്രമിക്കുമ്പോഴേ അറിവ് നമ്മിലേക്ക് എത്തുന്നുള്ളു. ചിലപ്പോൾ യാദൃശ്ചികമായും അത് നമ്മിലേക്ക് വരാം'

അയാൾ ഒരു സ്വപ്നാടകനെ പോലെ പറഞ്ഞു. തത്ത്വചിന്തകനെ പോലെയും.

കുമാരി സൗമ്യമായി മന്ദഹസിച്ചു. അയാൾ സാകൂതം ആ പുഞ്ചിരി നോക്കിനിന്നു.

പ്രതിമയുടെ മുഖത്ത് ചില മിനുക്കുപണികൾ ബാക്കിയുണ്ട്. അതിലൊന്ന് തലമുറകളെ മയക്കുന്ന അനശ്വരമായ ഈ പുഞ്ചിരിയാണ്. അതിന്റെ മുഴുവൻ മിഴിവും വഴിയും വിധം കൊത്തണം.

പ്രകൃതി മലമുകളിൽ നിന്ന് അകലങ്ങളിലേക്ക് മിഴികൾ പായ്ക്കുന്നതു കണ്ട് ബ്രഹ്മദത്തൻ പറഞ്ഞു.

"ഈ മലയുടെ മുകളിൽ നിന്നാൽ ഭൂമി മുഴുവൻ കാണാൻ സാധിക്കുന്നതായി തോന്നും. അത്ര വിശാലവും സമഗ്രവും ആഴവുമുള്ള വീക്ഷണം നമുക്ക് ലഭിക്കുന്നു"

എന്നിട്ടും പ്രകൃതിക്ക് ചില കാര്യങ്ങളിൽ വ്യക്തത ലഭിച്ചില്ല.

"പക്ഷെ ഇതിനെ ഭൂമദ്ധ്യരേഖയെന്ന് ഉറപ്പിച്ച് പറയാൻ കഴിയുമോ?"

അവൾ വീണ്ടും സംശയം ഉന്നയിച്ചു. ദത്തൻ ഉറക്കെ പൊട്ടിച്ചിരിച്ചു. ഉടനെയൊന്നും അവസാനിപ്പിക്കാൻ കഴിയില്ലെന്ന് തോന്നും വിധം സുദീർഘമായ ചിരി.

"ഞാൻ പറഞ്ഞതൊക്കെ കുമാരി വിശ്വസിച്ചുവോ?"

അവൾ നിഷ്കളങ്കമായി തലയാട്ടി. അയാൾ വിശദീകരിച്ചു.

"ഭൂമിയുടെ ഏതാണ്ട് ഒത്തമദ്ധ്യത്തിലാണ് ഈ മല സ്ഥിതി ചെയ്യുന്നതെന്ന് ചരിത്രകാരൻമാരും ഗവേഷകരും പറയുന്നു. എന്നാൽ ഇത് ഭൂമിയെ താങ്ങി നിർത്തുന്നുവെന്ന് പറയാൻ കഴിയുമോ? ഈ പ്രപഞ്ചത്തിലൊന്നിനും ഒരു ഗ്രഹത്തെയും സ്ഥായിയായി സംരക്ഷിക്കാൻ കഴിയുമോ? മാറ്റങ്ങൾ സംഭവിച്ചുകൊണ്ടേയിരിക്കും. എല്ലാം അസ്ഥിരമാണ്. സ്ഥിരവും അനശ്വരവുമായ ഒന്നേയുള്ളു. കലാസൃഷ്ടി. ഭൂമിയുടെ സന്തുലിതാവസ്ഥയും സംയമനവും നിലനിർത്തുന്നത് ഉത്തമകലാസൃഷ്ടികളാണ്. കലാകാരൻ മരിച്ച് വർഷങ്ങൾ കഴിഞ്ഞാലും അവന്റെ സൃഷ്ടി നിലനിൽക്കും. അതിന് മരണമില്ല. ഭൂമിയോളം ആയുസ് അവയ്ക്ക് ഉണ്ടാവും. ഈ ഭൂമിയിലെ ഏറ്റവും സുന്ദരവും സ്ഥിരവുമായതെന്തോ അതാണ് കല. കുമാരിയുടെ പ്രതിമയും ആ ഗണത്തിൽ പെടും. ലോകാത്ഭുതങ്ങളിൽ ഒന്ന്. സൃഷ്ടിപരതയുടെയും സൗന്ദര്യത്തിന്റെയും രൂപഭംഗിയുടെയും അവസാന വാക്ക്. എക്കാലത്തെയും മികച്ച മാതൃക. ഇതിന് മുകളിൽ ഒരു സൃഷ്ടി നടത്താൻ ഈ ഭൂമിയിൽ വരും കാലങ്ങളിൽപോലും ആർക്കും കഴിയരുത്. ആ നിശ്ചയത്തോടെയാണ് ഞാൻ ഇത് തുടങ്ങി വച്ചത്. പൂർത്തിയാക്കിയതും. അതിന് ആധാരമായ

കുമാരിയും ഈ ഭൂമി കണ്ട, ഇനിയൊരിക്കലും കാണാൻ സാധിക്കാത്ത വിധം സുന്ദരമായ ഒരു സൃഷ്ടിയാണ്."

ആ പ്രശംസാവചനങ്ങളിൽ പ്രകൃതി തരളിതയായി. പരിധികളില്ലാത്ത ആഹ്ളാദത്തിന്റെ ആഴക്കടലിൽ അവൾ നീന്തിത്തുടിച്ചു. അയാളെ ഗാഢഗാഢംപുണർത്ത് അവൾ അമർത്തി ചുംബിച്ചു. അവിചാരിതമായ ആ സ്നേഹപ്രകടനത്തിൽ പകച്ചു നിൽക്കുമ്പോഴും അവളുടെ സ്പർശം തന്റെ അഗാധതയിൽ അനുരണങ്ങൾ സൃഷ്ടിക്കുന്നതായി അയാൾ തിരിച്ചറിഞ്ഞു.

മഞ്ഞ് വീണ് നനഞ്ഞ പച്ചപ്പിലേക്ക് ആ വിജനതയുടെ ഏകാന്തസൗഭഗം ഏറ്റുവാങ്ങിക്കൊണ്ട് അവർ മെല്ലെ ചാഞ്ഞു. ഉടലുകൾ ഒന്നായൊഴുകി ഒരേ നദിയിൽ വിലയം പ്രാപിക്കുന്നതു പോലൊരു അനുഭവമായിരുന്നു അത്. ദത്തൻ അവളെ എല്ലാ അർത്ഥത്തിലും ആഴത്തിൽ അറിഞ്ഞു. അവളുടെ സുഗന്ധ-ദുർഗന്ധങ്ങളും രുചിയും വർണ്ണങ്ങളും അയാൾ ആത്മാവിൽ ഏറ്റുവാങ്ങി. ആത്മസമന്വയത്തിന്റെ പരിപൂർണ്ണത അയാൾ അനുഭവിച്ചറിഞ്ഞു. അയാളുടെ മനസിന്റെ അടിത്തട്ടോളം അവളുടെ രൂപഭാവങ്ങൾ ഇറങ്ങിച്ചെന്നു. പ്രകൃതിയുടെ ബാഹ്യതലം മാത്രമല്ല, ആന്തരികസൗഭഗം അടക്കം ദത്തൻ അയാളുടെ അകക്കാമ്പിൽ ഏറ്റുവാങ്ങി.

വേഴ്ച കഴിഞ്ഞ് തളർന്ന് മയങ്ങുമ്പോൾ അയാളുടെ മുഖത്ത് നിറഞ്ഞത് തൃപ്തിയുടെ ചിരിയായിരുന്നില്ല. അവളെ പൂർണ്ണാർത്ഥത്തിൽ പുനസൃഷ്ടിക്കാനുള്ള തീവ്രാഭിവാഞ്ചയുടെ ഉദ്വേഗമായിരുന്നു. സംതൃപ്തസുരതം നനച്ച കണ്ണുകളാൽ അയാളുടെ മുഖത്തെ മൃദൃഹാസം ദർശിച്ച് അവൾ ചോദിച്ചു.

'എന്തേ..?' അയാൾ ഒന്നും ഉരിയാടാതെ സമൗനം കിടന്നു.

'ഈ ഭൂമികയിലെ വേഴ്ചയ്ക്കും സവിശേഷതകളുണ്ടോ?'

'ങും..'

'എന്താണെന്ന് പറയുമോ?'

'ഇപ്പോൾ ഞാൻ കുമാരിയെ കൂടുതൽ ആഴത്തിൽ അറിഞ്ഞു. ഇനി വരവണ്ണം വ്യത്യാസമില്ലാതെ ഞാൻ ഈ രൂപം പുനഃസൃഷ്ടിക്കും'

അയാൾ ഒരു അശരീരി പോലെയാണ് അത് പറഞ്ഞത്.

ആഹ്ളാദാതിരേകത്താൽ അവളുടെ ആത്മാവ് നനഞ്ഞു.

അവൾ അതിഗാഢമായി അയാളുടെ വലതുകരത്തിൽ ചുംബിച്ചു.

ഈശ്വരാ... ഈ കൈകൾ പൂർണ്ണതയെ സ്പർശിക്കാനുള്ളതാണ്.

○○

9

പൂർണ്ണത

രാത്രിയുടെ അവസാന യാമത്തിലും ഉറക്കം വരാത്ത കണ്ണും മനസുമായി ബ്രഹ്മദത്തൻ അടച്ചിട്ട ശിൽപ്പശാലയിൽ പ്രതിമയുടെ കാൽച്ചുവട്ടിലിരുന്നു. കൊട്ടാരത്തിലെ അന്തഃപ്പുരത്തിൽ പ്രകൃതിയും കണ്ണിമയ്ക്കാതെ സ്വപ്നം കണ്ടു. ഏതാനും ദിവസങ്ങൾക്കുള്ളിൽ ഈ ലോകത്തെ തന്നെ വിസ്മയിപ്പിക്കാൻ ഒരുങ്ങുന്ന തന്റെ രൂപം.

ഈശ്വരദത്തമായ ഒരു സങ്കൽപ്പത്തെ ഭൂമിയിൽ ഇരുന്ന് ഒരു കലാകാരൻ അവന്റെ ഭാവനയിൽ പുനസൃഷ്ടിക്കുന്നു. ദൈവീകമായ കരവിരുതിനോട് ചേർന്ന് നിൽക്കുന്ന ഒരു രൂപം മെനയുന്നു.

കല ദൈവീകമാണ്. കലയാണ് ദൈവികം. സൃഷ്ടി എന്ന വാക്ക് തന്നെ ഉരുവം കൊണ്ടത് ദൈവസങ്കൽപ്പത്തിൽ നിന്നാണ്. ശൂന്യതയിൽ നിന്ന് ജീവന്റെ ആദ്യസ്പന്ദനവും ചലനങ്ങളും സൃഷ്ടിച്ചത് ദൈവമെങ്കിൽ അദ്ദേഹമാണ് ആദ്യത്തെ കലാകാരൻ. ഏറ്റവും വലിയ സൃഷ്ടാവ്. അന്നും ഇന്നും എന്നും..

പ്രകൃതിയുടെ മനസിലൂടെ സമാനമായ നിരവധി ചിന്തകൾ കടന്നുപോയി. അവൾക്ക് ഉറങ്ങാൻ കഴിഞ്ഞില്ല. തന്റെ മറുപാതി ഗർഭദശയിൽ ഭൂമിയുടെ വെളിച്ചം കാണാനായി കാത്തുകിടക്കുമ്പോൾ അവൾ എങ്ങനെ ഉറങ്ങും?

മൂന്ന് ദിനരാത്രങ്ങൾ ബ്രഹ്മദത്തൻ ജലപാനമില്ലാതെ പ്രതിമയുടെ അരികിലായിരുന്നു. പ്രത്യക്ഷത്തിൽ എല്ലാ അർത്ഥത്തിലും പൂർണ്ണമാണ് ഈ പ്രതിമ. പ്രകൃതിയെ തന്റെ കൈവിരലുകൾ അങ്ങനെ തന്നെ പുനഃസൃഷ്ടിച്ചിരിക്കുന്നു. പക്ഷെ അപ്പോഴും അജ്ഞാതമായ കാരണങ്ങളാൽ ഏതൊക്കെയോ അപൂർണ്ണതകൾ ബാക്കി നിൽക്കുന്നതായി അയാൾക്ക് തോന്നി. ഏതൊരു ശിൽപ്പം കൊത്തുമ്പോഴും ബ്രഹ്മൻ മനസിൽ സൂക്ഷിക്കുന്ന ഒരു സത്യമുണ്ട്. പ്രതിമ ബാഹ്യാർത്ഥത്തിൽ നിശ്ചേതനമായ ഒന്നാണെങ്കിലും അതിനും ഒരു മനസുണ്ട്. ആത്മാവുണ്ട്. ചലനാത്മകതയുണ്ട്.

ആ തലത്തിൽ അതിനെ പ്രോജ്ജ്വലിപ്പിക്കണമെങ്കിൽ സൃഷ്ടാവ് ഭൗതികമായ കേവലതലം വിട്ട് ആത്മീയമായ അദൃശ്യതലങ്ങളിലേക്ക്

ഉയരണം. മനസുകൊണ്ട് സഞ്ചരിക്കണം. ജീവനുള്ള പ്രതിമയെന്ന് കാണികൾക്ക് തോന്നും വിധത്തിൽ അതിനെ ചൈതന്യപൂർണ്ണമാക്കണം. അതിനുള്ള പോംവഴികളെക്കുറിച്ച് അയാൾ തല പുകഞ്ഞ് ആലോചിച്ചു.

കളിമൺപ്രതിമകൾ ഒരുക്കുമ്പോൾ ഇത്തരം വൈതരണികൾ അയാളെ അലട്ടിയിരുന്നില്ല. അത് കേവലകൗതുകത്തിനും ദൃശ്യസുഖത്തിനും മാത്രമായി രൂപപ്പെടുത്തുന്നതാണ്. നൈമിഷിക സൃഷ്ടികൾ.

ഇത് അങ്ങനെയല്ല. ഈ പ്രതിമ പ്രകൃതിയുടെ സ്വപ്നസാക്ഷാത്കാരമാണ്. അതിലുപരി തന്നിലെ കലാകാരന്റെ മാറ്റുരയ്ക്കുന്ന അസുലഭ സന്ദർഭമാണ്. അവസരമാണ്.

കാലത്തെ അതിജീവിക്കുന്ന, പ്രകൃതിക്ഷോഭങ്ങൾ അടക്കം ഒന്നിനും തച്ചുടയ്ക്കാനാവാത്ത അനശ്വരതയെ സ്പർശിക്കുന്ന ഒരു മഹാസത്യത്തിലേക്കുള്ള യാത്രയാണ് ഈ ശിൽപ്പം. ബ്രഹ്മദത്തന്റെ പ്രകൃഷ്ട സൃഷ്ടി. അവിടെ താൻ തോൽക്കാൻ പാടില്ല.

മനസ് കൂടുതൽ ഏകാഗ്രമാവണം. ക്രിയാത്മകമായ കഴിവുകൾ പ്രോജ്ജ്വലിക്കാൻ അത് അനിവാര്യമാണ്. ബ്രഹ്മൻ വിവിധങ്ങളായ യോഗാസനങ്ങൾ പരീക്ഷിച്ചു. ധ്യാനത്തിൽ മുഴുകി. പ്രകൃതി അടക്കം ആർക്കും ശിൽപ്പശാലയിലേക്ക് പ്രവേശനം അനുവദിച്ചില്ല. അത് ഒരു സൃഷ്ടാവിന് മാത്രം അവകാശപ്പെട്ട സ്വകാര്യതയുടെ അമൂല്യനിമിഷങ്ങളായിരുന്നു.

മൂന്നാംപക്കം ബ്രാഹ്മമുഹൂർത്തത്തിൽ പുതിയ വെളിപാട് ലഭിച്ച ഒരുവനെ പോലെ ധ്യാനത്തിൽ നിന്നുണർന്ന് ബ്രഹ്മൻ അവസാനഘട്ട മിനുക്കു പണികൾ നടത്തി. അയാൾ അകലെ മാറി നിന്ന് പ്രതിമയെ കണ്ണിമയ്ക്കാതെ നോക്കി. പ്രകൃതി തന്റെ നേർക്ക് മന്ദം മന്ദം നടന്നു വരുന്നതായി അയാൾക്ക് തോന്നി. ജീവൻതുടിക്കുന്ന പ്രതിമ. ജീവസ്സുറ്റ പ്രതിമ. ഇതായിരുന്നില്ലേ ഇത്രയും കാലം താൻ ആഗ്രഹിച്ചത്? ഇതിനു വേണ്ടിയായിരുന്നില്ലേ താൻ ജനിച്ചതു ജീവിച്ചതും? ഇനി ഒരു ശിൽപ്പം പോലും കൊത്തിയില്ലെങ്കിലും വേണ്ട. തലമുറകൾക്ക് മുന്നിൽ എന്നെ അടയാളപ്പെടുത്താൻ ഇത് ധാരാളം മതി. ഇത് തന്നെ ധാരാളം.

മഹാരഥൻമാരിൽ പലരും അനശ്വരതയെ സ്പർശിച്ചത് ഒരേയൊരു സൃഷ്ടിയിലൂടെയാണ്. തന്റെ കലാജീവിതത്തിലെ ഏറ്റവും മികച്ച സൃഷ്ടി. അത് ഇതാണ്.. ഇതാണ്.. ഇതാണ്..

ബ്രഹ്മദത്തന് പരിസരം മറന്ന് ഒന്ന് ഉറക്കെ കൂവണമെന്ന് തോന്നി. അലറി വിളിക്കണമെന്ന് തോന്നി. ആത്മവിശ്വാസത്തിന്റെ കൊടുമുടിയിലായിരുന്നു അയാൾ. ഇതിൽ ന്യൂനതകളുണ്ടെന്ന് പ്രകൃതി പറഞ്ഞാൽ

പോലും അംഗീകരിച്ചുകൊടുക്കാൻ അയാൾ തയ്യാറാവുമായിരുന്നില്ല. അത്രയ്ക്ക് ബോധ്യമുണ്ട് അയാൾക്ക് സ്വന്തം ശിൽപ്പത്തെക്കുറിച്ച്.

അങ്ങനെയൊക്കെ വിശ്വസിക്കുമ്പോഴും പൂർണ്ണതയെ സ്പർശിക്കാനുള്ള അദമ്യമായ മോഹം അയാളുടെ മനസ്സിലിരുന്ന് വിതുമ്പി. എത്ര മിനുക്കിയിട്ടും അയാൾക്ക് തൃപ്തി വന്നില്ല. എവിടെയോ എന്തൊക്കെയോ ഇനിയും ബാക്കിയുണ്ട്. കലയെ സംബന്ധിച്ച് അവസാനവാക്ക് എന്ന ഒന്നില്ല. എല്ലാം അപൂർണ്ണമാണ്. എല്ലാം അസംതൃപ്തമാണ്. പ്രതീക്ഷകളാണ് ഒരു ശിൽപ്പിയെ നയിക്കുന്നത്. ഇതിലും മികച്ച ഒന്ന് ഒരുക്കാൻ തന്റെ പ്രതിഭ പ്രാപ്തമാണെന്ന വിശ്വാസം.

പിന്നെയും മണിക്കൂറുകളെടുത്ത് പ്രതിമ കുറ്റമറ്റതാക്കിയപ്പോഴേക്കും അയാൾ തളർന്ന് പോയിരുന്നു. ദിവസങ്ങളോളം നേരാംവണ്ണം ഭക്ഷണം പോലും കഴിക്കാതെയുള്ള അദ്ധ്വാനം. ശാരീരികവും മാനസികവുമായ സമ്പൂർണ്ണ സമർപ്പണം. ഉത്സാഹപ്രഹർഷത്തിനിടയിലും അയാളെ അത്രമേൽ പരിക്ഷീണനാക്കിയിരുന്നു.

പൂർത്തിയായ പ്രതിമ ചുവന്നപട്ടുതുണി കൊണ്ട് മൂടി. ഇനി അനാച്ഛാദനം വരെ ശിൽപ്പിക്ക് പോലും ദർശനം അനുവദിച്ചുകൂടാ. അത്രയും എത്തിയപ്പോഴേക്കും ബ്രഹ്മൻ പരിക്ഷീണനായി നിലത്തേക്ക് കുഴഞ്ഞു വീണു.

വെള്ളം കൊടുക്കാനായി വന്ന പരിചാരകൻ പതിവുപോലെ അനുവാദത്തിനായി വാതിലിൽ തട്ടി. അകത്തു നിന്നും പ്രതികരണമില്ലെന്നു കണ്ട് അയാൾ അത് ആവർത്തിച്ചു. എന്നിട്ടും ബ്രഹ്മന്റെ ശബ്ദം കേൾക്കാതായപ്പോൾ മന്ത്രിമുഖ്യനെ കണ്ട് വിവരം ധരിപ്പിച്ചു. വാതിൽ തള്ളിത്തുറക്കാൻ അദ്ദേഹം നിർദ്ദേശം നൽകി.

ബലംപ്രയോഗിച്ച് തുറന്ന വാതിലിനപ്പുറം അബോധാവസ്ഥയിൽ കിടന്ന ബ്രഹ്മനെ കണ്ട് അവർ അമ്പരന്നു. അപ്പോൾ തന്നെ കൊട്ടാരം വൈദ്യരെ കൊണ്ടു വന്ന് പ്രാഥമികശുശ്രൂഷകൾ നൽകി. നാഡി പിടിച്ചു നോക്കിയിട്ട് വൈദ്യർ പറഞ്ഞു.

'തീരെ ഭയപ്പെടാനില്ല. അത്യദ്ധ്വാനവും ഉറക്കമിളപ്പും മൂലം സംഭവിച്ച ചെറിയ ഒരു അസ്വാസ്ഥ്യം. അത്രമാത്രം. അൽപ്പം വിശ്രമിക്കട്ടെ. ഉണരുമ്പോൾ ഇളനീരും ഇഞ്ചിയും ഇളംതേനും ചേർത്ത മിശ്രിതം മൂന്ന് ആവർത്തി നൽകാം. ആവശ്യമെങ്കിൽ പ്രാതലും കഴിക്കട്ടെ.' പ്രകൃതിക്ക് ശ്വാസം നേരെ വീണത് അപ്പോൾ മാത്രമാണ്. അതുവരെ വീർപ്പടക്കി പിടിച്ച് നിൽക്കുകയായിരുന്നു അവൾ.

മയക്കം വിട്ട് ഉണർന്നപ്പോൾ മുന്നിൽ രാജാവിനെയും പ്രകൃതിയെയും മന്ത്രിമുഖ്യനെയും കണ്ട് ബ്രഹ്മദത്തൻ എഴുന്നേൽക്കാൻ

ശ്രമിച്ചു.

'അരുത്. ശരീരം ഇളക്കരുത്'

രാജാവ് കൈ ഉയർത്തി തടഞ്ഞു.

ബ്രഹ്മൻ അതീവചാരിതാർത്ഥ്യത്തോടെ ഇപ്രകാരം അറിയിച്ചു.

'പ്രഭോ ശിൽപ്പം തയ്യാറായിട്ടുണ്ട്. അനാച്ഛാദനത്തിന് മുഹൂർത്തം കുറിപ്പിച്ചാലും..'

ബ്രഹ്മൻ അത്ര ആത്മവിശ്വാസത്തോടെ പറഞ്ഞപ്പോൾ രാജാവിന്റെ മുഖത്ത് സൂര്യനുദിച്ചു. അത് പ്രകൃതിയിലേക്കും പകർന്നു.

അവർ പരസ്പരം നോക്കി മന്ദഹസിച്ചു.

'സമയം സംബന്ധിച്ച് എന്തെങ്കിലും നിർദ്ദേശം?'

'ഒന്നുമില്ല. എല്ലാം അവിടത്തെ ഇഷ്ടം പോലെ. ദിവസവും മുഹൂർത്തം എന്ത് തന്നെയായാലും സൂര്യോദയത്തിന് ശേഷമായാൽ നന്ന്. ഉദിച്ചു നിൽക്കുന്ന സൂര്യഭഗവാൻ കാണെ ആവണം അനാച്ഛാദനം. അതാണ് ഐശ്വര്യം. ശാശ്വത കീർത്തിക്കും നല്ലത്. എക്കാലവും നമ്മുടെ ശിൽപ്പം സൂര്യനെ പോലെ ജ്വലിച്ചു നിൽക്കണം'

രാജാവിന്റെ സന്തോഷത്തിന് അതിരുകളില്ലായിരുന്നു.

രാജാവ് പിന്നെ അധികസമയം നിന്നില്ല.

കൊട്ടാരം ജ്യോത്സ്യനെ കണ്ട് അനാച്ഛാദനത്തിന് മുഹൂർത്തം കുറിപ്പിച്ചു.

നാടായ നാടെല്ലാം രാജവിളംബരം നടത്തി.

ഗജവീരൻമാരും താലിപ്പൊലിയേന്തിയ തരുണികളും ചെണ്ടമേളവും മറ്റ് കലാരൂപങ്ങളും ചടങ്ങിനോട് അനുബന്ധിച്ച് നിശ്ചയിക്കപ്പെട്ടു.

രാജ്യം മറ്റൊരു ഉത്സവവേദിയായി.

കുമാരിയുടെ ഹൃദയം ഒരു പനിനീർപ്പൂവായി.

അവൾ ബ്രഹ്മദത്തന് അരികെ അയാളോട് ചേർന്നിരുന്നു.

ശയ്യാതലത്തിൽ കിടന്ന അയാൾക്ക് അവൾ പഴവർഗങ്ങൾ ചെറുതായി അരിഞ്ഞ് വായിക്കേ് പകർന്നു. ആ സ്നേഹം പുറത്താരും കാണാതിരിക്കാൻ വാതിൽ അകത്തു നിന്നും ബന്ധിച്ചു. തനിച്ചായപ്പോൾ അവൾ തഞ്ചത്തിൽ ശബ്ദം താഴ്ത്തി ചോദിച്ചു.

'അനാച്ഛാദനത്തിന് ഇനിയും മൂന്ന് ദിവസങ്ങൾ ബാക്കി. അതിന് മുൻപ് ഒരിക്കൽ ഒരു മാത്ര എനിക്ക് പ്രതിമയൊന്ന് കാണാൻ കഴിയുമോ?'

'ഇല്ല. അതിന് അതിന്റേതായ നിയമങ്ങളുണ്ട്. നിശ്ചയിക്കപ്പെട്ട മുഹൂർത്തത്തിൽ പൂജകളും കർമ്മങ്ങളും കഴിച്ച് ശുദ്ധി വരുത്തിയിട്ടേ മറ്റൊരു കണ്ണും മനസും ശിൽപ്പം ദർശിക്കാവു. അതുവരെ ഈയുള്ള

വന് പോലും ദർശനം നിഷിദ്ധം'

'അപ്പോൾ അനാച്ഛാദനത്തിന് കൊട്ടാരസദസിലേക്ക് എങ്ങനെ കൊണ്ടുവരും?'

'അതിന് ചുമതലയുള്ളവർ കറുത്ത തുണികൊണ്ട് കണ്ണ് മൂടിക്കെട്ടണം. പ്രതിമ സ്ഥാപിക്കും വരെ ആ പരിസരത്തു പോലും ആരും ഉണ്ടാവാൻ പാടില്ല. സ്ഥാപിച്ചു കഴിഞ്ഞാൽ നാല് ചുറ്റിലും മഞ്ഞപ്പട്ടിട്ട് മറയ്ക്കണം. പൂജാദികർമ്മങ്ങൾക്ക് ശേഷം തിരുമനസു കൊണ്ട് അത് അനാവരണം ചെയ്യും വരെ അതിന്റെ നിഗൂഢത നിലനിൽക്കണം. അങ്ങനെയാണ് ശാസ്ത്രം'

'പക്ഷെ അതുവരെ ക്ഷമിക്കാൻ ഈയുള്ളവൾക്ക് കഴിഞ്ഞില്ലെങ്കിലോ?'

'ക്ഷമിക്കണം. വേവുവോളം ക്ഷമിക്കാമെങ്കിൽ ആറുവോളം ക്ഷമിക്കാം'

അതും പറഞ്ഞ് അയാൾ അവളെ മാറിലേക്ക് വലിച്ചിട്ട് ആ കപോലങ്ങളിൽ അമർത്തി ചുംബിച്ചു.

തിരികെ അവൾ കുനിഞ്ഞ് അയാളുടെ ചുണ്ടുകളിൽ മൃദുവായി കടിച്ചു.

ഇളനീരുമായി വാതിൽ കടന്നു വന്ന കൊട്ടാരപാലകൻ തീപ്പൊള്ളലേറ്റതു പോലെ ഒന്ന് നിന്ന് പിൻതിരിഞ്ഞു നടന്നു. ആരോ വാതിലിൽ സ്പർശിച്ചതറിഞ്ഞ് ബ്രഹ്മനും പ്രകൃതിയും രണ്ടുവശത്തേക്ക് അടർന്നു മാറി.

സംഭീതിയോടെ അയാൾ അവളെ നോക്കി. അവൾ സൗമ്യസ്മിതത്തോടെ കണ്ണടച്ച് കാണിച്ചു. ഒന്നും ഭയപ്പെടാനില്ലെന്ന സൂചനയുണ്ടായിരുന്നു ആംഗ്യഭാഷയിൽ.

'പ്രശ്നമാകുമോ കുമാരി..'

അയാൾ ആവേഗമാർന്ന ഹൃദയമിടിപ്പോടെ ചോദിച്ചു.

'എന്തിന്? അനാച്ഛാദനം കഴിഞ്ഞ് അഭിനന്ദനങ്ങൾ കൊണ്ട് ഈ ലോകം മുഴുവൻ എന്റെ ഉടയവനെ വാഴ്ത്തുമ്പോൾ ഞാൻ തന്നെ അച്ഛനോട് പറയും ഈ മഹാപ്രതിഭയെ എനിക്ക് പാണിഗ്രഹണം ചെയ്തു തരാൻ. അച്ഛൻ എന്റെ ഒരിഷ്ടത്തിനും എതിര് നിൽക്കില്ല. അല്ലെങ്കിൽ തന്നെ ഇത്രയും വലിയ ഒരു കലാകാരനെ അനന്തരാവകാശിയായി കിട്ടുന്നത് എന്റെ മാത്രമല്ല, അച്ഛന്റെ കൂടി ഭാഗ്യമല്ലേ?"

പ്രകൃതിയുടെ വാക്കുകൾ ഒരു സ്വപ്നം പോലെയാണ് അയാൾക്ക് തോന്നിയത്. അപ്രാപ്യമായ സ്വപ്നം.

൦൦

10

അനാച്ഛാദനം

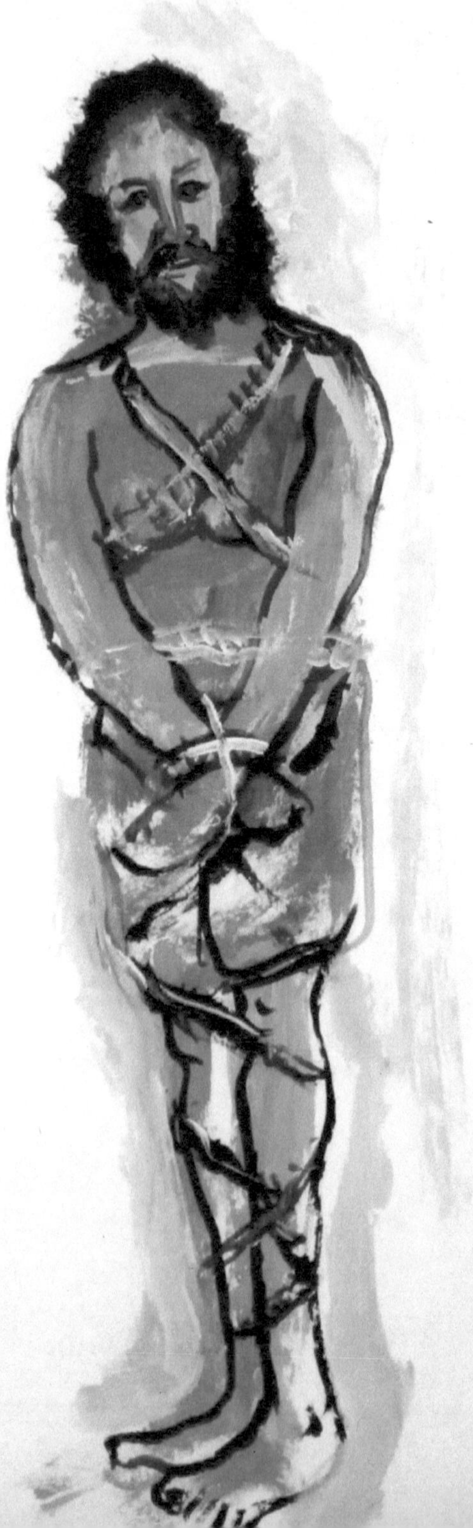

ഇന്ന് ചിങ്ങം ഒന്ന്. പുതുവർഷപ്പുലരി.

ഐശ്വര്യപൂർണ്ണമായ തുടക്കത്തിന് ഏറ്റവും യോജിച്ച ദിവസം.

കൊട്ടാര മുറ്റത്ത് ആളും ആരവവും നിറഞ്ഞു.

രാജസദസിൽ നിശ്ചയിച്ചിരുന്ന അനാച്ഛാദനച്ചടങ്ങ് വിശാലമായ മുറ്റത്തേക്ക് മാറ്റി വച്ചു.

അത്ര വലിയ ജനക്കൂട്ടത്തെ ഉൾക്കൊള്ളാൻ അത് അനിവാര്യ മായിരുന്നു.

കിഴക്ക് സൂര്യൻ ജ്വലനഭംഗിയോടെ ഉദിച്ചു നിന്നു.

അതിന് അകമ്പടിയായി കൊട്ടാരമുറ്റത്ത് ആയിരം ദീപങ്ങൾ തെളിഞ്ഞു നിന്നു.

ആൾക്കൂട്ടത്തിന്റെ കണ്ണുകളിലും നക്ഷത്രങ്ങൾ തിളങ്ങി.

അന്നു വരെ അപ്രാപ്യമായ ഒരു കാഴ്ചയാണ് തങ്ങൾക്കായി ഒരു ങ്ങുന്നത്.

സൂര്യഭഗവാനെ സാക്ഷി നിർത്തി മഹാരാജാവ് തിരുമനസുകൊണ്ട് മഞ്ഞപ്പട്ട് നീക്കി ശിൽപ്പം അനാച്ഛാദനം ചെയ്തു.

എല്ലാ കണ്ണുകളും ഒരേ ദൃശ്യത്തിൽ കേന്ദ്രീകരിക്കപ്പെട്ടു.

കാഴ്ചക്കാർ ഒന്നടങ്കടം വിസ്മയഭരിതരായി. ജനം ആർപ്പുവിളിച്ചു. ഹർഷാരവം മുഴക്കി. കുമാരിയേക്കാൾ പതിന്മടങ്ങ് ഓജസും തേജസും രൂപഭംഗിയുമുള്ള പ്രതിമ. സന്തോഷം കൊണ്ട് പരിസരം മറന്ന കുമാരി ബ്രഹ്മനെ ഗാഢം പുണർന്ന് തീവ്രമായി ചുംബിച്ചു.

അതുകണ്ട് ആരും അമ്പരന്നില്ല. ശിൽപ്പം കണ്ട ഓരോരുത്തർക്കും അയാളെ ആശ്ലേഷിക്കാൻ തോന്നി. രാജാവ് ബ്രഹ്മദത്തനെ ആലിംഗ നം ചെയ്ത് ആദരസൂചകമായി പട്ടും വളയും അണിയിച്ചു. കോടികൾ വിലമതിക്കുന്ന രത്നസഞ്ചയങ്ങൾ സമ്മാനിച്ചു.

ജനങ്ങൾ വീണ്ടും ആർപ്പുവിളിച്ചു. ഹർഷാരവം മുഴക്കി. ചടങ്ങിന് സാക്ഷ്യം വഹിക്കാൻ വന്ന നാട്ടുരാജാക്കൻമാർ ഒന്നടങ്കം ബ്രഹ്മദത്ത നെ അഭിനന്ദനങ്ങൾ കൊണ്ട് പൊതിഞ്ഞു. ചിലർ ഹാരമണിയിച്ചു. മറ്റു ചിലർ മോതിരം അണിയിച്ചു. പ്രശംസാവചനങ്ങളുടെ പെരുമഴയിൽ താൻ

അലിഞ്ഞ് ഇല്ലാതാകുന്നതായി ബ്രഹ്മദത്തന് തോന്നി. അംഗീകാരങ്ങളാണ് ഒരു കലാകാരന്റെ ജന്മസായൂജ്യം. പണവും സ്വത്തും സമ്പത്തും അതിന് എത്രയോ കാതം പിന്നിലാണ്. അംഗീകരിക്കപ്പെടാനുള്ള വെമ്പലാണ് അദമ്യമായ ദാഹമാണ് അയാളെ സൃഷ്ടിപരതയുടെ കൊടും താപത്തിലേക്ക്, സുഖവേദനകളുടെ സുവർണ്ണലഹരിയിലേക്ക് വഴിനടത്തുന്നത്.

എല്ലാവരും ഒരേ മനസോടെ ആഹ്ളാദസമുദ്രത്തിൽ നീന്തിത്തുടിക്കുമ്പോഴും ഒരു മനസ് പുറം തിരിഞ്ഞു നിന്നു. ബ്രഹ്മദത്തന്റെ വളർച്ച മന്ത്രിമുഖ്യൻ കൗടില്യന് ഉൾക്കൊള്ളാനായില്ല.

ഒരു നിമിഷം കൊണ്ട് ആകാശത്തോളം ഉയർച്ച. രാജാവിന്റെ മനസിൽ ബ്രഹ്മദത്തന്റെ ചിത്രം മാറുകയാണ്. തെരുവിൽ നിന്ന് വന്നവൻ ഇന്ന് തിരുമനസിന് ഏറ്റവും പ്രിയപ്പെട്ടവനായിരിക്കുന്നു. നാളെ ഇവൻ- ഈ ശിൽപ്പി മന്ത്രിപദത്തിലേക്ക് പോലും ചുവടു വയ്ക്കാനുള്ളള സാധ്യത കൗടില്യൻ മാനത്ത് കണ്ടു.

താൻ വെറും കാര്യക്കാരൻ മാത്രം. പ്രത്യേകിച്ച് കഴിവുകളൊന്നും തന്നെയില്ലാത്ത ഒരു ഇടനിലക്കാരൻ. ബ്രഹ്മദത്തനോ മഹാപ്രതിഭ. അവന്റെ യശസ്സ് വാനോളം ഉയർന്നാൽ പിന്നെ തനിക്ക് കൊട്ടാരത്തിൽ പ്രസക്തിയില്ല. മഹാരാജാവ് തിരുമനസ് കഴിഞ്ഞാൽ പിന്നെ കൗടില്യൻ. അതിനപ്പുറത്ത് ഒരു നാമധേയം കോസലരാജ്യത്ത് വിളങ്ങാൻ പാടില്ല. അയാൾ മനസിൽ പ്രതിജ്ഞയെടുത്തു.

കൗടില്യന് ആ രാത്രി കുടിലതന്ത്രങ്ങളുടേതായിരുന്നു. ഏറ്റവും വിശ്വസ്തരായ സഹപ്രവർത്തകർക്കൊപ്പം അറുനാഴിപ്പുഴയുടെ തീരത്ത് അഗ്നി കത്തിച്ച് അവർ ആലോചനകളിൽ മുഴുകി. അഭിപ്രായങ്ങൾ പലതും ഉയർന്നു വന്നു. ഒന്നും കൗടില്യന് ബോധിച്ചില്ല. അടിക്കുമ്പോൾ കൂടം കൊണ്ട് അടിക്കണം. ലക്ഷ്യവസ്തുവിന്റെ ശിരസ് പിളർക്കണം. പുഴയ്ക്കപ്പുറം കൊടും കാട്ടിന്റെ വിജനതയിൽ ഒരു ഒറ്റയാൻ ചിന്നം വിളിച്ചു. ആന പുഴ നീന്തിവരാനുള്ള സാധ്യതയെക്കുറിച്ച് ഒപ്പമുള്ള ഒരാൾ പറഞ്ഞു. കൗടില്യന് ഭയം തോന്നിയില്ല.

'അവനെ മേയാൻ വിടുന്നതിലും ഭേദം ആനയുടെ ചവിട്ടേറ്റുള്ള മരണമാണ്'

അധികാരനഷ്ടത്തേക്കാൾ വലിയ നഷ്ടം മറ്റൊന്നില്ലെന്ന് മറ്റാരേക്കാൾ നന്നായി കൗടില്യന് അറിയാം. പക്ഷെ ആകാശത്തോളം ഉയർന്നു നിൽക്കുന്ന ഒരുവനെ ഒറ്റയടിക്ക് എങ്ങനെ വീഴ്ത്തുമെന്ന് ആർക്കും ഒരു ഊഹവും കിട്ടിയില്ല. കുതന്ത്രങ്ങളുടെ ഗുരുവായ കൗടില്യൻ ചിരിച്ചു.

'വളർച്ച വേഗത്തിലായാൽ വീഴ്ച അതിവേഗത്തിലെന്നാണ് ശാസ്

ത്രം. രാജാവ് ഒരു ശുദ്ധഗതിക്കാരനാണെന്നത് നമ്മുടെ ജോലി എളുപ്പമാക്കുന്നു'

കൂടെയുള്ളവർ അത് ശരിവച്ചു.

'അല്ലെങ്കിൽ പിന്നെ ഒരു തെരുവു തെണ്ടിക്കൊപ്പം യഥേഷ്ടം രാജകുമാരിയെ വിട്ടുകൊടുക്കുമോ?'

കൊട്ടാരപാലകനായ സഹദേവൻ കഴിഞ്ഞനാൾ താൻ കണ്ട കാഴ്ച വിശദീകരിച്ചു. കൗടില്യന് അത് പുതിയ അറിവായിരുന്നു.

'സത്യമാണോ പറയുന്നത്? വിശ്വസിക്കാനാവുന്നില്ല'

'എന്റെ രണ്ട് കണ്ണുകളാണേ, കുഞ്ഞുങ്ങളാണേ സത്യം.. ചുംബിക്കുമ്പോൾ കുമാരി അവന്റെ മടിയിലായിരുന്നു'

കൗടില്യന്റെ കണ്ണുകൾ ജ്വലിച്ചു. അതിൽ ഗൂഢസാധ്യതകളുടെ മിന്നൽപിണർ തിണർത്തു.

പിറ്റേന്ന് പള്ളിയുറക്കമുണർന്ന തിരുമനസിനെ ഉറക്കച്ചവോടെ തന്നെ മുഖം കാണിക്കാൻ അനുമതി തേടി. ഒപ്പം സാക്ഷിയായ സഹദേവനും ഉണ്ടായിരുന്നു. കൗടില്യൻ കാര്യകാരണസഹിതം എല്ലാം വിശദീകരിച്ചു. കണ്ടകാഴ്ചകൾ സഹദേവൻ ഏറ്റു പറഞ്ഞു. രാജാവിന്റെ മുഖം വലിഞ്ഞുമുറുകുന്നത് കൗടില്യൻ ശ്രദ്ധിച്ചു. അയാളുടെ ഉള്ളിൽ ആഹ്ളാദത്തിന്റെ തിരയിളക്കമുണ്ടായി. അഗ്നി പ്രോജ്ജ്വലിപ്പിക്കാനായി മന്ത്രി ഇത്രയും കൂട്ടിച്ചേർത്തു.

'തിരുമനസേ... അങ്ങയുടെ വലിയ മനസിനെ അവൻ വഞ്ചിക്കുകയായിരുന്നു. വിശ്വാസവഞ്ചന വച്ചു പൊറുപ്പിക്കാൻ പാടില്ല. തെരുവുതെണ്ടിക്ക് കൊട്ടാരത്തിൽ സ്ഥാനം കൊടുത്തതാണ് ഇപ്പോൾ തെറ്റായി ഭവിച്ചത്. ഒരിക്കലും പൊറുക്കാനാവാത്ത രണ്ട് തെറ്റാണ് അവൻ ചെയ്തിരിക്കുന്നത്. ഒന്ന് കുമാരിയുടെ മനസും ശരീരവും കവർന്നിരിക്കുന്നു. കേവലം ഒരു സ്നേഹചുംബനം മാത്രമല്ല. ബ്രഹ്മനും കുമാരിയും പണിപ്പുരക്കുള്ളിൽ കരിനാഗങ്ങളെ പോലെ പുളയുന്നതും തീവ്രമായി ഇണചേരുന്നതും വാതിൽപ്പഴുതിലൂടെ കണ്ടവരുണ്ട്. ശൂദ്രനായ അവനുമായുള്ള സഹവാസം മൂലം നമ്മുടെ കുമാരിയുടെ മനസും ദേഹവും പോലും അശുദ്ധമായിരിക്കുന്നു. ഇനി ഏത് ഗംഗയിൽ മുങ്ങിക്കുളിച്ചാലും ആ പാപക്കറ നീങ്ങുക എളുപ്പമല്ല.

അതിനേക്കാൾ വലിയ തെറ്റും അവൻ ചെയ്തിരിക്കുന്നു.

ആ ശിൽപ്പം അങ്ങയെയും കുമാരിയെയും അപമാനിക്കാനായി നിർമ്മിച്ചതാണത്രെ.

ഇടയ്ക്ക് സന്ദർശനത്തിന് വന്ന തോഴനോട് അവൻ തന്നെ രഹസ്യം പറയുന്നത് സഹദേവൻ ഒളിഞ്ഞു നിന്ന് കേട്ടതാണ്. താനാണ് വലിയ

വൻ. കുമാരിയേക്കാൾ ഭംഗിയുള്ള ശിൽപ്പം നിർമ്മിക്കാൻ തനിക്ക് കഴിയും എന്ന അഹന്ത അതിന് പിന്നിലുണ്ടത്രെ.. ഈ ലോകത്ത് ഏറ്റവും സുന്ദരമായത് കുമാരിയാണ് എന്ന ധാരണ തച്ചുടയ്ക്കുകയായിരുന്നു ബ്രഹ്മദത്തന്റെ ഉദ്ദേശം. അവന്റെ പ്രതിഭയ്ക്ക് മുന്നിൽ കുമാരിയും സാക്ഷാൽ തിരുമനസുകൊണ്ടും ഒന്നുമല്ലെന്ന് വരുത്തി തീർക്കാനുള്ള ശ്രമം. അങ്ങയെ അപമാനിച്ച ബ്രഹ്മദത്തന് വധശിക്ഷ തന്നെ നൽകണമെന്നാണ് അടിയന്റെ എളിയ അഭിപ്രായം. അല്ലാത്തപക്ഷം നാളെ ഏത് പുൽക്കൊടിക്കും തിരുമനസിനെ ചെറുതാക്കാമെന്ന കീഴ്വഴക്കം നിലനിൽക്കും'

രാജാവ് കോപം കൊണ്ട് വിറച്ചു. അദ്ദേഹത്തിന്റെ മുഖം ചെമ്പരത്തിപ്പൂവ് പോലെ ചുവന്നു. കണ്ണുകൾ ജ്വലിച്ചു. ഏത് നിമിഷവും ഒരു പൊട്ടിത്തെറിയുണ്ടാവാമെന്ന് കൗടില്യൻ കണക്ക് കൂട്ടി. ക്ഷിപ്രപ്രസാദിയെന്ന പോലെ ക്ഷിപ്രകോപിയുമാണ് മഹാരാജാവ്. ആയില്യം നക്ഷത്രത്തിൽ പരമശിവന്റെ അതേ ലഗ്നത്തിൽ ഭൂജാതനായ അദ്ദേഹം ഇടഞ്ഞാൽ സർവവും ഭസ്മീകരിച്ചേ പിൻവാങ്ങുകയുള്ളു.

കുമാരി ആ സമയത്തും ബ്രഹ്മദത്തനൊപ്പം ഉദ്യാനത്തിൽ കളിപറഞ്ഞിരിക്കുകയായിരുന്നു. രാജാവ് കുമാരിയെ ആളയച്ച് വരുത്തി.

'ഞാൻ കേട്ടതൊക്കെ സത്യമാണോ? നീയും ആ ശിൽപ്പിയും തമ്മിൽ ആശയവും സൃഷ്ടാവും എന്നതിനപ്പുറം എന്താണ് ബന്ധം?'

കുമാരി ഭയന്നില്ല. പരിഭ്രമിച്ചില്ല. വിളറിയില്ല. രാജാവിന്റെ കണ്ണുകളിലേക്ക് നോക്കി ഒരു തീരുമാനത്തിന്റെ ദൃഢതയോടെ പറഞ്ഞു.

'ബ്രഹ്മദത്തൻ എന്റെ ജീവന്റെ പാതിയാണ്. ഞങ്ങൾ തമ്മിൽ ഇഷ്ടത്തിലാണ്. വിവാഹം കഴിക്കാനും ആഗ്രഹിക്കുന്നു.'

'എന്ത് അസംബന്ധമാണ് നീ ഈ പറയുന്നത്. തെരുവിൽ അലയുന്നവൻ കോസലരാജകുമാരിക്ക് ഭർത്താവോ?'

'മഹാപ്രതിഭകൾ പലരും തെരുവിൽ നിന്ന് വന്നവരാണ്. എവിടെ ജനിച്ചു ജീവിച്ചു എന്നതാണോ ഏത് തലത്തിൽ നിൽക്കുന്നു എന്നതല്ലേ പ്രധാനം?'

'നീ എന്നെ തിരുത്തുകയാണോ?'

'ഒരിക്കലുമല്ല. കണ്ടും കേട്ടും വായിച്ചും അറിഞ്ഞ ഒരു സത്യം ഉണർത്തിച്ചു എന്ന് മാത്രം'

'എങ്കിൽ ഒന്ന് ഞാൻ തീർത്തു പറയാം. നിന്റെ ഈ മോഹം നടക്കില്ല. അവന്റെയും..'

'എന്തുകൊണ്ട്? അത് മാത്രം അച്ഛൻ പറഞ്ഞില്ല'

'അവൻ നിനക്ക് അനുയോജ്യനല്ല. യോഗ്യനുമല്ല. അത്രമാത്രം'

'ഒരു പെൺകുട്ടിയുടെ ഭർത്താവിന്റെ യോഗ്യത തീരുമാനിക്കാൻ അവൾക്ക് അവകാശമില്ലേ?'

'ആദ്യത്തെ അവകാശം പിതാവിനാണ്. നിനക്ക് വരുംവരായ്കകൾ ചിന്തിക്കാൻ പ്രായമായിട്ടില്ല'

'എന്ത് വരുംവരായ്കകൾ. സ്നേഹിക്കുന്ന മനസുകൾ തമ്മിലല്ലേ ഒന്നുചേരേണ്ടത്?'

'അവന്റെ സ്നേഹം വ്യാജമാണ്. കപടമാണ്. രാജകുമാരിയെ വശീകരിച്ച് സൗഭാഗ്യങ്ങൾ കൈവരിക്കാനുള്ള ഗൂഢതന്ത്രം'

'തെറ്റ്. തീർത്തും തെറ്റ്. അങ്ങയെ ആരോ തെറ്റിദ്ധരിപ്പിച്ചിരിക്കുന്നു'

'എനിക്ക് തെറ്റും ശരിയും തിരിച്ചറിയാൻ ശേഷിയില്ലെന്നാണോ നീ പറഞ്ഞുവരുന്നത്.'

'ക്ഷമിക്കണം. തർക്കത്തിന് ഞാനില്ല. ഒന്ന് മാത്രം പറയാം. മനസു കൊണ്ടും ശരീരം കൊണ്ടും ഞാൻ അദ്ദേഹത്തിന്റേതായിക്കഴിഞ്ഞു. ഇനിയൊരു വഴിമാറ്റത്തിന് എനിക്ക് സാധിക്കില്ല.'

പ്രകൃതി പൊട്ടിക്കരഞ്ഞുകൊണ്ട് മുറിവിട്ട് ഇറങ്ങിപോയി.

അവൾ പോയ വഴിയിലേക്ക് നോക്കി വീണ്ടും രാജാവിന് നേർക്ക് തിരിഞ്ഞ് കൗടില്യൻ പറഞ്ഞു.

'അടിയൻ പറഞ്ഞത് സത്യമാണെന്ന് ഇപ്പോൾ അങ്ങേയ്ക്ക് ബോധ്യമായില്ലേ? എന്താണ് കുമാരി ആ പറഞ്ഞതിന്റെ അർത്ഥം? സമക്ഷത്തു നിന്നും ഒന്ന് ആലോചിച്ചാലും. മനസുകൊണ്ടും ശരീരം കൊണ്ടും കുമാരി അയാളുടെ പെണ്ണായിരിക്കുന്നു പോലും. എന്നുവച്ചാൽ...'

'നിർത്ത്...മതി വർത്തമാനം. എല്ലാം നമുക്ക് മനസിലായിരിക്കുന്നു'

രാജാവ് കൈ ഉയർത്തിക്കൊണ്ട് അലറുകയായിരുന്നു.

ആ രാത്രി കുമാരി പള്ളിയുറക്കത്തിലായ സമയത്തും രാജാവ് ഉറങ്ങാതെ കാത്തിരുന്നു. മന്ത്രിയും. ഇടയ്ക്ക് ഉണർന്ന് രംഗം വഷളാവാതിരിക്കാൻ മന്ത്രിയുടെ നിർദ്ദേശപ്രകാരം കൊട്ടാരം പാചകക്കാരൻ കുമാരിക്ക് പതിവുള്ള പാലിൽ ഗാഢനിദ്രയ്ക്കുള്ള മരുന്നും ചേർത്തു. കുമാരി ഉറക്കത്തിന്റെ ആഴക്കയത്തിൽ അഭിരമിക്കുമ്പോൾ രാജകിങ്കരൻമാർ ബ്രഹ്മദത്തനെ പിടിച്ചുകെട്ടി രാജാവിന് മുന്നിൽ കൊണ്ടുവന്നു.

ചങ്ങലകളാൽ ബന്ധിക്കപ്പെട്ട ദത്തൻ സ്വാതന്ത്ര്യത്തിനായി ചുറ്റും കുതറി. പക്ഷെ നിഷ്ഫലമായിരുന്നു ആ ശ്രമം.

'ചതി ആഭിജാത്യമുള്ളവർക്ക് ചേർന്നതല്ല. ഞാൻ നിന്നെ എന്നോളം വിശ്വസിച്ചു. എന്നിട്ടും നീ..'

'അടിയൻ എന്ത് ചെയ്തെന്നാണ് അങ്ങ് പറയുന്നത്?'

'ഒന്നും അറിയാത്ത മട്ടിൽ വിഢിവേഷംകെട്ടി രക്ഷപ്പെടാമെന്ന്

വ്യാമോഹിക്കണ്ട. നിനക്കെതിരായ എല്ലാ തെളിവുകളും ശേഖരിച്ചു കഴിഞ്ഞു. ഇനി ഈ ഭൂമിയിൽ നിനക്ക് സ്ഥാനമില്ല. ജീവിക്കാൻ യോഗ്യതയുമില്ല"

ബ്രഹ്മദത്തൻ എന്തോ പറയാനായി തുനിഞ്ഞു. പെട്ടെന്ന് മന്ത്രി ഇടപെട്ട് വിലക്കി.

'ഇത് രാജകൽപ്പനയാണ്. അതിന് മറുവാക്കില്ല. ന്യായീകരണങ്ങളും വേണ്ട. നിന്റെ സമയം കഴിഞ്ഞു'

ബ്രഹ്മദത്തൻ പൊട്ടിക്കരഞ്ഞില്ല. അയാളുടെ മുഖം മങ്ങിയില്ല. അനിവാര്യമായ വിധി അയാൾ വളരെ വേഗം ഉൾക്കൊണ്ടു. തന്റെ ദൗത്യം പൂർണ്ണമായിരിക്കുന്നു. ഈ ശിൽപ്പം നിർമ്മിക്കാനായാണ് ഈശ്വരൻ എന്നെ ഭൂമിയിലേക്ക് അയച്ചത്. അത് പൂർണ്ണമായതോടെ എന്റെ വേഷം അവസാനിച്ചു. രാജാവും മന്ത്രിയും കുമാരിയുമെല്ലാം അതിന് നിമിത്തങ്ങളായെന്ന് മാത്രം.

അയാൾ ആരെയും കുറ്റപ്പെടുത്തിയില്ല. ആരോടും പരാതി പറഞ്ഞില്ല. നിതാന്തമായ നിസംഗത നിറഞ്ഞ മുഖവുമായി ഒരു ശില പോലെ നിന്നു.

വധശിക്ഷ നടപ്പാക്കും മുൻപ് രാജസന്നിധിയിൽ സൈന്ന്യാധിപൻ ശിക്ഷാവിധി ഒരിക്കൽക്കൂടി വായിച്ചു.

'കോസലരാജ്യത്ത് പുഴവാത് കരയിൽ ബ്രഹ്മദത്തൻ വയസ് 35 തൊഴിൽ ശിൽപ്പനിർമ്മാണം കോസലമഹാരാജാവ് തിരുമനസു കൊണ്ട് ഒരു തൊഴിൽ ദൗത്യം വിശ്വസിച്ച് ഏൽപ്പിക്കുകയും അതുമായി ബന്ധപ്പെട്ട് രാജകുമാരിയുമായി ഇടപഴകാൻ നൽകിയ അവസരം ദുരുപയോഗം ചെയ്തതായി ശ്രദ്ധയിൽ പെട്ടിരിക്കുന്നതിനാലുംരാജകുമാരിയുടെ ശിൽപ്പം നിർമ്മിക്കാൻ നിയോഗിക്കപ്പെട്ട ബ്രഹ്മദത്തൻ കുമാരിയെ ബോധപൂർവം അവഹേളിക്കുക എന്ന ലക്ഷ്യം മുൻനിർത്തി കുമാരിയേക്കാൾ ഭംഗിയുള്ള ഒരു രൂപം സൃഷ്ടിക്കുകയും ചെയ്തതായി ശ്രദ്ധയിൽപെട്ട സാഹചര്യത്തിൽ ബ്രഹ്മദത്തിന് വിശ്വാസവഞ്ചന, അപമാനിക്കൽ എന്നീ കുറ്റങ്ങൾ മുൻനിർത്തി പരമാവധി ശിക്ഷയായ വധശിക്ഷ തന്നെ നൽകാൻ മഹാരാജാവ് തിരുമനസുകൊണ്ട് ഉത്തരവായിരിക്കുന്നു. ഈ ഉത്തരവ് ഇന്ന് വെളുപ്പിന് ഏഴ് നാഴികയും ഏഴ് വിനാഴിയും ചേർന്ന സമയത്ത് നടപ്പാക്കാൻ തിരുമനസുകൊണ്ട് ഉത്തരവായിരിക്കുന്നു.

നിശ്ശബ്ദതയുടെ പാരമ്യതയിൽ കൊട്ടാരം സ്തബ്ധമായി.

ആരും ഒന്നും ഉരിയാടിയില്ല.

'അവസാനമായി മഹാരാജാവ് തിരുമനസ് സമക്ഷം കുറ്റവാളിക്ക് എ

ന്തെങ്കിലും ഉണർത്തിക്കാനുണ്ടെങ്കിൽ അനുവദിച്ചിരിക്കുന്നു'

വീണ്ടും സേനാധിപന്റെ ശബ്ദം.

രാജാവ് രൂക്ഷമായി ബ്രഹ്മദത്തനെ നോക്കി.

മരണം ഉറപ്പായ ഘട്ടത്തിലും ബ്രഹ്മദത്തന്റെ മുഖം ശാന്തമായിരുന്നു. ഋഷിതുല്യമായ നിസംഗതയും നിർമ്മമതയും അയാളുടെ ഭാവഹാവാദികളിൽ പ്രകടമായി. പരമമായ നിർവികാരതയോടെ, ആദ്ധ്യാത്മികമായ ലാവണ്യാനുഭവം പേറുന്ന ഒരു ഗൂഢസ്മിതത്തോടെ അയാൾ പറഞ്ഞു തുടങ്ങി.

"പ്രഭോ...എന്റെ സത്യം കാലം തെളിയിക്കും. കാലത്തേക്കാൾ വലിയ ഒരു സത്യമില്ല. അങ്ങയുടെ മകൾ എല്ലാവരെയും പോലെ ഒരു നാൾ മരിക്കും. ഇന്ന് ദൃഷ്ടിഗോചരമായ ഈ അപൂർവ സൗന്ദര്യം പിന്നെ ഓർമ്മകളിൽ മാത്രം ഒതുങ്ങും. അവളെ അടുത്തറിയുന്നവർ മൺമറയുന്നതോടെ ആ ഓർമ്മകളും മാഞ്ഞു പോകും. പിന്നെ അവളെ സംബന്ധിക്കുന്ന ഒന്നും അവശേഷിക്കില്ല. എന്നാൽ ഈ ശിൽപ്പത്തിന്റെ അവസ്ഥ അതല്ല. ഇത് കാലത്തെ അതിജീവിച്ച് ഭൂമിയുള്ളിടത്തോളം നിലനിൽക്കും. ഇങ്ങനെ ഒരു രാജ്യത്തിന്റെയും രാജാവിന്റെയും രാജകുമാരിയുടെയും കാലത്തിന്റെയും നിത്യസ്മാരകമായി നിലകൊള്ളും. ചരിത്രത്തിന്റെ ഭാഗമായിത്തീരും. മരണാനന്തരം ഒരു ജീവിതമുണ്ടെങ്കിൽ ഞാനും അങ്ങയും രാജകുമാരിയും അടക്കം എല്ലാ ആത്മാക്കളും സ്വർഗ്ഗത്തിലിരുന്ന് ഈ രംഗം കണ്ട് ആനന്ദിക്കും. എനിക്ക് തോന്നുന്നു, ആത്യന്തികമായി ഒന്നും നിലനിൽക്കുന്നില്ല. സർഗ്ഗസൃഷ്ടികൾ ഒഴിച്ച്...ഈ ജീവിതത്തിൽ ഞാൻ സന്തുഷ്ടനാണ് മഹാരാജൻ. ചരിത്രം എന്നെ എക്കാലവും ഓർമ്മിക്കാൻ പാകത്തിൽ ഒരു അടയാളം ബാക്കി വച്ചാണ് ഞാൻ യാത്രയാവുന്നത്. എന്റെ ജീവിതം ധന്യമായി. രാജകുമാരിയുടെയും. അങ്ങ് നടപ്പാക്കുന്ന ശിക്ഷാവിധി ഒരു അബദ്ധമായിരുന്നെന്ന് കാലം അങ്ങയെ ബോധ്യപ്പെടുത്തും. അന്ന് അങ്ങ് വേദനിക്കുകയോ പരിതപിക്കുകയോ ചെയ്യേണ്ടതില്ല. വഴിമാറി സഞ്ചരിക്കുന്ന എല്ലാ കലാകാരന്റെയും വിധി ഇതാണ്. അവരെ തിരിച്ചറിയാൻ ഏറെ സമയം എടുക്കും. അതിൽ ദുഖിക്കേണ്ടതില്ല. ഹ്രസ്വകാലത്തെ ഈ ജീവിതം നൽകിയ ക്രിയാത്മകസംതൃപ്തിയുടെ ആഹ്ളാദത്തോടെയാണ് ഞാൻ യാത്രയാവുന്നത്. അങ്ങേയ്ക്ക് നന്മ വരട്ടെ. കുമാരിക്കും നന്മ വരട്ടെ. എന്നെ തൂക്കിലേറ്റാൻ കാരണഭൂതനായ ആ ശ്രേഷ്ഠാത്മാവിനും നന്മ വരട്ടെ. ലോകത്തിന് മുഴുവനും നന്മ വരട്ടെ..."

ചിന്തകൾ അന്യമായ രാജാവിന്റെ മനസ് ആ വാക്കുകളുടെ അർത്ഥം തിരിച്ചറിഞ്ഞില്ല. അയാളുടെ മുന്നിൽ ആ കൊടിയ തെറ്റിനെക്കുറി

ച്ചുള്ള അമർഷം മാത്രമായിരുന്നു.

ലോകം മുഴുവൻ വാഴ്ത്തുന്ന തന്റെ മകളുടെ അപൂർവലാവണ്യത്തിന് ശിൽപ്പം കൊണ്ട് ഒരു എതിരാളിയെ സൃഷ്ടിച്ചവൻ.

അവളുടെ പാതിവ്രത്യത്തിന് ഭംഗം വരുത്തിയവൻ.

അവളുടെ വിശുദ്ധിയിൽ അധമജാതിയുടെ കളങ്കം പൂശിയവൻ.

അയാൾക്ക് മേൽ കറുത്ത തുണി മുഖം മറച്ചു. തൂക്കു കയർ ജീവനും.

ശിൽപ്പം ഉടച്ച് ഭസ്മമാക്കാൻ രാജാവ് ഉത്തരവിട്ടു.

എത്ര കഠിനമായ ഉപാധികൾ ഉപയോഗിച്ചിട്ടും അതിൽ നേരിയ പോറലേൽപ്പിക്കാൻ പോലും ആർക്കും സാധിച്ചില്ല.

രാജാവ് പ്രതിമ വലിച്ചെറിയാൻ കൽപ്പിച്ചു. രാജകിങ്കരൻമാർ അത് പുഴയിൽ ഉപേക്ഷിച്ചു.

കാലത്തിന്റെ അനശ്വര പ്രവാഹത്തിലൂടെ പ്രതിമ ഒഴുകിക്കൊണ്ടേയിരുന്നു. ജരാനരകളും തകർച്ചകളും പരിക്കുകളും ഏൽക്കാതെ...

നിത്യതയുടെ അമർത്യ സ്മാരകം പോലെ അത് എക്കാലത്തേക്കുമായി പുഴയെ സ്പർശിച്ചു കൊണ്ട് സഞ്ചരിച്ചു. ഋതുഭേദങ്ങളും കാലാന്തരങ്ങളും പ്രകൃതിക്ഷോഭങ്ങളും അതിന് മുന്നിൽ നമ്രശിരസ്കരായി. എല്ലാറ്റിനും മീതെ അതിജീവനത്തിന്റെ പ്രതീകം പോലെ ശിൽപ്പം ഉയർന്നു നിന്നു.

പുഴ ഒഴുകിക്കൊണ്ടേയിരുന്നു.

അതിന്റെ ഉപരിതലത്തിൽ താളാത്മകമായി ചലിക്കുന്ന സൃഷ്ടിയുടെ നിതാന്ത സൗന്ദര്യത്തെയും വഹിച്ചുകൊണ്ട് പുഴ പ്രപഞ്ചത്തിന്റെ അവസാന സ്പന്ദനം വരെ യാത്ര തുടർന്നു. ദൈവമേ അനശ്വരമായ ഒന്നിന് വേണ്ടി എന്റെ ആത്മാവ് കൊതിക്കുന്നു. കുറെക്കൂടി ലളിതമായി പറഞ്ഞാൽ ഉള്ളം തുടിക്കുന്നു. സചേതനമായ ആ പ്രതിമ നിശ്ശബ്ദം പ്രാർത്ഥിച്ചു കൊണ്ടേയിരുന്നു.

○○

11

അനശ്വരം

“രാജകുമാരിക്ക് പിന്നീട് എന്ത് സംഭവിച്ചു?”

യാത്രികരുടെ കൂട്ടത്തിലെ അഞ്ചു വയസുകാരി ഋഷിയുടെ മുഖത്ത് നോക്കി ശിശുസഹജമായ ആകാംക്ഷയോടെ ചോദിച്ചു.

ഋഷി ചിരിച്ചു.

അവളുടെ ചോദ്യം കേട്ട് താരാനാഥ് ചാറ്റർജി ഭാവനകളിൽ നിന്ന് തലകുടഞ്ഞു.

നൂറ്റാണ്ടുകൾക്കപ്പുറത്തുള്ള ഏതോ ഒരു ലോകത്തു നിന്നും വർത്തമാനകാലത്തിന്റെ സ്വച്ഛതയിലേക്കുള്ള ഒരു മടക്കയാത്ര ആയിരുന്നു അത്.

ഋഷി കഥയ്ക്ക് ചെറിയ ഒരു ഇടവേള നൽകിക്കൊണ്ട് ചെറുചൂടുവെള്ളം കുടിച്ചു.

ആ സമയം നോക്കി മറ്റുള്ളവരും ലഘുപാനീയങ്ങളും ഭക്ഷണവും കഴിച്ചു.

താരാനാഥിന് ഒന്നും കഴിക്കാൻ തോന്നിയില്ല.

തിരിച്ചറിയപ്പെടാതെ പോയ ഒരു കലാകാരന്റെ ദൈന്യത അയാളുടെ മനസിനെ കീഴടക്കിത്തുടങ്ങിയിരുന്നു.

അയാളുടെ ധർമ്മസങ്കടം കണ്ട് ഒപ്പമുണ്ടായിരുന്ന കൂട്ടുകാരി ദേബശ്രീ സമാധാനിപ്പിച്ചു.

‘യഥാർത്ഥകലാകാരനെ തിരിച്ചറിയേണ്ടത് കാലമാണ്. കാലം അയാളെ ഓർമ്മിക്കുക തന്നെ ചെയ്യും. അതിന്റെ അടയാളമാണല്ലോ ഇത്രയധികം കഷ്ടതകൾ സഹിച്ച് നാം കാണാൻ വന്ന ഈ ശിൽപ്പം’

അയാൾ നിശ്ശബ്ദം തലയാട്ടി.

ഋഷി മൺപാത്രം നിലത്തുവച്ചതും കുട്ടി വീണ്ടും ചോദ്യം ആവർത്തിച്ചു.

‘എന്നിട്ട് ആ രാജകുമാരി പിന്നെ എന്ത് ചെയ്തു?’

പഞ്ഞിക്കെട്ട് പോലെ വെളുത്ത് നനുത്ത നീണ്ട താടിയിൽ തലോടിക്കൊണ്ട് ഋഷി പ്രതിവചിച്ചു.

“ഉറക്കമുണർന്ന കുമാരി ബ്രഹ്മദത്തനെ കാണാനില്ലെന്ന് അറിഞ്ഞ്

സ്തബ്ധയായി. അവൾ മനോവിഭ്രാന്തിക്ക് അടിമയായി. മരുന്നുകൾക്കൊന്നും അവളുടെ രോഗം ഭേദമാക്കാൻ കഴിഞ്ഞില്ല.

ഒരു രാത്രി കുമാരി പുഴയിൽ ചാടി ചത്തു.

ഏകമകളുടെ ദുഃസ്ഥിതിയിൽ മനംനൊന്ത രാജാവ് ഹൃദയസ്തംഭനത്തിന് കീഴടങ്ങി.

എല്ലാം നഷ്ടപ്പെട്ട അവസ്ഥ.

അവകാശികളില്ലാത്ത രാജ്യം അനാഥമായി.

എന്നാൽ പുഴയിലൂടെ ഒഴുകി തെളിഞ്ഞ് തീരത്തടിഞ്ഞ ശിൽപ്പം ജനങ്ങൾ ഏറ്റെടുത്തു. മന്ത്രിയുടെ വിലക്കുകൾ മറികടന്ന് അവർ ശിൽപ്പം മലമുകളിൽ പ്രതിഷ്ഠിച്ചു. സൃഷ്ടാവും സൃഷ്ടിക്ക് ആധാരമായ വസ്തുവും മരിച്ച് മണ്ണടിഞ്ഞിട്ടും ആയിരകണക്കിന് വർഷങ്ങൾക്കിപ്പുറവും ഋതുഭേദങ്ങളെയും പ്രകൃതിക്ഷോഭങ്ങളെയും അതിജീവിച്ച് തല ഉയർത്തിപ്പിടിച്ച് ഈ ശിൽപ്പം നിൽനിൽക്കുന്നു. മരണം സൃഷ്ടാവിനേയുള്ളു. സൃഷ്ടിക്കില്ല.. അത് അലംഘനീയമായ കാവ്യനീതിയാണ്. മഹത്തായ കലാസൃഷ്ടിയുടെ എക്കാലത്തെയും മാതൃകയായി തലമുറകളെയും ഇതര സൃഷ്ടികളെയും അതിജീവിച്ച് ബ്രഹ്മദത്തന്റെ പ്രതിമ കാലാതിവർത്തിയായി നിലനിൽക്കുക തന്നെ ചെയ്യും”

ഒരു പ്രവചനം പോലെ ഋഷി പറഞ്ഞു നിർത്തി.

സഞ്ചാരികൾ പുത്തൻ തിരിച്ചറിവിന്റെ ഗൗരവത്തോടെ ശിൽപ്പത്തിലേക്ക് സാകൂതം നോക്കി.

ഭൂമിയും പ്രപഞ്ചവും സകല ചരാചരങ്ങളും ചേർത്തുവച്ചാൽ പോലും ഇത്രമേൽ കാന്തികമായ സൗന്ദര്യമുണ്ടാവില്ലെന്ന് അവർക്ക് തോന്നി. കണ്ണും മനസും കടന്ന് ആത്മാവിലേക്ക് ആഴ്ന്നിറങ്ങുന്ന സവിശേഷവും അതുല്യവുമായ ഒരു അനുഭവമാണ് ആ ശിൽപ്പമെന്ന ഉൾബോധം അവർ ഓരോരുത്തർക്കുമുണ്ടായി.

ആത്മാവിൽ വിസ്മൃതിക്ക് തൊടാൻ കഴിയാത്ത വിധം ആഴത്തിൽ അടയാളമിട്ട ശിൽപ്പത്തെക്കുറിച്ചുള്ള ഓർമ്മകളുമായി സഞ്ചാരികൾ മടങ്ങി.

കാലം പെയ്തു കൊണ്ടേയിരുന്നു. മഴയും മഞ്ഞും വെയിലും പ്രതിമയ്ക്കു മേൽ പെയ്തിറങ്ങി. സൂര്യതാപവും ചാന്ദ്രികശോഭയും അതിന് മേൽ പ്രകാശം ചൊരിഞ്ഞു.എണ്ണിയാലൊടുങ്ങാത്ത സഞ്ചാരികൾ കൺകുളിർക്കെ കണ്ടും കേട്ടും ചർച്ച ചെയ്തും മടങ്ങി. ആളുകൾ കാതോട് കാതോരം മന്ത്രിച്ച് പ്രതിമയുടെ ഉൽപ്പത്തിക്കഥ ചരിത്രമായി. ചിലർ അത് വാക്കുകളിൽ അടയാളപ്പെടുത്തി.

ഋഷി തപം ചെയ്യുന്ന ഒരു പ്രതിമ പോലെ നിശ്ചലനായി. മഞ്ഞുപാ

ളികൾ ആ നിശ്ചലതയ്ക്ക് മേൽ ആവരണമിട്ടു.

പിന്നീട് വന്നവർ ഋഷി ഇരുന്ന സ്ഥാനത്ത് ഒരു അസ്ഥികൂടം മാത്രം കണ്ടു.

ഏതോ വലിയ പ്രളയകാലത്ത് അതും കാലത്തിന്റെ കരങ്ങളിലൂടെ അജ്ഞേയമായ ഏതോ പ്രതലങ്ങളിലേക്ക് ഒഴുകി മറഞ്ഞു.

അപ്പോഴും പ്രതിമയ്ക്ക് മാറ്റമുണ്ടായില്ല.

പ്രപഞ്ചത്തിന്റെയും പ്രകൃതിയുടെയും ഭൂമിയുടെയും മനുഷ്യരാശിയുടെയും സൃഷ്ടിപരതയുടെയും നിത്യസ്മാരകമായി അത് മലമുകളിൽ നിലകൊണ്ടു. ഈ ഭൂമിയിൽ അതിന് സമാനതകളില്ലായിരുന്നു. അത് അനന്തമായിരുന്നു. അനശ്വരമായിരുന്നു. ആത്മാവിൽ നിന്നുയിർകൊണ്ട ആഴമേറിയ മനുഷ്യഭാവനയുടെ അടയാളപ്പെടുത്തലായിരുന്നു. അതിന് മരണമില്ല. മരണത്തിന് സ്പർശിക്കാനാവാത്ത എന്തെങ്കിലും ഒന്നുണ്ടെങ്കിൽ അത്, ആ പ്രതിമ മാത്രമായിരുന്നു.

○○

പഠനം

ഉണ്ണികൃഷ്ണൻ ശ്രീകണ്ഠപുരം

കലാദർശനങ്ങളുടെ ശിൽപശാല

ഭൂമിയിൽ മനുഷ്യന്റെ പരമാവധി ആയുർദൈർഘ്യം എത്രയാണ്?

സിംഗപ്പൂർ ആസ്ഥാനമായുള്ള ഗീറോ എന്ന ബയോടെക് കമ്പനി നടത്തിയ ഒരു പഠനത്തിൽ പറയുന്നത് 150 വർഷം വരെ മനുഷ്യൻ ജീവിക്കാം എന്നാണ്. അത്രയും വർഷം ജീവിക്കാം എന്നത് ഒരു സാധ്യത മാത്രമാണ്. കാരണം ഭൂമിയിൽ അത്രയും കാലം ജീവിച്ച ആരുമില്ല എന്നത് തന്നെ.

ജീൻ കാൽമെന്റ് എന്ന ഫ്രഞ്ച് വനിതയ്ക്കാണ് ഏറ്റവും കൂടുതൽ കാലം ജീവിച്ചതിന്റെ റിക്കാർഡ്.1997 ൽ അവർ അന്തരിക്കുമ്പോൾ 122 വയസ്സ് തികഞ്ഞിരുന്നു. ഇക്കിഗായ് എന്ന തത്വമനുസരിച്ച് ജീവിക്കുന്ന ജപ്പാനിലെ ചില ആൾക്കാരൊക്കെ നൂറു വയസ്സിനപ്പുറം ജീവിക്കാറുണ്ട് എന്ന് പഠനങ്ങൾ കാണിക്കുന്നു. എങ്കിൽ പോലും മനുഷ്യരുടെ ശരാശരി ആയുസ്സ് 80 വയസ്സാണ് എന്നാണ് പൊതുവെയുള്ള വിലയിരുത്തൽ. അതിനർത്ഥം മനുഷ്യർക്കൊരിക്കലും അമരനാകാൻ പറ്റില്ല എന്നു തന്നെയാണ്.

ഒരു പ്രാപഞ്ചിക ജീവി എന്ന നിലയിൽ മനുഷ്യൻ അനുഭവിക്കുന്ന ഏറ്റവും വലിയ നിസ്സഹായത ഇത് തന്നെയാണ്. അവനൊരിക്കലും കല്പാന്തകാലത്തോളം ജീവിക്കാനാവില്ല. മറ്റെല്ലാ ജീവികളെയും പോലെ അവനും മരണത്തെ ജയിക്കാനാവില്ല. ഒരു നിശ്ചിത കാലം കഴിയുമ്പോൾ ഏതൊരു ജീവിയെയും പോലെ മനുഷ്യനും മരിക്കും. വൈദ്യശാസ്ത്രം എത്ര കണ്ട് മുന്നേറിയാലും മരണത്തെ ജയിക്കാൻ മനുഷ്യനാവില്ല. അമരത്വം എന്നത് മനുഷ്യന്റെ വിധിയല്ല. ദേഹപരമായ നിലനില്പ് എന്നത് ചുരുങ്ങിയ കാലത്തേക്ക് മാത്രം. ആചാര്യ രജനീ

ഷിന്റെ ശവകുടീരത്തിൽ കുറിച്ചിട്ട പോലെ ഒരു നിശ്ചിത കാലം ഈ ഗ്രഹം സന്ദർശിക്കാൻ ഭാഗ്യം കിട്ടിയവർ മാത്രമാണ് നാം.

ആയുസ്സിന് പരിമിതികളുണ്ടെങ്കിലും കാലങ്ങളോളമുള്ള ഒരു വാഴ്ച മനുഷ്യന് സാധ്യമാണ്. അത് പക്ഷേ കീർത്തിയിലൂടെയാണ് എന്ന് മാത്രം. ഒരാൾ മരിച്ചു പോയാലും കാലങ്ങൾക്കപ്പുറം അയാൾ ഓർക്കപ്പെടുക എന്ന അവസ്ഥയാണത്.

വസ്തുത ഇതായിരുന്നതിനാലാകാം നൂറ്റാണ്ടുകൾക്കപ്പുറമുള്ള മനുഷ്യർ മുതൽ ഇന്നത്തെ മനുഷ്യർ വരെ അനശ്വരമായ കീർത്തിയെങ്കിലും സ്വപ്നം കാണുന്നത്.

അങ്ങനെ കീർത്തിയിലൂടെയെങ്കിലും നിലനിൽക്കുക എന്നതും എല്ലാവർക്കും സാധ്യമായ ഒന്നല്ല. അതിന് ഒരേ ഒരു മാർഗമേ ഉള്ളൂ. ജീവിച്ചിരിക്കെ സർഗാത്മകമായ തന്റെ കഴിവുകളിലൂടെ സ്വയം അടയാളപ്പെടുത്തുക. അതായത്, അനശ്വരങ്ങളായ കലാസൃഷ്ടികളൊരുക്കുക എന്നർത്ഥം. കലാസൃഷ്ടികൾ അനശ്വരമാകുമ്പോൾ ആ സൃഷ്ടികളിലൂടെ അതിന്റെ സൃഷ്ടാവിനും അനശ്വരനാവാം. സൃഷ്ടാവ് മരിക്കും. സൃഷ്ടി നിലനിൽക്കും എന്ന ആ ദാർശനിക സത്യത്തെ ഒരു സാഹിത്യ കൃതിയിലൂടെ ആവിഷ്കരിക്കുകയാണ് ഭൂമദ്ധ്യരേഖ എന്ന നോവലിലൂടെ ശ്രീ. സജിൽ ശ്രീധർ.

പ്രമേയതലത്തിൽ അതീവ ലളിതമായ ഒരു കൃതിയാണിത്. വായനക്കാരന്റെ ബുദ്ധിയെയും ക്ഷമയെയും പരീക്ഷിക്കുന്ന ആഖ്യാനജഢിലതയോ സങ്കീർണമായ രചനാസങ്കേതമോ ഒന്നുമില്ലാതെ രചിക്കപ്പെട്ട ഒരു നോവൽ. ഒരു നാടോടിക്കഥ (Folk Tale) പോലെ വായിച്ചു പോകാവുന്ന ഒരു കൃതി.തെളിച്ചു പറഞ്ഞാൽ ഒരു രാജാവിന്റെയും രാജകുമാരിയുടെയും കഥ. ഘടനാപരമായ ഈ ലഘുത്വം പക്ഷേ നോവലിന്റെ ഗാംഭീര്യത്തിനൊരിക്കലും ഇടിവേല്പ്പിക്കുന്നില്ല. അനശ്വരത നേടാൻ എന്താണ് മാർഗം എന്ന മനുഷ്യരാശിയുടെ എക്കാലത്തെയും വലിയ ദാർശനീക വ്യഥകൾക്കൊന്നിന് ഉത്തരമാകുന്നു ഈ നോവൽ എന്നതാണ് അതിന് കാരണം.

ഭൂമദ്ധ്യരേഖ എന്നത് ഒരു സാങ്കല്പികരേഖയാണെന്ന് നമുക്കറിയാം.

1736 ൽ, ചാൾസ് മേരി ഡി ലാ കോഡാമൈൻ എന്ന ഫ്രഞ്ചുകാരന്റെ കീഴിലുള്ള ജിയോഡെസിക് പര്യവേഷക സംഘമാണ് ഭൂമദ്ധ്യരേഖ എന്ന സങ്കല്പം തന്നെ സൃഷ്ടിച്ചത്.

ഭൂഗോളത്തിന്റെ മദ്ധ്യേ പൂജ്യം ഡിഗ്രി അക്ഷാംശത്തിലായാണ് അവരത് സങ്കല്പിച്ചിരിക്കുന്നത്. ഉത്തര ദക്ഷിണ ധ്രുവങ്ങൾക്കിടയിൽ ഭൂഗോളത്തിന്റെ മദ്ധ്യഭാഗത്തായി സങ്കല്പിക്കപ്പെട്ട ഈ ഭാഗത്താണ് ഭൂഗോള

ത്തിന് ഏറ്റവുമധികം വ്യാസമുള്ളതും.

യഥാർത്ഥത്തിൽ ഭൂമദ്ധ്യരേഖ എന്ത് എന്ന് തിരഞ്ഞ് പോയാൽ നമുക്കത് കണ്ടെത്താനാവില്ല. അത്തരമൊരു സങ്കല്പ ദേശമാണ് ഈ നോവലിന്റെ പശ്ചാത്തലമായി സജിൽ ശ്രീധർ സ്വീകരിച്ചത്. അങ്ങനെ ഭൂമിയുടെ ഏറ്റവും വ്യാസമുള്ളൊരിടത്ത്, തീർത്തും ഭാവനാത്മകമായ ഒരു ദേശത്ത് എത്രയോ സഹസ്രാബ്ദങ്ങൾക്ക് അപ്പുറവും ഇപ്പുറവും ആയിട്ടാണ് ഈ കഥയുടെ കാലവും സ്ഥലവും (Time and Space) നോവലിസ്റ്റ് സങ്കല്പിച്ചിരിക്കുന്നത്. അതു കൊണ്ട് തന്നെ സഹസ്രാബ്ദങ്ങൾക്കപ്പുറമുള്ള ഒരു കാലത്തെയും നമുക്കിതിൽ കാണാം. പഴയ രാജഭരണ കാലത്തെ കഥാപാത്രങ്ങളെയും ഇന്നത്തെ മനുഷ്യരെയും നമുക്കിതിൽ കണ്ടുമുട്ടാം. നോവലിന്റെ അന്ത്യത്തിൽ കാലം കുതറിയോടി മറ്റേതോ ഒരു കാലത്തെത്തുന്നതിന്റെ ഭ്രമാത്മക വർണനയും നമുക്ക് കാണാം.

വളരെ സാരള്യമാർന്നതാണ് ഈ നോവലിന്റെ ഇതിവൃത്തം. സഹസ്രാബ്ദങ്ങൾക്കപ്പുറത്ത് ഉത്തര ഭാരതത്തിലെങ്ങോ നിലവിലുണ്ടായിരുന്ന കോസലം എന്ന രാജ്യം. അവിടത്തെ രാജാവായ രാജരാജേശ്വരൻ. അദ്ദേഹത്തിന്റെ ഒരേ ഒരു മകൾ പ്രകൃതി. പുത്രീവത്സലനായ രാജാവിനോട് മകൾ ഒരഭ്യർത്ഥന നടത്തുന്നു. അവളുടെ തത്സമം എന്ന പോലെ ഒരു പ്രതിമ നിർമിക്കണം. ആ ആവശ്യം നിറവേറ്റാനായി രാജാവ് രാജ്യത്തെങ്ങുമുള്ള ശില്പികളെ വരുത്തുന്നു.

എല്ലാവരും പരാജയപ്പെട്ട് പിന്മാറിയിടത്ത് ഒടുവിൽ അവധൂതനെപ്പോലെ ഒരു ശില്പിയെത്തുന്നു. ബ്രഹ്മദത്തൻ.

ദീർഘനാളത്തെ സർഗാത്മക തപസ്സിനൊടുവിൽ അയാൾ രാജകുമാരിയുടെ തത്സമമെന്ന് പറയാവുന്ന ഒരു പ്രതിമ നിർമിക്കുന്നു. അതിന്റെ നിർമാണത്തിനിടെ രാജകുമാരിയും ശില്പിയും പ്രണയബദ്ധരാകുന്നു. പരസ്പരം ശാരീരിക ബന്ധം പോലും ഉണ്ടാകുന്നു. ഒടുവിൽ ശില്പം പൂർത്തിയായപ്പോൾ രാജ്യം മുഴുവനും അയാളെ വാഴ്ത്തി. പ്രശംസകൾ കൊണ്ട് മൂടി.പക്ഷേ ശില്പിക്ക് കിട്ടുന്ന അംഗീകാരങ്ങൾ മന്ത്രിയിൽ ഈർഷ്യയുണ്ടാക്കുന്നു. ശില്പിയെ ഇല്ലായ്മ ചെയ്യാൻ അയാൾ ഗൂഢാലോചന നടത്തുന്നു. ഒടുവിൽ രാജാവിനെ സ്വാധീനിച്ച് അയാൾ ശില്പിയെ വധിക്കുന്നു.

പിന്നെയും കാലമെത്രയോ കഴിഞ്ഞു. രാജാവും മകളും മന്ത്രിയും ഒക്കെ കാലയവനികയ്ക്കുള്ളിൽ മറഞ്ഞു. പക്ഷേ ആ ശില്പി നിർമിച്ച രാജകുമാരിയുടെ പ്രതിമ.അത് സഹസ്രാബ്ദങ്ങൾക്ക് ശേഷവും അനേകായിരം പേരെ ആകർഷിച്ച് ഇപ്പോഴും നിലകൊള്ളുന്നു. പ്രതിമ കാണു

ന്ന മാത്രയിൽ അതിന്റെ സൃഷ്ടാവിനെക്കുറിച്ചറിയാനും ജനങ്ങളാഗ്രഹിക്കുന്നു. അങ്ങനെ കാലം കഴിയുന്തോറും ആ ശില്പം അതിന്റെ ശില്പിയെ ഓർമിപ്പിച്ചു കൊണ്ടേയിരിക്കുന്നു

ശില്പിയുടെ കാലം കഴിഞ്ഞും ശില്പം നിലനിൽക്കുമെന്നും അത് ശില്പിയെ അനശ്വരനാക്കുമെന്നും ഉള്ള വലിയ സത്യം ഊട്ടിയുറപ്പിക്കുന്നു ഈ നോവൽ. അനശ്വരങ്ങളായ സർഗാത്മക സൃഷ്ടികളുടെ സിമ്പോളിക് രൂപമാണ് നോവലിലെ പ്രതിമ. അനശ്വര സൃഷ്ടികൾ കാലത്തെ അതിജീവിച്ചു കൊണ്ടേ ഇരിക്കും. ഈ പ്രതിമയെപ്പോലെ.

ഈ ഇതിവൃത്തം പറയാൻ തീർച്ചയായും മൂന്ന് സമയ ഭേദങ്ങൾ അവശ്യമാണ്. ഭൂതവും വർത്തമാനവും ഭാവിയുമായി മൂന്ന് കാലത്തിൽ മാത്രം പറയാവുന്ന ഒരു കഥയാണിത്. ശില്പത്തിന്റെ അനശ്വരത വെളിപ്പെടുത്താൻ അത് സഹസ്രാബ്ദങ്ങൾ നില നിൽക്കുന്നതായി അടയാളപ്പെടുത്തേണ്ടതുണ്ട്. അതിനാലായിരിക്കണം ഭൂതകാലത്തെന്നോ ആ പ്രതിമ നിർമിച്ചതായി പറയുന്നത്. നൂറ്റാണ്ടുകൾ ആയി അത് നില നിൽക്കുന്നു എന്ന കാര്യം വർത്തമാന കാലത്ത് നിന്നേ പറയാനാകൂ. ഇനിയും ഏറെക്കാലം അത് നിലനിൽക്കുമെന്ന സത്യം വെളിപ്പെടുത്താൻ ഭാവി കാലത്തെയും ചിത്രീകരിക്കേണ്ടി വരും. അതിനാലാണ് ഇന്നിൽ തുടങ്ങി സഹസ്രാബ്ദങ്ങൾക്കപ്പുറത്തുള്ള ഭൂതകാലത്തേക്ക് പോകുകയും തിരിച്ച് ഇന്നിലേക്ക് മടങ്ങിവന്ന് ഭാവി കാലത്തേക്ക് പോകുന്നതുമായ ഒരു സമയത്തെ നോവലിസ്റ്റ് ഇതിൽ സൃഷ്ടിച്ചത്. നോവലിന്റെ സങ്കേതത്തിൽ അങ്ങനെ നോൺ ലീനിയർ എന്ന് പറയാവുന്ന ഒരു പാറ്റേൺ സൃഷ്ടിച്ചിട്ടുണ്ട് നോവലിസ്റ്റ്. എങ്കിലും അത് കഥാഗതിയെ ഒട്ടും സങ്കീർണമാക്കാത്ത ഒരു ഫ്ളാഷ് ബാക് രീതിയിൽ ക്രമപ്പെടുത്താൻ അദ്ദേഹത്തിന് സാധിച്ചിട്ടുണ്ട്. വായനയെ അതൊട്ടും ക്ലേശപ്പെടുത്തുന്നില്ല.

നോവലിൽ പറയുന്നത് പോലെ അതിലെ ബ്രഹ്മദത്തൻ എന്ന ശില്പി നിർമിച്ച ഒരു Figurative art, ഒരു രാജകുമാരിയുടെ ശില്പത്തിന്, കാലാതിവർത്തിയാകാൻ കഴിയുമോ? അങ്ങനെ കാലാതിവർത്തിയാകുന്നതിനൊപ്പം അത് അതിന്റെ ശില്പിയെയും അനശ്വരനാക്കുമോ?

തീർച്ചയായും എന്ന് തന്നെയാണ് ഉത്തരം. ഈ കുറിപ്പിന്റെ തുടക്കത്തിൽ പറഞ്ഞതു പോലെ കഷ്ടിച്ച് ഒരു ശതാബ്ദത്തോളം പോന്നതാണ് ഒരു മനുഷ്യന്റെ ആയുസ്സ്. എന്നാൽ ഒരു ശില്പമാകട്ടെ സഹസ്രാബ്ദങ്ങൾ നിലനിൽക്കും. അതുള്ളിടത്തോളം കാലം അതിന്റെ സൃഷ്ടാവിനെയും അതോർമിപ്പിക്കും.

ഹീബ്രു യൂണിവേഴ്സിറ്റി പ്രൊഫസറും പ്രശസ്ത ചരിത്ര പണ്ഡിത

നുമായ യുവാൽ നോവ ഹരാരി (Yuval Noah Harari) തന്റെ സാപ്പിയൻസ് (Sapiens A Brief History of Humankind) എന്ന പുസ്തകത്തിൽ തെക്കൻ ജർമ്മനിയിലെ ഹോഗ്ലൻസ്റ്റെയിൻ സ്റ്റാഡൽ എന്ന ഗുഹയിൽ നിന്ന് കണ്ടെത്തിയ ഒരു ദന്ത ശില്പത്തെ പറ്റി പറയുന്നുണ്ട്. ഒരു സിംഹമനുഷ്യന്റെ ശില്പമാണത്. 1939 ൽ പ്രശസ്ത പുരാവസ്തു ഗവേഷകനായ റോബർട്ട് വെറ്റ്സെൽ (Robert Wetzel) ആണത് കണ്ടെത്തിയത്. വർഷങ്ങൾ നീണ്ട കാർബൺ ഡേറ്റ് പരീക്ഷണങ്ങളിലൂടെ 35000 വർഷങ്ങൾക്കപ്പുറം പാലിയോലിതിക് കാലഘട്ടത്തിൽ ജീവിച്ചിരുന്ന ഒരു കരകൗശല വിദഗ്ദ്ധൻ നിർമിച്ചതാവണം ആ ശില്പം എന്ന നിഗമനത്തിൽ ശാസ്ത്ര ലോകം എത്തി. ലോകത്തിലെ തന്നെ കണ്ടെടുക്കപ്പെട്ട ഏറ്റവും പഴക്കമുള്ള ശില്പമാണത്. മഹാദന്തി (Mammoth) എന്ന് വിളിക്കപ്പെട്ടിരുന്ന ആനയുടെ കൊമ്പിൽ നിർമിച്ചതായിരുന്നു ആ ശില്പം. മഹാദന്തി എന്ന ആനവംശം പോലും ഇന്നില്ല. ഏതോ കാലത്ത് അവയ്ക്ക് വംശനാശം വന്നു പോയി. ജർമനിയിലെ ഉൽമർ മ്യൂസിയത്തിൽ (Ulmer Museum) സൂക്ഷിച്ചിരിക്കുന്ന ആ ശില്പം നമ്മെ ഓർമിപ്പിക്കുന്നതെന്താണ്? ശില്പി മരിക്കാം. ശില്പങ്ങൾ മരിക്കില്ല എന്നല്ലേ?

ഭാഷ പോലും വികസിച്ചു വന്നിട്ടില്ലാത്ത ഒരു കാലത്ത് നിർമ്മിക്കപ്പെട്ട ശില്പമാണത്. അതിനാൽ അതിന്റെ ശില്പിയെ പറ്റി രേഖപ്പെടുത്തലുകളൊന്നും ഉണ്ടായിട്ടില്ല. എങ്കിലും ആ ശില്പം അജ്ഞാതനായ ആ ശില്പിയെ പറ്റി നമ്മെ ഓർമിപ്പിച്ചു കൊണ്ടേയിരിക്കുന്നു.

ഇൻഡോനേഷ്യയിലെ സുലവേസി എന്ന ദ്വീപിലെ ഒരു ഗുഹയുടെ ഭിത്തിയിൽ സഹസ്രാബ്ദങ്ങൾക്ക് മുമ്പ് ഒരജ്ഞാത കലാകാരൻ വരച്ചു വച്ച ഒരു ചിത്രം 2019 ൽ പുരാവസ്തു ഗവേഷകർ കണ്ടെത്തിയിരുന്നു. മൂന്ന് പന്നികളെ ആലേഖനം ചെയ്ത ഒരു ചിത്രമാണത്. 45000 വർഷങ്ങൾക്ക് മുമ്പ് അന്നത്തെ ഏതോ ഒരു ചിത്രകാരൻ വരച്ചിട്ടതായിരുന്നു അത് എന്ന് കാർബൺഡേറ്റിംഗിലൂടെ ഈയ്യിടെ തെളിഞ്ഞു.

ആലോചിച്ചു നോക്കൂ. അത്ര പൂർണതയൊന്നും അവകാശപ്പെടാനില്ലാത്ത ഒരു ചിത്രം. പക്ഷേ 45000 വർഷങ്ങൾ കഴിഞ്ഞിട്ടും ആ ഗുഹാചിത്രം നിലനിൽക്കുന്നു. ആര് വരച്ചു എന്നറിയില്ലെങ്കിലും ആ ചിത്രകാരനെ പറ്റി ശാസ്ത്രലോകം ചർച്ച ചെയ്യുന്നു. ആ ചിത്രത്തെ ഡി കോഡ് ചെയ്യാൻ ശ്രമങ്ങൾ നടക്കുന്നു. കല അനശ്വരമാകുന്നത് ഇങ്ങനെയാണ്. കലയിലൂടെ കലാകാരൻ അനശ്വരനാകുന്നതും ഇങ്ങനെ തന്നെ.

മനുഷ്യന്റെ സർഗാത്മക സൃഷ്ടികളിൽ ചിത്രവും ശില്പവും മാത്രമല്ല പെടുക. കാലാതിവർത്തിയായ വാസ്തു നിർമിതികൾ, സാഹിത്യ കൃതികൾ. തത്വ ചിന്താ പഠനങ്ങൾ, ചരിത്ര രചനകൾ, സംഗീതം അങ്ങ

നെ പലതും. ഇതിന്റെയൊക്കെ പിന്നിലെ വ്യക്തികളെയും അതനശ്വര രാക്കുന്നു.

നൂറ്റാണ്ടുകൾക്കപ്പുറം ഈജിപ്ത് ഭരിച്ചിരുന്ന ഫറവോമാരെ പറ്റി നാം അറിയുന്നതെങ്ങനെയാണ്? അവർ നേതൃത്വം കൊടുത്ത് നിർമിച്ച പിരമിഡുകളുടെ പേരിലല്ലേ. വാസ്തു ശില്പങ്ങൾ അതിന്റെ നിർമാതാക്കളെ അനശ്വരരാക്കുന്നു എന്നതിന് തെളിവാണത്. എത്രയോ നൂറ്റാണ്ടുകളായി ലോകത്തെ സപ്താത്ഭുതങ്ങളുടെ പട്ടികയിലായിരുന്നു ഗിസയിലെ വലിയ പിരമിഡ്. ഖുഫു എന്ന ഫറവോ തന്റെ ശവകുടീരമായി നിർമിച്ചതാണത്.23 വർഷം മാത്രം ഫറവോയായിരുന്ന ഒരാളാണ് ഖുഫു. മറ്റെത്രയോ ഫറോവമാർക്കിടയിൽ ഖുഫുവിനെ വേറിട്ട് നിർത്തുന്നതും അനശ്വരനാക്കിയതും ആ പിരമിഡ് ആണ്. ആ വാസ്തു നിർമിതി അങ്ങനെ ഖുഫുവിനെ അനശ്വരനാക്കി.

പെറുവിലെ മാച്ചുപിച്ചുവിൽ ഇൻക ഗോത്രം നിർമിച്ച ശിലാ നിർമിതികൾ, ഇറ്റലിയിലെ കൊളാസിയം, ചൈനയുടെ വന്മതിൽ, ഇന്ത്യയിലെ താജ്മഹൽ. മെക്സികോയിലെ മായൻ ഗോത്രക്കാർ നിർമിച്ച ചിച്ചെൻ ഇറ്റ്സ അവയൊക്കെയും വാസ്തുശില്പ നിർമിതികളെന്ന നിലയിൽ ലോകാത്ഭുതങ്ങളായി നാം ഗണിച്ചു വരുന്നവയാണ്. അനേകായിരം സഞ്ചാരികളെ ആകർഷിക്കുന്നവ. അനശ്വരമായ ആ നിർമിതികളൊക്കെത്തന്നെയും അവയുടെ നിർമാതാക്കളെയും അനശ്വരരാക്കുന്നുണ്ട്. ലോകമെങ്ങും ഇങ്ങനെ എത്രയോ പുരാതനമായ വാസ്തു നിർമിതികളുണ്ട്. അവയെ പറ്റിയുള്ള പഠനവും വിശകലനവും വഴിയാണ് നാം അവ നിർമ്മിക്കപ്പെട്ട കാലത്തിന്റെ ചരിത്രം രേഖപ്പെടുത്തുന്നതുപോലും.

മുഗൾ രാജാക്കന്മാരുടെ നിർമിതികൾ പലതുമാണ് ഇന്ത്യാ ചരിത്രത്തിൽ അവരുടെ പ്രാധാന്യം അനാവരണം ചെയ്യുന്നത്. ഹംപിയിലെ നഗരാവശിഷ്ടങ്ങളിൽ നിന്നാണ് നാം വിജയനഗര സാമ്രാജ്യത്തെക്കുറിച്ചറിയുന്നത്. ചോള പാണ്ഡ്യരാജാക്കന്മാർ എത്രത്തോളം പ്രതാപശാലികളായിരുന്നു എന്ന് നാമറിയുന്നത് തമിഴ്നാട്ടിലുടനീളം അവർ നിർമിച്ച മഹാക്ഷേത്രങ്ങളിലൂടെയാണ്. വാസ്തു നിർമിതികൾ കാലാതീതമായി നിലകൊള്ളുമ്പോൾ അതിന്റെ നിർമാതാവും അനശ്വരരാകുന്നു. അവ അതിന്റെ നിർമാതാക്കളെ പറ്റി പഠിക്കാനുള്ള സ്റ്റഡി മെറ്റീരിയലുകൾ പോലുമാകുന്നു.

ഹാരപ്പൻ സംസ്കാരത്തിന്റെ നിർമാണാവശിഷ്ടങ്ങളാണ് ഇന്ത്യയുടെ പ്രാചീന സംസ്കാരത്തിന്റെ തെളിവ്. അതില്ലായിരുന്നെങ്കിൽ സിന്ധു നദീതട സംസ്കാരം വ്യാഖ്യാനിക്കാൻ നാം പ്രയാസപ്പെട്ടേനെ.

അജന്ത എല്ലോറ ഗുഹാ ക്ഷേത്രങ്ങളും കൊണാർക്കിലെ സൂര്യ ക്ഷേത്രവും നമ്മെ ഓർമിപ്പിക്കുന്നത് സഹസ്രാബ്ദങ്ങൾക്കപ്പുറമുള്ള ഭാരതീയ ശില്പികളുടെ മികവ് തന്നെയാണ്. ശില്പങ്ങൾ നിലനിൽക്കുമ്പോൾ ശില്പികളും ഓർമിക്കപ്പെടുന്നു.അതിനുമപ്പുറം ഒരു സംസ്കാരത്തെ തന്നെ അതടയാളപ്പെടുത്തുന്നു.

വാസ്തു ശാസ്ത്ര നിർമിതികൾ പക്ഷേ ഏറെപ്പേരുടെ ഏറെ നാളത്തെ പ്രയത്നത്താൽ മാത്രം സഫലമാകുന്ന ഒന്നാണ്. ധാരാളം നിർമാണച്ചെലവ് കൂടി വേണ്ടി വരുന്ന ഒന്ന്. അതിനാൽ അവ രൂപകല്പന ചെയ്ത് നിർമിച്ച പ്രതിഭാധനന്മാരായ ശില്പികളെയല്ല മറിച്ച് അതിന്റെ നിർമാണത്തിന് മുതലിറക്കിയവരെയാണ് അത് കൂടുതൽ അടയാളപ്പെടുത്തുക എന്ന ദോഷമുണ്ട്.

ആ സ്ഥിതി വച്ചു നോക്കുമ്പോൾ വാസ്തുശില്പമന്ദിരങ്ങളേക്കാൾ വ്യക്തികളെ അനശ്വരരാക്കാൻ പറ്റിയ ഏറ്റവും മികച്ച സർഗാത്മക കർമങ്ങൾ സാഹിത്യ രചനയും ചിത്രരചനയും ശില്പനിർമാണവുമൊക്കെയാണ്.

രാമായണം വാത്മീകിയെ, മഹാഭാരതം വ്യാസനെ, ഇലിയഡും ഒഡീസിയും ഹോമറിനെ. ചരിത്രത്തിൽ അങ്ങനെ എത്രയെത്ര പേരെ സാഹിത്യം അനശ്വരരാക്കിയിരിക്കുന്നു. വിക്രമാദിത്യചക്രവർത്തിയേക്കാൾ പ്രശസ്തൻ അദ്ദേഹത്തിന്റെ രാജസദസ്സിലൊരാളായ കാളിദാസനാണ്. കാളിദാസനെ അനശ്വരനാക്കുന്നതോ ശാകുന്തളം ഉൾപ്പെടെയുള്ള സാഹിത്യ രചനകളും. ജലാലുദീൻ റൂമിയെ, ഷേക്സ്പിയറെ, ഭാസനെ, ഹെറഡോട്ടസിനെ, തിരുവള്ളുവറെ ഒക്കെയും നാം ഓർക്കുന്നത് അവരുടെ കാവ്യങ്ങളിലൂടെയും നാടകങ്ങളിലൂടെയും ചരിത്ര പുസ്തകങ്ങളിലൂടെയും ആണ് എന്നോർക്കുക.

എഴുത്തച്ഛനെയും ചെറുശ്ശേരിയെയും കുഞ്ചൻ നമ്പ്യാരെയും നാം കണ്ടിട്ടില്ല. പക്ഷേ നൂറ്റാണ്ടുകൾക്കപ്പുറം ജീവിച്ച അവരെക്കുറിച്ച് നമുക്കറിയാം. അത് അവർ നമുക്ക് നൽകിയിട്ട് പോയ കൃതികളിലൂടെയാണ്. രചനകൾ രചയിതാക്കളെ ഓർമിപ്പിക്കുന്നതിങ്ങനെയാണ്.

കോടതി മുൻസിഫ് ആയതിന്റെ പേരിലല്ല നാം ഒ. ചന്തുമേനോനെ ഓർക്കുന്നത്. ഇന്ദുലേഖ എന്ന നോവലിന്റെ രചയിതാവായാണ്. ഹൈക്കോടതി ശിരസ്തദാർ ആയതിന്റെയോ ഗവർമെണ്ട് പ്രസ് സുപ്രണ്ട് ആയതിന്റെയോ പേരിലല്ല നാം സി.വി രാമൻ പിള്ളയെ ഓർക്കുന്നത്. മാർത്താണ്ഡവർമ്മ, ധർമരാജ, രാമരാജബഹദൂർ എന്നീ നോവലുകളുടെ പേരിലാണ്. ചീഫ് സെക്രട്ടറിയും ദിവാൻ പേഷ്കാരും വരെ ആയിരുന്നു ഉള്ളൂർ എസ് പരമേശ്വരയ്യർ. നിയമസഭാംഗമായിരുന്നു കുമാരനാ

ശാൻ. കവികൾ എന്ന പേരിൽ അവർ നേടിയ പ്രശസ്തിക്കപ്പുറം ഇതൊക്കെ ആരോർക്കുന്നു.?

ആംബുലൻസ് ഡ്രൈവറായി യുദ്ധമുഖത്തേക്ക് പോയതിന്റെ പേരിലല്ല നാം ഏണസ്റ്റ് ഹെമിംങ് വേയെ ഓർക്കുന്നത്. ഫിയദോർ ഡോസ്റ്റേയേവ്സ്കിയേയും ലിയോ ടോൾസ്റ്റോയിയെയും പട്ടാളത്തിൽ സേവനമനുഷ്ഠിച്ചതിന്റെ പേരിലല്ല ലോകം ഓർത്തിരിക്കുന്നത്. മറിച്ച് മഹത്തരങ്ങളായ നോവലുകൾ എഴുതിയതിന്റെ പേരിലാണ്. കൃതികൾ രചയിതാക്കളെ അനശ്വരരാക്കുന്നതിങ്ങനെയാണ്.

കാവ്യങ്ങൾ വാസ്തുകലയേക്കാൾ മഹത്തരമായി അതിന്റെ രചയിതാക്കളെയും കഥാപാത്രങ്ങളെയും അനശ്വരരാക്കും എന്ന് വില്യം ഷേക്സ്പിയർ തന്നെ പറഞ്ഞിട്ടുണ്ട്. ഷേക്സ്പീയറിന്റെ സാഹിത്യ സംഭാവനകളിൽ നാടകത്തോളം തന്നെ പ്രാധാന്യമുണ്ട് അദ്ദേഹത്തിന്റെ സോണറ്റുകൾക്കും. പത്തുപതിനാല് വരികളുള്ള ലഘുകാവ്യങ്ങളാണ് സോണറ്റ് എന്ന് പറയാം. 150 ലേറെ സോണറ്റുകൾ അദ്ദേഹത്തിന്റേതായുണ്ട്. അതിൽ അദ്ദേഹത്തിന്റെ അമ്പത്തി അഞ്ചാമത് സോണറ്റ് വളരെ വിഖ്യാതമാണ്. അത് ഡികോഡ് ചെയ്ത പല വിശകലന വിദഗ്ദ്ധരും കാവ്യകലയുടെ അനശ്വരതയെ പറ്റിയാണ് അത് പറയുന്നത് എന്ന് വ്യാഖ്യാനിച്ചിട്ടുണ്ട്. ചുവടെ കൊടുത്തതാണ് ആ സോണറ്റ്.

Not marble nor the gilded monuments
Of princes shall outlive this powerful rhyme,
But you shall shine more bright in these contents
Than unswept stone besmeared with sluttish time.
When wasteful war shall statues overturn,
And broils root out the work of masonry,
Nor Mars his sword nor war's quick fire shall burn
The living record of your memory.
  Gainst death and all-oblivious enmity
Shall you pace forth; your praise shall still find room
Even in the eyes of all posterity
That wear this world out to the ending doom.
    So, till the Judgement that yourself arise,
    You live in this, and dwell in lovers eyes.

ഈ സോണറ്റിലെ ആദ്യ ഭാഗം നമുക്കിങ്ങനെ ഏകദേശം പരാവർത്തനം ചെയ്യാമെന്ന് തോന്നുന്നു.

മാർബിൾ ശില്പങ്ങളോ രാജകുമാരന്മാരുടെ സ്വർണ്ണത്തിളക്കമാർന്ന

സ്മാരകങ്ങളോ ഈ ശക്തമാമീരടികളുടെ ഉള്ളടക്കത്തോളം കാലാതിവർത്തിയാവില്ല.

ശിലയിലുയർത്തിയതൊന്നും വൃത്തികെട്ട സമയത്തിനതീതമല്ല.

നാശകാരിയായ യുദ്ധങ്ങളിൽ ശിലാശില്പങ്ങൾ തകരാം.

കലഹങ്ങൾക്കും ലഹളകൾക്കുമിടയിൽ ശില്പവേലകളൊക്കെയും വേരോടെ പിഴുതെറിയാം.

അന്യലോകത്തിന്റെയായുധത്തിനോ യുദ്ധത്തിലാളുന്നയഗ്നിക്കോ ദഹിപ്പിക്കാനാകില്ല

നിന്റെയോർമ്മ പകർത്തിയ ഈ ജീവസ്സുറ്റ വരികളെ

മരണമോ ഈ പ്രപഞ്ചത്തെ അന്ത്യനാശത്തിലേക്ക് നയിക്കുന്ന ശത്രുതയോ ഉണ്ടാവട്ടെ. എല്ലാ പിൻഗാമികളുടെയും കാഴ്ചയിൽ ഈ കാവ്യത്തിലൂടെ നീയുണ്ടാകും.

അതിനാൽ, ഈ ലോകമതിന്റെയന്ത്യ വിധിയെഴുതുന്നതുവരെ, നിങ്ങളീ വരികളിലൂടെ പ്രേമികളുടെ കണ്ണിൽ വസിക്കതന്നെ ചെയ്യും.

തന്റെ സുഹൃത്തുക്കളിലൊരാളെ പറ്റി സോണറ്റ് രചിക്കുമ്പോൾ മറ്റെന്തിനേക്കാളുമുപരി അയാളെ അനശ്വരനാക്കാൻ അതു വഴി സാധിക്കും എന്ന ഷേക്സ്പീയറിന്റെ അവകാശ വാദം തന്നെയാണ് അമ്പത്തിയഞ്ചാമത്തെ സോണറ്റ് എന്നാണ് ഇത് വ്യാഖ്യാനിച്ച വിദഗ്ദ്ധരുടെ അഭിപ്രായം. സർഗാത്മക സൃഷ്ടികളിൽ കാവ്യങ്ങളോളം മികച്ച മറ്റൊന്നില്ലെന്ന് ഷേക്സ്പിയർ പോലും കരുതുന്നു.

The Immortalising Power of Poetic Art എന്ന പഠനലേഖനത്തിൽ ഇതിനെ ശരിവെക്കുന്നുണ്ട് ശ്രീ. അൽക പൻവാർ. (Alka Panwar) The mighty Epic, Ramayana, has immortalised Rama. When no Ayodhyapuri (symbol of architecture) and no original statue (art of sculpture) or painting of Rama has survived the mighty blows of time, it is only by the guidance of the Epic (poetic art) that a painter paints a poster or a sculptor carves the idol of our worship എന്നാണ് അൽക പൻവാർ പറയുന്നത്. അയോദ്ധ്യാനഗരവും ശ്രീരാമന്റെ കൊട്ടാരവും അദ്ദേഹത്തിന്റെ ശില്പങ്ങളും ഒന്നും കാലത്തെ അതിജീവിച്ചില്ല. രാമായണ കാവ്യത്തിൽ നിന്നാണ് അതൊക്കെയും നാം മനസ്സിലാക്കിയത് എന്ന് സമർത്ഥിക്കുന്നു ഈ പഠനം.

സർഗാത്മക സൃഷ്ടികളിൽ തത്വചിന്തകളും മതബോധനങ്ങളും പെടും എന്നതിനാലാണ് സോക്രട്ടീസും പ്ലാറ്റോയും അരിസ്റ്റോട്ടിലും

ഒക്കെ ഇപ്പോഴും ഓർമിക്കപ്പെടുന്നത്. ബുദ്ധനും ജൈനനും യേശു ക്രിസ്തുവും മുഹമ്മദ് നബി (സ)യും കൺഫ്യൂഷിയസും ലാവോത്സേ യുമൊക്കെ കാലാതീതരായി നിലകൊള്ളുന്നത് അവർ പകർന്ന് തന്ന മത ദർശനങ്ങളുടെ കരുത്തിലാണ്. അതായിരുന്നല്ലോ അവരുടെ സർ ഗാത്മക സംഭാവനകൾ.

മൊസാർട്ടിന്റെ സംഗീതം ലോകം ശ്രവിച്ചു തുടങ്ങിയത് രണ്ട് നൂറ്റാ ണ്ടുകൾക്ക് മുമ്പാണ്. സംഗീത പ്രണയികൾ ഉള്ള കാലത്തോളം അതി നിയും ആസ്വദിക്കപ്പെടും. അത്രത്തോളം കാലം ആ സംഗീതം മൊസാർട്ടിന്റെ കാലത്തെയും ജീവിതത്തെയും കുറിച്ച് ഓർമപ്പെടുത്തി ക്കൊണ്ടേയിരിക്കയും ചെയ്യും

അതായത്, അദ്ദേഹത്തിന്റെ സർഗാത്മക സൃഷ്ടി അദ്ദേഹത്തിന് സമ്മാനിക്കുന്നത് ഒരു തരം അമർത്യതയാണ്. സർഗാത്മക രചനകൾ കാലത്തെ അതിജീവിക്കും എന്ന ഈ സത്യത്തിൽ നിന്ന് വേണം ഭൂമദ്ധ്യരേഖ എന്ന നോവലിനെ വിലയിരുത്താൻ. കാരണം ഈ നോവ ലിന്റെ രചനോദ്ദേശം തന്നെ ഈ ഒരാശയത്തെ കേന്ദ്രീകരിച്ചാണ് എന്ന് ആമുഖത്തിൽ നോവലിസ്റ്റ് പറയുന്നുണ്ട്.

അപ്പോൾ താൻ ഉദ്ദേശിക്കുന്ന ആ ആശയത്തെ അല്ലെങ്കിൽ പ്രമേയ ത്തെ ഫലപ്രദമായി വായനക്കാരിലേക്കെത്തിക്കാൻ നോവലിസ്റ്റിന് കഴിഞ്ഞോ എന്നുള്ളതാണ് ഈ നോവലിന്റെ കാര്യത്തിൽ പരിശോധി ക്കാനുള്ളത്.

ഒരു സാഹിത്യരൂപം എന്ന നിലയിൽ നോവലിന് പൊതുവേ ഉണ്ടാ യിരിക്കേണ്ട ചില അടിസ്ഥാന പാഠങ്ങളുണ്ട്. Theme, Settings, Time, Charactor, Conflict തുടങ്ങിയ Element കളാണവ. ഇതിൽ തീം എന്താ ണ് എന്നതാണ് നാം ഇതു വരെ വിശകലനം ചെയ്തത്. സർഗാത്മക നിർമിതികൾ കാലാതീതമാണ് എന്നും അത്തരം നിർമ്മിതികൾ അവ യുടെ സൃഷ്ടാക്കളെയും അനശ്വരരാക്കും എന്നതാണ് ഇതിലെ തീം എന്ന് നാം കണ്ടു കഴിഞ്ഞു.

ഇനി വിശകലനം ചെയ്യാനുള്ളത് എഴുത്തുകാരൻ ഇതിന് വേണ്ടി സൃഷ്ടിച്ചെടുത്ത Time Space എന്താണ് എന്നതാണ്. നോവലിന്റെ പ്രമേയം അനശ്വരത എന്നതായതു കൊണ്ടു തന്നെ കാലത്തിന്റെ വലി യൊരു മാത്ര ഇതിൽ അവശ്യമായി വരും. നൂറ്റാണ്ടുകളും സഹസ്രാബ് ദങ്ങളുമായി നീളുന്ന വലിയൊരു കാലയളവ്.

ഒരു നോവലിൽ അതിന്റെ കഥ നടക്കുന്ന Space നും അതിന്റെ Settings നും കൂടി പ്രാധാന്യമുണ്ട്. നോവലിസ്റ്റിന് താൻ പറയാൻ പോകു ന്ന കഥ വിജയകരമായി അവതരിപ്പിക്കുന്നതിന് അനുയോജ്യമായ

ഒരു പശ്ചാത്തലം സൃഷ്ടിക്കേണ്ടതു കൊണ്ടാണത്. അത്തരം പശ്ചാത്തലത്തിൽ വേണം കഥാപാത്രങ്ങളെ പ്രതിഷ്ഠിക്കാൻ.

ഭൂരിപക്ഷം കഥകളിലും പശ്ചാത്തലം യഥാതഥമാവാം. ഷൊളോഖോവിന്റെ നോവലുകളിൽ ഡോൺ നദീതടം എന്ന പോലെ. തകഴിയുടെ കൃതികളിൽ കുട്ടനാട് എന്ന പോലെ എഴുത്തുകാരന് പരിചിതമായതും യഥാർത്ഥത്തിലുള്ളതുമായ Space തന്നെ കൃതിയിൽ ആവിഷ്കരിക്കാറുണ്ട്. പക്ഷേ ഭൂരിഭാഗം എഴുത്തുകാരും യഥാർത്ഥ Space നോട് ചേർന്ന് നിൽക്കുന്ന, അതിനോട് സാധർമ്യമുള്ള ഭാവനാത്മകമായ സ്ഥലകല്പനകളാണ് സ്വീകരിക്കാറ്. Space ഭാവനാത്മകമാണെങ്കിലും വായനക്കാർക്ക് അത് റിയൽ ആണ് എന്ന തോന്നൽ സൃഷ്ടിക്കാൻ അതുമൂലം സാധിക്കും.

എന്നാൽ ചില പ്രമേയങ്ങൾ നിലവിലില്ലാത്ത ഒരു സ്ഥല പശ്ചാത്തലം ആവശ്യപ്പെടുന്നതായിരിക്കും. തീർത്തും ഭാവനാത്മകമായി അത്തരം Space സൃഷ്ടിക്കുകയാണ് ആ സമയം എഴുത്തുകാർ ചെയ്യുക. അത്തരത്തിലുള്ള ഒരു ഇതര ലോകം എഴുത്തുകാർ തങ്ങളുടെ കൃതികളിലൊരുക്കുന്നതിന് ലോക സാഹിത്യത്തിൽ എത്രയോ ഉദാഹരണങ്ങൾ ഉണ്ട്.

പ്രവാസി റഷ്യൻ എഴുത്തുകാരൻ ആയ വ്ളാഡിമിർ നബോക്കോവിന്റെ അഡ എന്ന നോവലിന് തീർത്തും നൂതനമായ ഒരു സ്ഥല പശ്ചാത്തലം അദ്ദേഹം ഒരുക്കിയത് സാഹിത്യലോകം ഏറെ ചർച്ച ചെയ്തിരുന്നു. അദ്ദേഹം പറയാനുദ്ദേശിക്കുന്ന പ്രമേയത്തിന് നിലവിലുള്ള പശ്ചാത്തലങ്ങളൊ അവിടത്തെ സംസ്കാര രീതികളോ അനുയോജ്യമല്ലാത്തതിനാലാണ് മറ്റൊരു ലോക ക്രമം സൃഷ്ടിക്കേണ്ടിവന്നത്.

ഇംഗ്ലീഷ് എഴുത്തുകാരനായ ജെ.ആർ.ആർ. ടോൾകീൻ തന്റെ ലോർഡ് ഓഫ് ദി റിംഗ്സിൽ ഇത്തരത്തിൽ ഒരു ഇതര ലോകം സൃഷ്ടിച്ചതു നാം വായിക്കയും സിനിമയിൽ കണ്ടതുമാണ്.

മനുഷ്യൻ ചന്ദ്രനിലിറങ്ങുന്നതിന് വളരെ മുമ്പുതന്നെ ഗ്രഹങ്ങളിലൂടെയുള്ള യാത്രകളുടെ ലോകം സാങ്കൽപ്പികമായി സൃഷ്ടിക്കപ്പെട്ടിട്ടുണ്ട്. നോവലുകളിൽ. എച്ച്.ജി. വെൽസിന്റെയും ആൽഡസ് ഹക്സ്ലിയുടെയും ചില കൃതികളിൽ ഇത്തരത്തിലുള്ള ഇതരലോകത്താണ് കഥയെ പ്രതിഷ്ഠിച്ചിട്ടുള്ളത്.

ഭൂമദ്ധ്യരേഖയുടെ സ്ഥലകല്പനയിലും ഇത്തരമൊരു സാങ്കൽപ്പിക ദേശം സൃഷ്ടിച്ചിട്ടുണ്ട് നോവലിസ്റ്റ്. രണ്ട് ദേശ പശ്ചാത്തലങ്ങളാണ് ഈ നോവലിലുള്ളത്. അതിൽ ഹിമസാനു അത്തരമൊരു ഇതര ലോകമാണ്. അഭൗമമെന്ന് തോന്നിപ്പിക്കുന്ന ആ ദേശത്താണ് രാജകു

മാരിയുടെ ശില്പം പ്രതിഷ്ഠിച്ചിട്ടുള്ളത്. സഞ്ചാരികൾ തിക്കിത്തിരക്കിയെത്തുന്ന ഒരു മാജിക്കൽ വേൾഡ് ആയി ആ ദേശത്തെ എഴുത്തുകാരൻ ഇതിൽ വർണിച്ചിട്ടുണ്ട്. ഭൂമദ്ധ്യരേഖയ്ക്ക് സമീപം എന്നതാണ് ആ ദേശത്തിന്റെ സ്ഥാനമായി ഗ്രന്ഥകാരൻ പറയുന്നത്. നോവലിന്റെ തുടക്കത്തിലെ ആ ദേശവർണനയുടെ വാങ്മയ ചിത്രം വളരെ ഹൃദ്യവുമാണ്.

കാലാതീതമായി നിൽക്കുന്ന ഒരു ശില്പത്തെ പ്രതിഷ്ഠിക്കേണ്ടത് അത്തരമൊരു ലോകത്ത് തന്നെയാവണം. പ്രകൃതി ദുരന്തങ്ങളൊന്നും ബാധിക്കാത്ത ഒരിടമാവണം അത്. അഭൗമമായ ഒരിടം എന്ന തോന്നലുമുളവാക്കണം. സഞ്ചാരികളെ ആകർഷിക്കുന്ന കാഴ്ച ഭംഗിയും സുഖദമായ കാലാവസ്ഥയും ഉണ്ടാകണം. അത്തരത്തിലുള്ള അതീവ സുന്ദരമായ ഒരിടം തന്നെയായി ഹിമസാനുവിനെ പരിചരിച്ചിട്ടുണ്ട് രചയിതാവ്.

എന്തു കൊണ്ടാണ് ഭൂമദ്ധ്യരേഖ പോലെ ഒരു സാങ്കല്പിക ദേശത്ത് നോവലിസ്റ്റ് ഹിമസാനുവിനെ പ്രതിഷ്ഠിച്ചത്? അതിനും സാംഗത്യമുണ്ട്. അനശ്വരമായ ഒരു സൃഷ്ടിയെ പ്രതിഷ്ഠിക്കേണ്ടത് ഭദ്രമായ ഒരു ഭൂമികയിലാവണം.

ജ്യോഗ്രഫിക്കലായ പഠനം നടത്തുന്നവർക്കറിയാം നിരന്തരമായ മാറ്റങ്ങൾക്ക് വിധേയമാണ് ഭൗമോപരിതലം. കാലാവസ്ഥാഭേദങ്ങൾ പ്രകൃതിയെ എപ്പോഴും മാറ്റിമറിച്ചു കൊണ്ടേയിരിക്കും. മഴ, കാറ്റ്, പ്രളയം, ഭൂകമ്പം, അഗ്നിപർവ്വതം, വരൾച്ച, ഉരുൾപൊട്ടൽ എന്നിവ ഓരോ ദേശത്തെയും മാറ്റിമറിക്കാൻ പര്യാപ്തമാണ്.

ഗുജറാത്തിലെ ജാംനഗറിന് സമീപമായിരുന്നു പുരാണ പ്രസിദ്ധമായ ദ്വാരകാ നഗരമെന്നും ഭഗവാൻ കൃഷ്ണന്റെ കാല ശേഷം അത് കടലെടുത്തു പോയെന്നും നാം വായിച്ചിട്ടുണ്ട്. ദ്വാരകയുടേത് എന്ന് വിശ്വസിക്കപ്പെടുന്ന ഒരു നഗരത്തിന്റെ അവശിഷ്ടങ്ങൾ ഇന്നും അവിടെ കടലിനടിയിലുണ്ടെന്നതും സത്യം.

ദ്വാരക ഒരു മിത്തിക്കൽ നഗരമാണെന്ന് കരുതി മാറ്റിവച്ചാലും അതു പോലെ പ്രശസ്തമായ എത്രയോ നഗരങ്ങൾ നാശപ്പെട്ടതു പോയതിന്റെ ചരിത്രം നമുക്കറിയാം. പൗരാണിക കാലത്തെ എത്ര ചക്രവർത്തിമാരുടെ ആസ്ഥാനം കാലം ബാക്കി വച്ചിട്ടുണ്ട് എന്നോർത്താൽ മാത്രം മതി. കാലാവസ്ഥാ ഭേദങ്ങളിലൂടെ പ്രകൃതിയോ യുദ്ധം പോലുള്ളവയിലൂടെ മനുഷ്യരോ പല നിർമിതികളെയും നശിപ്പിച്ചിട്ടുണ്ട്. അതാണ് ഷേക്സ്പീയർ തന്റെ അമ്പത്തിയഞ്ചാം സോണറ്റിൽ വിശദമാക്കുന്നതും. പെരിയാറിലെ വെള്ളപ്പൊക്കമാണ് മുസിരിസ് തുറമുഖത്തെ തൂത്തെറിഞ്ഞത്. ധനുഷ്കോടി എന്ന കച്ചവട നഗരത്തെ ഒരു സൈ

ക്ലോൺ ആണ് നക്കിത്തുടച്ചത്. വലിയ നഗരങ്ങൾ വരൾച്ച മൂലം മരുഭൂവാകാം. ഇത്തരത്തിൽ പ്രകൃതി ദുരന്തങ്ങളാൽ നശിച്ചു പോയ എത്രയോ ഇടങ്ങളുണ്ട്. അങ്ങനെ നാശം വരാത്തൊരിടത്താവണം നോവലിലെ പ്രതിമയെ പ്രതിഷ്ഠിക്കേണ്ടത്. എങ്കിലേ അതിന് നൂറ്റാണ്ടുകളോളം ജനശ്രദ്ധയാകർഷിച്ച് നില കൊള്ളാനാവൂ. പ്രതിമ നിർമിക്കുന്നതിനിടെ ബ്രഹ്മദത്തൻ പോലും അത് പ്രതിഷ്ഠിക്കേണ്ട ഇടത്തെ പറ്റി ഉത്ക്കണ്ഠപ്പെടുന്നത് അത് കൊണ്ടാവണം.

ഗിസായിലെ പിരമിഡുകളെ പറ്റി പഠനം നടത്തിയവർ ആ പിരമിഡുകൾ സ്ഥാപിച്ച ഇടത്തിന്റെ പ്രാധാന്യത്തെ പറ്റി എടുത്തു പറയാറുണ്ട്. ഈജിപ്തിലെ ഫറോവമാർ പലേടങ്ങളിലായി നൂറുകണക്കിന് പിരമിഡുകൾ നിർമിച്ചിരുന്നു. എന്നാൽ അവ മിക്കതും കാലാന്തരത്തിൽ തകർന്നടിഞ്ഞു പോകയായിരുന്നു. നൈൽ നദിയുടെ തീരത്താണ് അവ പലതും നിർമിച്ചത് എന്നത് കൊണ്ട് സംഭവിച്ചതാണത്. നൈലിലെ പ്രളയം പല പിരമിഡുകളെയും കടപുഴക്കി. എന്നാൽ ഖുഫുവിന്റെ കാലത്ത് നൈലിന്റെ ഓരത്തു നിന്ന് നൂറു കണക്കിന് കിലോമീറ്ററുകൾ അകലെ ഗിസ എന്ന ഉറപ്പാർന്ന പ്രദേശത്ത് പിരമിഡ് പണിയാൻ തീരുമാനിച്ചു. അവ പണിയാനുള്ള ശിലകൾ അവിടേക്കെത്തിക്കുക തന്നെ ശ്രമകരമായിരുന്നു. എന്നിട്ടും ഖുഫു പിന്മാറിയില്ല. അങ്ങനെ ഭൂമിശാസ്ത്ര പരമായി ഉറച്ച ഒരു പ്രതലത്തിൽ നിർമിച്ചതു കൊണ്ടാണ് അവ ഇപ്പോഴും നില നിൽക്കുന്നത്. ചില മഹാ നിർമിതികൾ കാലാതിവർത്തിയായി നില കൊള്ളാൻ അവ പ്രതിഷ്ഠിക്കുന്നതിനായി ഇത്തരത്തിൽ മികച്ച ഒരു Plot Selection ആവശ്യമായി വരും. ഹിമസാനു അത്തരമൊരിടമായിട്ടാണ് നോവലിസ്റ്റ് സങ്കല്പിച്ചിരിക്കുന്നത്. അത് കൊണ്ടാണ് അത് ഭൂമദ്ധ്യരേഖ പോലെ ഒരു സാങ്കല്പിക ദേശത്തായതും. പശ്ചാത്തലത്തെ ഇങ്ങനെ വായനക്കാരുടെ മനസ്സിൽ ഉറപ്പിച്ച ശേഷമാണ് നോവലിസ്റ്റ് കഥാഗതിയെ മുന്നോട്ട് നയിക്കുന്നത്.

കഥയിലെ മറ്റു പ്രധാന സംഭവങ്ങൾ അരങ്ങേറുന്നത് രാജാവായ രാജരാജേശ്വരന്റെ കൊട്ടാരത്തിലാണ്. പൗരാണിക ഭാരതത്തിലെ ഒരു രാജകൊട്ടാരത്തിന്റെ ചാരുതയിൽ ആ സെറ്റിംഗ്സും മനോഹരമായി ത്തന്നെ നോവലിൽ വർണിക്കപ്പെട്ടിട്ടുണ്ട്.

സഹസ്രാബ്ദങ്ങളുടെ ഒരു കാലം രേഖപ്പെടുത്തുന്ന ഒരു നോവലാണിത്. എങ്കിലും ചുരുക്കം കഥാപാത്രങ്ങളെ മാത്രം സൃഷ്ടിച്ച് കഥ പറയുന്ന രീതിയാണ് നോവലിസ്റ്റ് ഇതിൽ സ്വീകരിച്ചിരിക്കുന്നത്. അതിലുമുണ്ട് ചില സാംഗത്യങ്ങൾ.

കഥ തുടങ്ങുന്നത് ഒരു കൂട്ടം സഞ്ചാരികളിലാണ്. ഒരു Mob എന്ന്

പറയാവുന്ന ഒരു പറ്റം. അവരിൽ ഏറെപ്പേരെയൊന്നും നോവലിസ്റ്റ് പേരെടുത്ത് പറഞ്ഞ് അവതരിപ്പിക്കുന്നില്ല. ഹിമസാനുവിലെ ഗൈഡ്, യാത്രികരുടെ കൂട്ടത്തിലെ ഒരു ചിത്രകാരൻ. ഒരു ശാസ്ത്രജ്ഞൻ, പ്രതിമയുടെ നിർമാണ കഥ പറയുന്ന സന്യാസി എന്നിങ്ങനെ ചുരുക്കം പേരെ മാത്രമാണ് ആ Mob ൽ നിന്ന് നോവലിസ്റ്റ് വേറിട്ട് നിർത്തുന്നത്. ഫ്ളാഷ് ബാക് രീതിയിൽ പറയുന്ന കഥയാണ് നോവലിന്റെ മുഖ്യ ഗാത്രം. അവിടെയും കഥാപാത്രങ്ങളുടെ എണ്ണം പരിമിതമാണ്. രാജാവ്, രാജകുമാരി, ശില്പി, മന്ത്രി, തോഴി. ഏതാനും രാജ സേവകർ, പേരില്ലാത്ത കുറച്ച് ശില്പികൾ എന്നിങ്ങനെ കുറച്ച് കഥാപാത്രങ്ങൾ മാത്രം.

എന്തു കൊണ്ടാണ് ഇങ്ങനെ? അതിനുള്ള മറുപടി ഇത് അനശ്വരതയെ വാഴ്ത്തുന്ന ഒരു കൃതിയാണ് എന്നത് തന്നെയാണ്. അനേക കോടി മനുഷ്യരുണ്ട് ഭൂമിയിൽ. അവരിൽ സർവ്വരാലും ശ്രദ്ധിക്കപ്പെടുന്നവർ എത്ര കുറച്ച് മാത്രം എന്നാലോചിച്ചാൽ ഇതിനുള്ള ഉത്തരമായി. ഭൂമിയിലെ കോടിക്കണക്കിന് മനുഷ്യർ വെറും ആൾക്കൂട്ടം മാത്രമാണ്. വേറിട്ട് നിർത്താനുള്ള സവിശേഷതകളില്ലാത്തവർ. അത്തരം ആൾക്കാരെ അനശ്വരരായി കാണാനാവില്ല. അതാവണം ഇതിൽ ചുരുക്കം പേരെ മിഴിവോടെ വാർത്തതും മറ്റുള്ളവരെ Mob ആയി നില നിർത്തിയതും.

ഒരു ഫെയറിടെയ്‌ലിന്റെ ചാരുതയുള്ള കൃതിയാണിത്. അത്തരം കൃതികളിലെ കഥാപാത്രങ്ങളെ അതിശയോക്തി കലർത്തി അവതരിപ്പിച്ചാൽ പോലും വായനക്കാർ മുഷിയില്ല. നോവലിലെ നായികയായ പ്രകൃതിയെ അവ്വിധമാണ് നോവലിസ്റ്റ് വാർത്തെടുത്തത്. ഒരു അപ്സരസ്സിന്റെ മനോഹാരിതയുള്ള കഥാപാത്രം. രാജകുമാരിയുടെ അംഗസൗഷ്ഠവം പലേടങ്ങളിലായി വിസ്തരിച്ച് വിവരിക്കുണ്ട് നോവലിസ്റ്റ്.

രാജാവായ രാജരാജന് പുത്രീ സ്നേഹം എന്ന ദൗർബ്ബല്യമുണ്ടെങ്കിലും ആദർശനിഷ്ഠയും പ്രജാസ്നേഹവും ഉള്ള ഒരാളായിത്തന്നെയാണ് സൃഷ്ടിച്ചത്. രാജ്ഞി മരിച്ചിട്ടും മറ്റൊരു വിവാഹത്തിന് തുനിയാതെ മകളെ വളർത്തിയെടുക്കുന്ന അദ്ദേഹം മികച്ചൊരു കഥാപാത്രമായി ഒരു പിതൃ ബിംബമായി വായനക്കാരിലവശേഷിക്കും.

അളവറ്റ പുത്രീ സ്നേഹം മൂലം ശില്പിയായ ബ്രഹ്മദത്തന് മുന്നിൽ ഒരു ഘട്ടത്തിൽ ഒരു യാചകനോളം അദ്ദേഹം താഴുന്നുമുണ്ട്. എന്നാൽ ആ പുത്രീസ്നേഹം അദ്ദേഹത്തെ ചിന്താപരമായ അന്ധതയിലേക്കും നയിക്കുന്നു. ബ്രഹ്മദത്തനെ വധിക്കാൻ ഉത്തരവിടുന്നതങ്ങനെയാണ്. ശില്പിയുടെ ഔന്നത്യമദ്ദേഹം മറക്കുന്നു. ക്ഷത്രിയനാണെന്ന വരേണ്യത അദ്ദേഹത്തെ കീഴ്പ്പെടുത്തുന്നു. അത് ഒരു വംശത്തിന്റെ

നാശത്തിന് കൂടി കാരണമാകുന്നുണ്ട്. മന്ത്രിയുടെ കൗടില്യത്തെ വിമർശനാത്മകമായി വിലയിരുത്താനദ്ദേഹത്തിന് കഴിയാതെ പോയി.

കാര്യ പ്രാപ്തിയുള്ള ആളെങ്കിലും കൗടില്യൻ എന്ന മന്ത്രിയിൽ ഒരു കുടിലത കൂടി നമുക്ക് ദർശിക്കാം. നോവലിൽ ഒരു പ്രതിനായകനായി വാർത്തെടുക്കപ്പെട്ടതും മന്ത്രിയുടെ കഥാപാത്രത്തെയാണ്. അദ്ദേഹത്തിന്റെ കുടിലത വെളിപ്പെടുന്നത് കഥാന്ത്യത്തിലാണ്. അതു വരെയും രാജാവിന്റെ വിശ്വസ്തൻ എന്ന പ്രതീതി വായനക്കാരിലുളവാക്കാൻ അയാളുടെ സൃഷ്ടിയിൽ നോവലിസ്റ്റ് ശ്രദ്ധിച്ചിട്ടുണ്ട്. എന്നെങ്കിലും തന്റെ പദവി നഷ്ടപ്പെട്ടു പോകുമോ എന്ന വിചാരമാണ് അദ്ദേഹത്തെ കുടിലതയിലേക്ക് നയിക്കുന്നത്.

ഈ നോവലിലെ പാത്രസൃഷ്ടിയിൽ ഏറെ മികവ് കാണുക ശില്പിയായ ബ്രഹ്മദത്തനിലാണ്. സർഗപ്രതിഭകളുടെ എല്ലാ ലക്ഷണങ്ങളും യോജിക്കുന്നൊരാൾ. ഭൗതിക ലോകത്തിന്റെ പല കാര്യങ്ങളും അയാളെ ഭ്രമിപ്പിക്കുന്നില്ല. പല നേരങ്ങളിലും അലസൻ. മുഷിഞ്ഞ വേഷധാരി. ലഹരിയുപയോഗിക്കുന്നവൻ. പക്ഷേ സൃഷ്ടിയുടെ ഉന്മാദം ബാധിച്ചാൽ അയാൾ മറ്റൊരാളാകുന്നു.

മഹത്തായ കലാസൃഷ്ടികളുടെ പിറവിയ്ക്ക് പിന്നിലെ ശാസ്ത്രങ്ങളും ദർശനങ്ങളും എല്ലാം അറിയുന്നൊരാളാണയാൾ.

രാജാവിനോടും മന്ത്രിയോടും രാജകുമാരിയോടുമായി കലയുടെ ഒട്ടേറെ സൃഷ്ടി രഹസ്യങ്ങൾ ബ്രഹ്മദത്തൻ വെളിപ്പെടുത്തുന്നുണ്ട്. ആ വസ്തുതകളെല്ലാം തന്നെ എക്കാലത്തേക്കുമുള്ള കലാദർശനങ്ങളാണ്. ബ്രഹ്മദത്തൻ വിവരിക്കുന്ന ആ കലാസിദ്ധാന്തങ്ങൾ തന്നെയാണ് ഈ നോവലിന്റെ സത്തയും.

വാൻഗോഗിനെ പോലെയുള്ള അതുല്യ കലാകാരന്മാർ ഉന്മാദതുല്യമായ എത്രയോ അവസ്ഥകളിലൂടെ കടന്നുപോയതായി നമുക്കറിയാം. സൃഷ്ടിയുടെ സംഘർഷം താങ്ങാനാകാതെ പോയ എത്രയോ കലാകാരന്മാരുണ്ട്. കവയിത്രിയായ സിൽവിയാ പ്ലാത്ത് ആത്മഹത്യ ചെയ്തത് പോലും സൃഷ്ട്യുന്മാദം താങ്ങാനാകാതെയാണ്. ബ്രഹ്മദത്തൻ അത്തരമവസ്ഥയെ അതിജീവിക്കുന്നത് ഒരു യാത്രയിലൂടെയും ബ്രഹ്മോപാസനയിലൂടെയുമാണ്.

തന്റെ ജന്മ നിയോഗം രാജകുമാരിയുടെ പ്രതിമ നിർമിക്കുവാൻ മാത്രമാണെന്ന് അയാൾ തിരിച്ചറിയുന്നുമുണ്ട്. അത് കൊണ്ടാണ് രാജാവ് വധശിക്ഷ വിധിച്ചപ്പോൾ അതിനെ നിസ്സംഗമായി അയാൾ നേരിടുന്നതും. നേരത്തേ താൻ സൃഷ്ടിച്ച മൺപ്രതിമകൾ മതി തന്നെ അനശ്വരനാക്കാൻ എന്നയാൾ ഒരു ഘട്ടത്തിൽ പറയുന്നുണ്ട്. അവയേക്കാൾ

എത്രയോ മികച്ച ഒന്ന് സൃഷ്ടിക്കാനായി എന്ന ചാരിതാർത്ഥ്യവുമായാണ് അയാൾ തൂക്കുമരത്തിലേക്ക് പോയത്. താൻ മരിച്ചാലും തന്റെ സൃഷ്ടി നില നിൽക്കുമെന്ന ഉറച്ച വിശ്വാസമാണ് ബ്രഹ്മദത്തന്റെ കരുത്ത്.

ബ്രഹ്മദത്തന് മുമ്പ് നിരവധി ശില്പികൾ പ്രകൃതി രാജകുമാരിയുടെ ശില്പനിർമാണത്തിനായി എത്തുന്നുണ്ട്. എന്നാൽ അവരുടെയൊന്നും പേര് നോവലിസ്റ്റ് പറയുന്നില്ല. വിഭാണ്ഡകൻ എന്നൊരാളുടെ പേരല്ലാതെ. കാരണമെന്താവാം? അനശ്വരത ആർജിക്കാൻ തക്ക സൃഷ്ടികൾ ഒരുക്കാൻ കെല്പുള്ളവരല്ല അവരാരും. അത്തരക്കാരുടെ പേര് പിന്നെന്തിന് പറയണം.

അവരുടെ പേര് പറയാതിരിക്കുന്നതിൽ തെറ്റുണ്ടോ? ഒട്ടുമില്ല. വിഭാണ്ഡകന്റെ പേര് തന്നെ പറയുന്നത് കൂട്ടത്തിൽ ഏറ്റവും പുകൾപെറ്റയാൾ എന്നതിനാലാണ്. സാഹിത്യത്തിൽ അനശ്വരത നേടിയവരെ പറ്റി ടൊറന്റോ സർവ്വകലാശാലയിലെ എമിററ്റ് പ്രൊഫസർ ആയ എച്ച്. ജെ. ജാക്സൺ നടത്തിയ ഒരു പഠനത്തിൽ ഇക്കാര്യത്തിന് യോജിച്ച മറുപടിയുണ്ട്. എന്തുകൊണ്ടാണ് വായനക്കാർ ഇപ്പോഴും ജെയ്ൻ ഓസ്റ്റിനെ വായിക്കുന്നത്? എന്തു കൊണ്ട് മേരി ബ്രണ്ടനെ വായിക്കുന്നില്ല എന്ന് എച്ച് ജെ ജാക്സൺ ചോദിക്കുന്നു. ജെയ്ൻ ഓസ്റ്റിന്റെ കൃതികളോളം മഹത്വം മേരി ബ്രണ്ടന്റെ കൃതികൾക്കില്ല. അതിനാൽ ജെയ്ൻ ഓസ്റ്റിനെ വായനക്കാർ ഓർത്തിരിക്കുന്നത് പോലെ മേരി ബ്രണ്ടനെ ഓർക്കുന്നില്ല.

എന്ന് വച്ചാൽ മഹത്തായ സൃഷ്ടികൾ ഒരുക്കുന്നവരുടെ പേരുകളേ കാലങ്ങളോളം ഓർത്തിരിക്കൂ. അല്ലാത്തവരുടെ പേരുകൾ ആളുകൾ മറന്നു പോകും. ഈ കഥയിൽ ശില്പ നിർമാണത്തിനായി ആദ്യമെത്തുന്ന ശില്പികളൊക്കെ ഇത്തരത്തിൽ അല്പപ്രതിഭകളാണ്. പേര് പോലും ഓർക്കപ്പെടേണ്ടാത്തവർ.

നീ മറഞ്ഞാലും തിരയടിക്കും
നീലക്കുയിലേ നിന്റെ ഗാനം

എന്ന് അവരുടെ സൃഷ്ടികളെപ്രതി നമുക്ക് പറയാനാകില്ല.

നോവൽ തുടങ്ങുന്ന വർത്തമാന കാലത്ത് സഞ്ചാരികൾക്കായി രാജകുമാരിയുടെയും ശില്പിയുടെയും കഥ പറയുന്നത് ഒരു ഋഷിയാണ്. ആയിരത്താണ്ട് ജീവിച്ചൊരാൾ. ഒരു തരം ചിരഞ്ജീവിത്വമുണ്ട് അയാൾക്ക്. പക്ഷേ കഥ നീളുന്ന ഭാവി കാലത്തിൽ ആ സന്യാസി പോലും മരണപ്പെട്ട് അസ്ഥികൂടം മാത്രമാകുന്നു. മനുഷ്യരിലെ നശ്വരത വെളിപ്പെടുത്തുകയാണാ കഥാപാത്രത്തിലൂടെ നോവലിസ്റ്റ്.

ഋഷിയിൽ നിന്ന് കഥ കേൾക്കുന്ന ഒരു ചിത്രകാരനുണ്ട്. ഋഷി കഥ പറയുന്നുണ്ടെങ്കിലും ചിത്രകാരനത് കേൾക്കുമ്പോഴുള്ള ഒരു സങ്കല്പ നത്തിലൂടെയാണ് വായനക്കാർ ഈ കഥ മനസ്സിലാക്കുന്നത്. നോവലി നെയാകെ ഒരു ദൃശ്യകലയാക്കി മാറ്റുന്നുണ്ട് ആ പരികല്പന.അതിനാൽ തന്നെ ആ ചിത്രകാരനെ സൃഷ്ടിച്ചതിലുമുണ്ട് ഔചിത്യം. സഞ്ചാരികൾ ക്കിടയിൽ ആ ശില്പത്തിന്റെ മികവ് ഏറ്റവും നന്നായി തിരിച്ചറിയാനാ വുക ഒരു കലാകാരന് തന്നെ ആവുമല്ലോ.

ഭൂമദ്ധ്യരേഖ എന്ന നോവൽ വായിച്ച് തീരുമ്പോൾ മികച്ചൊരു കഥ വായിച്ചു എന്ന അനുഭൂതി മാത്രമല്ല നമുക്കുണ്ടാകുക. അതിനൊപ്പം മഹത്തായ കലാദർശനങ്ങളെ പറ്റിയുള്ള ഒരു ശില്പശാലയിൽ പങ്കു കൊണ്ടുവെന്ന തോന്നൽ കൂടിയുണ്ടാവും വായനക്കാർക്ക്. ചുരുങ്ങിയ പക്ഷം കലാ വിദ്യാർത്ഥികളെ സംബന്ധിച്ചെങ്കിലും അങ്ങനെയായിരി ക്കും. കാരണം അത്രമേൽ കലകൾ സംബന്ധിച്ച വീക്ഷണങ്ങൾ കൂടി ഈ പുസ്തകത്തിൽ നോവലിസ്റ്റ് പരാമർശിച്ചു പോകുന്നുണ്ട്. അതി നാൽ ഈ നോവലിനെ ആദരിക്കുക കലയെ ഗൗരവത്തോടെ കാണുന്ന വിദ്യാർത്ഥികളായിരിക്കുമെന്ന് ഞാൻ കരുതുന്നു.

००

പഠനം

അനശ്വരതയുടെ മഹാഖ്യാനം

രേഖ ആർ. താങ്കൾ

ലോകജീവിതത്തിന്റെ നശ്വരതയ്ക്കപ്പുറം കാലാതീതമായി നിലനിൽക്കുന്നത് ഒന്നു മാത്രമാണ്, സർഗ്ഗാത്മകത!അതിന്റെ സൗന്ദര്യവും മൂല്യവും അനശ്വരമാണ്. കാലത്തിന്റെ കുത്തൊഴുക്കിൽ കടലെടുത്തു പോയ സ്ഥാവരജംഗമ വസ്തുക്കളുടെ ഇടയ്ക്ക് ആത്മീയതയിലൂന്നി നിൽക്കാനാവുന്നതും സർഗ്ഗസൃഷ്ടികൾക്കാണ്.

സൃഷ്ടിപരതയുടെ സവിശേഷമായ ഈ നിലനിൽപ്പിന് ശാസ്ത്രമെന്നോ കലയെന്നോ വ്യത്യാസമില്ല.

രണ്ടും അന്വേഷിക്കുന്നത് ഒന്നുതന്നെയാണ്. രണ്ടും മുളപൊട്ടുന്നത് മനുഷ്യമനസ്സിലാണ്. സ്വീകരിക്കുന്നത് ക്രിയാത്മകമായ സമീപനങ്ങളാണ്.

ഭാവനയുടെ ഉന്മാദതീരങ്ങളിൽ എവിടെയോ എപ്പോഴോ തുടിയ്ക്കുന്ന ചിന്താധാരകളെ പരീക്ഷണനിരീക്ഷണങ്ങളിലൂടെ പകർന്നു കിട്ടുന്ന തെളിവുകൾ ഉപയോഗിച്ച് യുക്ത്യധിഷ്ഠിതമായി വിശകലനം ചെയ്ത് ശാസ്ത്രം അതിന്റെ അന്വേഷണപാത ക്രമപ്പെടുത്തുന്നു. തെളിവുകളെയും ക്രമത്തെയും വ്യവസ്ഥയെയും ചിലപ്പോഴൊക്കെ വ്യവസ്ഥിതിയെയും പാടേ നിരാകരിച്ചുകൊണ്ട് യുക്ത്യധിഷ്ഠിതമായി വിശകലനം ചെയ്യാനാവാത്ത അവസ്ഥാന്തരങ്ങളിലൂടെയും സഞ്ചരിച്ച് പൂർണ്ണതയ്ക്ക് വേണ്ടിയുള്ള മനുഷ്യന്റെ അടങ്ങാത്ത ദാഹത്തെ കലാസൃഷ്ടികൾ ആവിഷ്കരിക്കുന്നു.

രണ്ടും ജീവിതത്തിന്റെ ഉദാത്തമേഖലകളിലേക്ക് ക്രിയാത്മകപാതയിലൂടെ സഞ്ചരിക്കുന്നു.

സ്രഷ്ടാവിനപ്പുറവും അനശ്വരമാകുന്ന സൃഷ്ടികളിലാണ് ഈ ലോകവും കാലവും നിലനിൽക്കുന്നത്. കാലത്തിനനുസരിച്ച് അതിൽ പുതുക്കപ്പെടലുകൾ നടന്നുകൊണ്ടിരിക്കുന്നു. നിഷേധിക്കാനാവാത്തത് മാറ്റം മാത്രമാണ് !ന്യൂട്ടന്റെ ഗുരുത്വ-ചലനനിയമങ്ങളിൽ നിന്നും ഐൻസ്റ്റീന്റെ ആപേക്ഷികതാ സിദ്ധാന്തത്തിലൂടെ ക്വാണ്ടംഭൗതികവും കടന്ന് പ്രപഞ്ചവിജ്ഞാനീയത്തിൽ എത്തുമ്പോഴും അന്വേഷണം തുടർന്നുകൊണ്ടേയിരിക്കുന്നു.സൃഷ്ടികൾ കാലാതീതമായി നിലനിൽക്കുന്നു.

സംഗീതജ്ഞനും ചിത്രകാരനും ശില്പിയും കവിയും ശാസ്ത്രജ്ഞനും തങ്ങളുടെ സൃഷ്ടികളിലൂടെ അനശ്വരരാകുന്നു.

സൃഷ്ടിപരതയുടെ അനിഷേധ്യമായ ഈ ശാശ്വതാവസ്ഥയെ കേന്ദ്രബിന്ദുവാക്കി രചിച്ച കവിതപോലെ സുന്ദരമായ ഒരു നോവലാണ് സജിൽ ശ്രീധറിന്റെ ഭൂമധ്യരേഖ. സാർവ്വദേശീയവും സർവ്വകാല പ്രസക്തവുമായ പ്രമേയത്തെ സുന്ദരമായ ഒരു പ്രണയകഥയിലേക്ക് ആവാഹിച്ചെടുത്തപ്പോൾ അതിൽ വിരഹവും പ്രണയവും ചുവന്നു തുടുത്ത് അലിഞ്ഞുചേർന്നൊഴുകുന്നതും ആത്മാംശത്തിന്റെ ആഴങ്ങളെ പരസ്പരം തൊട്ടെടുക്കുന്നതും വായനക്കാരന് അനുഭവിക്കാനാകുന്നു.

ഏതോ കാലത്ത് ഏതോ ദേശത്ത് നടന്നതെന്ന് സങ്കൽപ്പിക്കപ്പെട്ട മട്ടിലാണ് ഇതിന്റെ കഥയും കഥാഭൂമികയും കഥാപാത്രങ്ങളും സർഗ്ഗപരതയുടെ വർണ്ണനൂലിൽ കൊരുക്കപ്പെട്ടിരിക്കുന്നത്. സംഭവ്യമായ സമയപരിധിക്കപ്പുറത്ത് ഒന്നിനും നിലനിൽപ്പില്ലാത്ത ഈ ജീവിതത്തിൽ ഇത്തരമൊരു പ്രമേയം ആവിഷ്കരിക്കാൻ പുരാവൃത്തസമാനമായ കഥാഗാത്രം തെരെഞ്ഞെടുത്തതിൽ അത്ഭുതപ്പെടാനില്ല.

ആറ്റിക്കുറുക്കിയെടുത്തഭാഷയിൽ വളരെ ചെറുതും മിനുസമാർന്നതുമായ ഒരു ശ്ലക്ഷണശിലാതലത്തിൽ സൗമ്യമധുരവും പ്രണയതീവ്രവുമായി ഈ പ്രമേയം കൊത്തിയെടുത്തപ്പോൾ അതൊരു സുന്ദരശില്പമായി. 11 അധ്യായങ്ങളിലായി ഇതളുകൾ വിടരുമ്പോൾ കല്ലിൽ കവിതയൂറുന്നു.

"എഴുന്നേൽക്കൂ,ജീവിതമഹാചക്രത്തിന് ചുമൽ കാട്ടി കൊടുക്കൂ. ഈ ജീവിതം എത്ര നാളത്തേക്കുണ്ട്.നിങ്ങൾ ഇങ്ങോട്ട് വന്ന സ്ഥിതിക്ക് ഒരടയാളം ബാക്കിയിട്ട് പോകൂ.അല്ലെങ്കിൽ നിങ്ങളും ഈ കല്ലും മരങ്ങളും തമ്മിലെന്ത് ഭേദം? അവയും ഉണ്ടാകുന്നു,ജീർണിക്കുന്നു,നശിക്കുന്നു."

സ്വാമി വിവേകാനന്ദന്റെ ഈ വചനത്തിലാണ് നോവൽ ആരംഭിക്കുന്നത്

കഥാ പരിസരം

കാലത്തിനും ദേശത്തിനും അതീതവും സാർവജനീനവുമായ കഥാ

ഗാത്രത്തിന് പൗരാണികതയുടെ ഗൂഢഭംഗി പകർന്നു നൽകാൻ പര്യാപ്തമായ കഥാഭൂമികയാണ് കഥാകാരൻ സൃഷ്ടിച്ചിരിക്കുന്നത്. ഒരടയാളം ബാക്കിയാക്കിയിട്ട് പോകാനുള്ള മനുഷ്യ മനസ്സിന്റെ അടങ്ങാത്ത അഭിവാഞ്ചയുടെ ആവിഷ്കരണം കൂടിയാണ് ഈ നോവൽ.

യാത്ര

മഴയും മഞ്ഞും വെയിലും നിലാവുമറിയാതെ, ഋതുഭേദവ്യതിയാനങ്ങൾ പോലും കണക്കാക്കാതെ തുടർന്നു കൊണ്ടേയിരിക്കുന്ന ഒരു യാത്രയിലാണ് നോവലിന്റെ തുടക്കം. ഏതു വിഘ്നങ്ങളേയും അതിജീവിക്കാനുള്ള അനന്തമായ ഊർജ്ജം മനസ്സിൽ നിറച്ച് ഓരോ വായനക്കാരനും യാത്രയിൽ അണിചേരുന്നു.ജനിച്ചു പോയവന് നിഷേധിക്കാനാവാത്തതാണല്ലോ ജീവിതയാത്ര. സ്വയമറിയാതെ ഭാഗഭാക്കാവുന്ന ഈ യാത്ര ഏതോ ഒരു ഹിമസാനുവിലേക്കാണ്.

ചരിത്രപുസ്തകങ്ങളിലോ ഭൂഗോളത്തിന്റെ സർക്കാർമാപ്പിലോ കണ്ടെത്തിയിട്ടില്ലാത്തതാണ് ആ സാങ്കൽപ്പികദേശം.സന്ദർശിച്ച് മടങ്ങി വന്നവരുടെ വായ്മൊഴികളിലൂടെയാണ് കുറച്ചുപേരെങ്കിലും അതിനെ അറിഞ്ഞത്.

ഹിമസാനുവിലാണ് ആ ശിൽപം സ്ഥാപിച്ചിരിക്കുന്നത്!

വാക്കുകൾ കൊണ്ടോ ദൃശ്യങ്ങൾ കൊണ്ടോ ബോധ്യപ്പെടുത്താനാവാത്ത സൃഷ്ടിപരത യുടെ അനന്യമായ അനുഭവമാണത്.

ആ ശിൽപം ഒരു നോക്ക് കാണണമെന്ന അഗാധമായ ആഗ്രഹവുമായി യാത്ര തുടരുന്നവർ നോവലിലെ കഥാപാത്രങ്ങൾ മാത്രമല്ല : ജനിച്ചുപോയ ഓരോ ജീവനും അന്വേഷിച്ചു കൊണ്ടിരിക്കുന്നത് അഭൗമവും അമൂല്യവുമായ ആ സവിശേഷ അനുഭവത്തെത്തന്നെയാണ്.

സഞ്ചാരികളുടെ പറുദീസയായ കാശ്മീർ പോലെയൊ അല്ലെങ്കിൽ അതിലും മനോഹരമോ ആയ ഒരു ദേശത്തുകൂടിയാണ് യാത്രയുടെ തുടർച്ച.

താടിയിൽ നിന്നും തലപ്പാവിൽ നിന്നും പഞ്ചാബിയെന്ന് തിരിച്ചറിയുന്ന ഋഷികേശ് സിങ്ങാണ് മാർഗ്ഗനിർദേശവുമായി ഒപ്പമുള്ള ഗൈഡ്. യാത്രികരുടെ സംശയങ്ങൾക്കുള്ള മറുപടിയായാണ് കഥ തുടരുന്നത്. സർവ്വലക്ഷണവും തികഞ്ഞ സ്ത്രീരൂപമാണ് ഹിമസാനുവിൽ സ്ഥാപിക്കപ്പെട്ടിരിക്കുന്ന അനശ്വരശില്പം.

ആദ്യന്തങ്ങളില്ലാതെ തുടരുന്ന, അനശ്വരസൗന്ദര്യത്തിന്റെ അപാരതീരം തേടിയുള്ള ഈ യാത്രയിൽ കുറച്ചുപേർക്കേ ലക്ഷ്യസ്ഥാനത്തെത്താൻ കഴിയാറുള്ളൂ എന്ന് കഥാകാരൻ പറഞ്ഞു വയ്ക്കുന്നുണ്ട്. അത്

സർഗ്ഗപരതയുടെ അദൃശ്യകിരണങ്ങളാൽ ചുംബിക്കപ്പെടുന്നവർക്കാണെന്ന് നമുക്ക് വായിച്ചെടുക്കാനാവും.

സൃഷ്ടിപരതയുടെ മൂർത്തിമദ്ഭാവമായ ശില്പം സ്ഥാപിക്കാൻ തെരഞ്ഞെടുത്തിരിക്കുന്നത് ഭൂമധ്യരേഖയാണ്.. ഭൂമിയെ ഉത്തര-ദക്ഷിണ ധ്രുവങ്ങളായി വിഭജിക്കുന്ന ആ സാങ്കൽപ്പിക രേഖയാണ് ഭൂമധ്യരേഖ. സർഗ്ഗസൗന്ദര്യത്തിന്റെ ഏറ്റവും ഉച്ചാവസ്ഥയിലുള്ള ശില്പത്തിന് ഏറ്റവും ശ്രേഷ്ഠമായ ഒരു തലം കണ്ടെത്താതെ കഴിയില്ല. യാഥാർഥ്യത്തെക്കാൾ സുന്ദരവും ശ്രേഷ്ഠവുമാണല്ലോ സങ്കല്പം.

സൃഷ്ടിപരതയുടെ പൂർണത സങ്കല്പത്തിൽ മാത്രം യാഥാർത്ഥ്യമാകുന്നതാണ്. ഓരോ സൃഷ്ടിയുടെ പിന്നിലും ആ പൂർണ്ണതയ്ക്ക് വേണ്ടിയുള്ള അടങ്ങാത്ത ദാഹമാണുള്ളത്. അത്തരത്തിലുള്ള പൂർണത ലക്ഷ്യമാക്കി നിർമ്മിക്കപ്പെട്ട ശിൽപം സ്ഥാപിക്കാൻ സാങ്കൽപ്പികമായ ഒരു തലം കണ്ടെത്താതെ നിവൃത്തിയില്ല!ഭൂമിയുടെ ഒത്ത നടുവിൽ ഇരുപാതികളെ ചേർത്തു നിർത്തുന്ന വിചിത്രമായ ഒരു അടയാളമാണത്. സാങ്കല്പികമായ അച്ചുതണ്ടിനെ ഭൂമിശാസ്ത്രപരമായ പ്രാധാന്യത്തിൽ നിന്നും ആത്മീയതയുടെ സന്തുലിതാവസ്ഥയിലേക്ക് ഉയർത്താനും കഥാകാരന് കഴിയുന്നുണ്ട്. ഭൂമിയുടെ എന്നല്ല പ്രപഞ്ചത്തിന്റെ തന്നെ സന്തുലനം ഇത്തരം ചേർത്തുനിർത്തലുകളിലാണല്ലോ.

ഇരു പാതികളെ തമ്മിൽ ചേർത്തുനിർത്തുന്ന ഈ സാങ്കൽപ്പികമായ അച്ചുതണ്ട് ഓരോ വ്യക്തിയിലുമുണ്ട്. അതിന്റെ സമീകരണത്തിലും സംതുലനത്തിലുമാണ് ഓരോ ജീവനും പുലരുന്നത്.യാഥാർത്ഥ്യത്തെക്കാൾ മഹത്തരമാകുന്നത് പലപ്പോഴും സങ്കൽപ്പങ്ങളാണ് എന്ന സത്യത്തിലേക്ക് ഇവിടെ കഥാകാരന്റെയൊപ്പം വായനക്കാരനും എത്തുന്നു. കാലത്തിനു മായ്ക്കാൻ കഴിയാത്ത ശില്പസൗന്ദര്യത്തിന് പ്രതിഷ്ഠിതമാകാൻ ഏറ്റവും ഉദാത്തമായ സ്ഥാനം ഭൂമധ്യരേഖ തന്നെയാണ്. അനുഭവ സ്പർശത്തിന് പരമകാഷ്ഠയിൽ നിന്നുമാത്രം സാധ്യമാകുന്ന പുനർനിർമ്മിതി.

“ഹാ വിജിഗീഷു മൃത്യുവിന്നാമോ ജീവിതത്തിൻ കൊടിപ്പടം താഴ്ത്താൻ” എന്ന് കവി പാടിയ ജീവിതത്തിന്റെ കൊടിപ്പടം ഉയർന്നു പാറി പരിലസിക്കുവാൻ സാങ്കല്പിക രേഖയെ ബൗദ്ധികതലത്തിലേക്ക് കഥാകാരൻ ഉയർത്തിയിരിക്കുന്നു. ശാസ്ത്രീയതയുടെ അളവുകോലുകൾക്കപ്പുറമുള്ള അപാരതയിലാണ് കലയുടെ സ്ഥാനം. പ്രതിജനഭിന്നമായി വിലയിരുത്തപ്പെടാവുന്ന ആ സ്ഥാനം യാഥാർഥ്യത്തിന്റെ ചുരുക്കെഴുത്തുകൾക്ക് വഴങ്ങുന്നതല്ലെന്ന് സ്ഥാപിച്ചെടുക്കാനും ഭൂമധ്യരേഖ എന്ന നോവൽ ശീർഷകം വഴിയൊരുക്കുന്നു.

പ്രതിമ

കേട്ടുകേഴ്വികൾക്കപ്പുറം ശിൽപ്പസവിധത്തിലേക്കുള്ള യാത്രയാണ് പിന്നീട്. കേട്ടറിവുകളിൽ അല്പവും അതിശയോക്തിയില്ലെന്ന് സ്വപ്ന തുല്യമായ ആ സൗന്ദര്യാനുഭവം അവരെ ബോധ്യപ്പെടുത്തുന്നു.അതിന്റെ പിന്നിലുള്ള പുരാവൃത്തം സഞ്ചാരികൾക്കായി പങ്കുവയ്ക്കാൻ ചിരഞ്ജീവിയായ ഒരു സന്ന്യാസിയെ ലഭ്യമാകുന്നതിവിടെയാണ്. അദ്ദേഹത്തെ ചിരഞ്ജീവിയാക്കിയതിൽ കഥാകാരൻ ബോധപൂർവം നിക്ഷേപിക്കുന്ന ഒരു കൗശലമുണ്ട്!അനാദികാലം മുതൽ തുടരുന്ന ഇത്തരം കഥപറച്ചിലുകളിലാണല്ലോ സർഗ്ഗാത്മകതയുടെ വേരുകൾ പടർന്നിറങ്ങിയിരിക്കുന്നത്. മാധ്യമങ്ങൾ എത്ര മാറിയാലും ജീവിതത്തിന്റെ താളവേഗങ്ങൾ പ്രകാശവേഗതയ്ക്കും അപ്പുറമായാലും കഥപറച്ചിലും അതിനായുള്ള കാത്തിരിപ്പും അനന്തമായി തുടരും. അപ്പോൾ സന്യാസി ചിരഞ്ജീവിയാകാതെ തരമില്ല. കഥാഖ്യാനത്തിന്റെയും കേൾവിയുടെയും വ്യത്യസ്തതലങ്ങളെ ഇവിടെ പരിചയപ്പെടാനാവും. മന്ത്രജപം പോലെ സാന്ദ്രമായ ശബ്ദത്തിൽ സന്ന്യാസി പറയുമ്പോൾ ചിത്രകാരനിൽ അത് ലിഖിതരൂപം വിട്ട് ദൃശ്യഖണ്ഡങ്ങളാവുന്നു. സർഗ്ഗാത്മകതയുടെ സ്പർശമുള്ളവർക്ക് കലാസ്വാദനം ആത്മതലസ്പർശിയാവുന്നു.

പ്രകൃതി

ഈ കഥയിൽ കാലവും ദേശവും പ്രസക്തമല്ല, കാരണം ഇത് അനാദിയായ കഥയാണ് ഒപ്പം അനന്തവും.ഈശ്വരൻ എന്ന സങ്കല്പത്തെ സാധാരണക്കാരന് അനുഭവവേദ്യമാക്കാൻ ബിംബാരാധനയെ ആശ്രയിക്കുന്നതുപോലെ ഇവിടെ കഥാകാരൻ കോസലരാജപുത്രിയായ പ്രകൃതിയെയും ശിൽപ്പിയായ ബ്രഹ്മദത്തനെയും അവതരിപ്പിക്കുന്നു. വളരെ ചെറുപ്പത്തിലേ അമ്മ നഷ്ടമായവൾ. രാജരാജേശ്വരൻ എന്ന പുത്രീവത്സലനായ പിതാവിന്റെ അരുമസന്താനം. ഈ ലോകത്ത് ഒരച്ഛനും മകളെ ഇത്രമേൽ സ്നേഹിച്ചിട്ടുണ്ടാവില്ല, ഇനി സ്നേഹിക്കാനും പോകുന്നില്ല ഇതിലേറെ പിതൃപുത്രീബന്ധം കഥാകാരൻ എങ്ങനെ വെളിപ്പെടുത്താൻ?

പ്രകൃതിയുടെ കൗമാരസഹജമായ ചാപല്യങ്ങളാൽ പിതൃസ്നേഹത്തിന്റെ ആഴമളക്കുന്ന അവസരങ്ങളിലും അതിന്റെ പത്തരമാറ്റ് വിശുദ്ധി തെളിയിക്കപ്പെടുന്നുണ്ട്. അച്ഛനെക്കാൾ ഉപരിയായി തന്നെ ആരും സ്നേഹിക്കേണ്ടെന്നും തനിക്കാരെയും സ്നേഹിക്കാനാവില്ലെന്നും ഉറച്ചു വിശ്വസിക്കുന്നുണ്ട് പ്രകൃതിയിലെ കൗമാരക്കാരി.

മനസ്സ്

ഓരോരുത്തർക്കും ഏറ്റവും അപരിചിതമായത് അവരവരുടെ മനസ്സാണ്. എന്റെ മനസ്സ് എനിക്കറിയാം എന്ന് ആവർത്തിച്ചു പറയുമ്പോഴും ആദിമധ്യാന്തങ്ങളില്ലാത്ത വിചിത്രഭാവനകളുടെയും ഭ്രമവിഭ്രമങ്ങളുടെയും ഇരിപ്പിടമായ മനസ്സ് ഒരു പ്രഹേളികയാണ്. ചങ്ങലയിൽ തളച്ച് ചട്ടം പഠിപ്പിച്ച് കൊണ്ടുനടക്കുന്ന ബോധമനസ്സിന്റെ വെളിച്ചത്തിലാണ് നമ്മൾ നടത്തുന്ന പ്രഖ്യാപനങ്ങളൊക്കെ. സിംഹഭാഗവും വെള്ളത്തിനടിയിൽ മുങ്ങിക്കിടക്കുന്ന കൂറ്റൻ മഞ്ഞുകട്ടപോലെ അടക്കിവച്ചിരിക്കുന്ന ഉപബോധമനസ്സിനെ ആർക്ക് നിർവചിക്കാനാവും? അതിൽ മറഞ്ഞിരിക്കുന്ന ആഗ്രഹങ്ങൾക്ക് ചിറക് മുളയ്ക്കുന്നതെപ്പോഴെന്ന് ആർക്കാണറിയുക? കേവലമായ ആഗ്രഹം ഭ്രാന്തമായ ആസക്തിയായി മാറുമ്പോൾ മനുഷ്യന് നിസ്സഹായനാകേണ്ടി വരുന്നു. പിന്നീടൊരിക്കലും മെരുക്കിയെടുക്കാൻ ആവാത്തവണ്ണം മനസ്സ് കുതറിയോടുന്നു.അനന്യവും അത്യപൂർവവുമായ തന്റെ രൂപഭംഗി അതേപോലെ പകർത്തിയ ഒരു ശില്പം നിർമ്മിച്ച് തന്നെ മനുഷ്യമനസ്സുകളിൽ അനശ്വരയാക്കണമെന്നാണ് രാജകുമാരി അച്ഛനോട് ആവശ്യപ്പെട്ടത്. രാജ്യത്തെ അറിയപ്പെടുന്ന ശില്പികളൊക്കെ ശ്രമിച്ചു പരാജയപ്പെട്ടു.

ഒരു കലാസൃഷ്ടിയുടെ ജനനത്തിന് പിന്നിലെ രസതന്ത്രത്തെ കഥാകാരൻ ഇവിടെ വിശകലനം ചെയ്യുന്നു.സ്വതന്ത്രവും ആഹ്ലാദപൂർണവും അനായാസവുമായ ഒരു അന്തരീക്ഷത്തിന്റെ ലാഘവത്വത്തിൽ നിന്ന് സ്വാഭാവികമായി രൂപപ്പെട്ടു വരേണ്ട ജൈവികമായ പ്രക്രിയയാണത്. അനന്യവും അത്യപൂർവവുമായ പ്രകൃതിയുടെ പുനസൃഷ്ടി തന്നെയാണ് ഓരോ കലയും. അങ്ങനെ ചിന്തിക്കുമ്പോൾ കോസല രാജകുമാരിക്ക് കഥാകാരൻ പ്രകൃതി എന്ന നാമധേയം നൽകിയത് വളരെ ബോധപൂർവ്വമാണ്.

ചിത്രമായാലും ശിൽപമായാലും കവിതയായാലും കഥയായാലും കല അമർത്യമാണ്,അസ്പൃശ്യമാണ്. അതിന് പിന്നിലുള്ള രഹസ്യം ഈശ്വരനുമാത്രം സുവിദിതമാണ്. അതിനെ എത്തിപ്പിടിക്കാനും കീഴടക്കാനും ആവില്ല. ഒരു സൃഷ്ടി കർമ്മത്തിന്റെ വിവിധ ഘട്ടങ്ങളിലൂടെ സ്രഷ്ടാവ് കടന്നുപോകുമ്പോഴുള്ള മാനസിക ഭാവത്തിന്റെ പല തലങ്ങളെ ഈ ഭാഗം അനാവരണം ചെയ്യുന്നു.

സൃഷ്ടിയുടെ സമയത്ത് സ്രഷ്ടാവറിയുന്ന അതീന്ദ്രിയ അനുഭൂതിയുടെ മായക്കാഴ്ചകൾ വായനക്കാരന് പകർന്നുനൽകാൻ എഴുത്തുകാരൻ നടത്തിയിട്ടുള്ള ശ്രമം ഇവിടെ വിജയിച്ചിട്ടുണ്ട്. സർഗ്ഗപരതയുടെ അനശ്വരതയെ പ്രകീർത്തിക്കുന്നതിനൊപ്പം കലാകാരൻ അനുഭവി

ക്കുന്ന പ്രസവവേദനയുടെ തീവ്രതയും സ്രഷ്ടാവിൽ നിന്നടർന്നു മാറി സൃഷ്ടി സ്വതന്ത്രമാകുമ്പോൾ അറിയുന്ന ആനന്ദനുഭൂതിയും ഇവിടെ ആവിഷ്കരിക്കപ്പെടുന്നു.

ആഗമനം

അനുദിനം വിസ്മയങ്ങൾ സംഭവിക്കുന്ന ഇടമാണ് ഭൂമി.തീവ്രമായ ആഗ്രഹത്തോടെയുള്ള സമർപ്പിത മനസ്സിന്റെ അപേക്ഷ പ്രപഞ്ചത്തിൽ തന്നെ അനുകൂലമായ പരിണാമങ്ങൾ സൃഷ്ടിക്കുമെന്ന് തെളിയിക്കുന്നതാണ് തുടർന്നുള്ള ഭാഗം.ഒരുപാട് മനസ്സുകളുടെ പ്രാർത്ഥനകൾക്കുള്ള മറുപടി പോലെയാണ് ബ്രഹ്മദത്തൻ എന്ന ശില്പി പ്രത്യക്ഷപ്പെടുന്നത്.

കലയും ഭക്തിയും ഇണചേരുന്ന മനസ്സാണ് അദ്ദേഹത്തിന്റേത്.ഭാവനയുടെ ഉത്തുംഗ ശൃംഗങ്ങളിൽ വിരാജിക്കുമ്പോൾ നിർമ്മിത വസ്തുവിന്റെ ഭാവവും സൗന്ദര്യവും ആസ്വാദകൻ ഹൃദയംകൊണ്ടറിയേണ്ടതുണ്ട് കല സ്വയം സംവേദിതമാണ്.

മറ്റു മനസ്സുകളിൽ ചിരപ്രതിഷ്ഠ നേടാനും അനശ്വരതയെ പുൽകാനും കൊതിക്കുന്ന മനുഷ്യമനസ്സിന്റെ ആഗ്രഹത്തിൽ നിന്ന് ഉടലെടുക്കുന്നതാണ് കലാസൃഷ്ടികളൊക്കെ.

സ്വയമറിഞ്ഞ്, അനുഭവിച്ച്, ആഴത്തിൽ ലയിച്ചുചേർന്ന്, പരസ്പരമൊന്നായി മാറി സ്വത്വബോധം തന്നെ ഇല്ലാതാകുമ്പോഴേ പുതിയതൊന്നുണ്ടാകുന്നുള്ളൂ. അങ്ങനെ സൃഷ്ടിക്കപ്പെടുന്നതിന് മാത്രമേ അനശ്വരതയെ പുൽകാനാവൂ. പ്രകാശകിരണങ്ങൾ ഏത് പ്രതലത്തിൽ തട്ടിത്തെറിച്ചാലും വെളിച്ചമുണ്ടാകും. പക്ഷേ മഴവില്ല് വിരിയണമെങ്കിൽ പ്രതിഫലിക്കുന്ന പ്രതലം പരിശുദ്ധമായിരിക്കണം. എന്തിനെയും ഏറ്റവും പരിശുദ്ധമാക്കുന്നതാണ് പ്രണയം.

അവിടെ അശ്ലീലമില്ല. മനസ്സുകൊണ്ടും ശരീരംകൊണ്ടുമുള്ള ഒന്നാകലിൽ നിന്നാണ് പുതിയതൊന്നിനു ജന്മം നൽകാനാവുക.

സർഗ്ഗസൃഷ്ടിയ്ക്ക് പ്രകൃതി ഏതൊരു കലാകാരനും പ്രചോദനമാണ്. ഇവിടെ ബ്രഹ്മനും പ്രകൃതിയും ഒന്നായി ചേർന്നലിയുമ്പോൾ ശിൽപം ജനിക്കുന്നു.പ്രപഞ്ചജീവിതത്തിന്റെ തന്നെ പ്രതീകമാണത്. പ്രകൃതിയും പുരുഷനും ചേർന്നുളവാകുന്ന ഈ അണ്ഡകടാഹമാണ്

ഏറ്റവും ഉത്തമമായ കലാസൃഷ്ടി. കലാകാരനാവട്ടെ പ്രപഞ്ച നിയന്താതാവായ സർവ്വേശ്വരനും.പ്രകൃതി അതിലേക്കുള്ള അസംസ്കൃത വസ്തുവും. പ്രകൃതിക്ക് സമാനതകളില്ല. അന്യാദൃശ്യമായ അത്ഭുതം തന്നെയാണത്. അതിനെ പകർത്താനോ പുനഃസൃഷ്ടിക്കാനോ മനു

ഷ്യന് കഴിയില്ല.

അലിഞ്ഞുചേർന്നൊന്നാകാനേ കഴിയൂ.

ഇത്തരം ചിന്താധാരകൾ പകർന്നു തന്നുകൊണ്ടാണ് ബ്രഹ്മദത്തന്റെ ആഗമനം.

സൃഷ്ടി

ശില്പനിർമാണം ഏറ്റെടുത്തതോടെ ബ്രഹ്മന്റെ രാവുകൾ നിദ്രാവിഹീനങ്ങളായി. സൃഷ്ടിയിലേക്കുള്ള ശക്തമായ ഉൾപ്രേരണ പ്രകൃതിയുടെ ദർശനമാത്രയിൽ ലഭിച്ചു.കലാസൃഷ്ടി ആവിഷ്കരിക്കപ്പെടുന്നതിനു മുൻപ് സ്രഷ്ടാവിൽ നടക്കുന്ന രാസമാറ്റങ്ങൾ ഇവിടെ കഥാകാരൻ വിശദീകരിക്കുന്നുണ്ട്.

സ്വപ്നസമാനമായ ഒരു നിമിഷത്തിലുണരുന്ന അതിശക്തമായ ഉൾപ്രേരണ ആവിഷ്കാരതലത്തിലേക്കെത്താൻ സ്വയമറിയാതെ രാസമാറ്റങ്ങൾ സംഭവിക്കണം.ഉള്ളിനുള്ളിൽ ഭാവനയുടെ ബീജം മാത്രമാകണം. മനസ്സും ശരീരവും ഏകാഗ്രമായ ചിന്തയും അതിലേക്ക് സർവ്വോർജ്ജവും ഒഴുക്കണം. ഉള്ളിലുണരുന്ന അഴകളവുകളിലേക്ക് അത് സംക്രമിക്കണം. ഇന്ദ്രിയങ്ങൾക്കതിൽ പ്രത്യേകിച്ചൊന്നും ചെയ്യാനില്ല. അവർ കേവലം പകർത്തെഴുത്തുകാരാണ്. സ്രഷ്ടാവിൽ നിന്നടർന്നു മാറി സൃഷ്ടി അതിന്റെ സ്വത്വത്തെ തേടുമ്പോൾ സ്രഷ്ടാവറിയുന്നത് പരമാനന്ദമാണ്.

സന്യാസത്തിനു പോലും സങ്കൽപ്പിക്കാനാവാത്ത ഉദാത്തമായ തലങ്ങൾ കലയ്ക്കുണ്ട്.

ശില്പനിർമാണത്തിനു തയ്യാറായ ബ്രഹ്മദത്തന്റെയുള്ളിൽ ശില്പത്തിന്റെ രൂപഭാവങ്ങൾ ആവാഹിച്ചെടുക്കേണ്ടത് അത്യാവശ്യമായിരുന്നു.

പ്രചോദനത്തിന്റെ സുവർണ്ണനിമിഷങ്ങളിൽ നിന്ന് സൃഷ്ടിയുടെ അനന്യതയിലേക്കുള്ള വിവിധ ഘട്ടങ്ങളെ ഇവിടെ കഥാകാരൻ പകർന്നു തരുന്നുണ്ട്. കുമാരിയുടെ പുഞ്ചിരിക്കുന്ന മുഖമാണ് ആദ്യം മനസ്സിൽ തെളിഞ്ഞത്. കരങ്ങൾ അതിനെ ശിലയിലേക്ക് ആവാഹിച്ചു. തന്റെ സൃഷ്ടിക്ക് പൂർണതപോരെന്നുള്ള തിരിച്ചറിവ് കലാകാരനെ സാധനയിലേക്കും ഗൂഢമായ ദൈവികതയിലേക്കും നയിക്കുന്നു.

വെളിപാട്

പ്രകൃതിയെ പുനഃസൃഷ്ടിക്കാനാണ് ഓരോ കലാകാരന്റെയും ശ്രമം. എല്ലാ കാഴ്ചകൾക്കും അന്തർധാരയായി മനസ്സിൽ പ്രകൃതിയെ നിറച്ചാണ് സർഗാത്മക കലാകാരൻ സപര്യ തുടരുന്നത്.മനോഹരമായ

രൂപം, സമാനതകളില്ലാത്ത ഭാവം, നിറഭേദങ്ങൾ, വർണ്ണക്കൂട്ടുകൾ, വർണ്ണ രാഹിത്യം ഇവ ചർച്ചചെയ്യപ്പെടുന്നു. കലാപരമായ പൂർണത അകന്നകന്നു പോകുന്ന ഒരു മരീചികയാണ്.

പൂർണ്ണതയോടടുത്ത പുനഃസൃഷ്ടി നടത്തണമെങ്കിൽ അതിന് ആധാരമായ വസ്തുവിനെ ശാരീരികവും മാനസികവും ആത്മീയവുമായ ആഴത്തിൽ അറിഞ്ഞനുഭവിക്കണം. സൃഷ്ടിയുടെ നിമിഷങ്ങളിൽ സ്രഷ്ടാവും സൃഷ്ടിയും ഒന്നായി മാറുന്ന ചില നിമിഷങ്ങളിൽ കൂടിയെങ്കിലും കടന്നു പോകാതെ ഉദാത്ത സൃഷ്ടി രൂപമെടുക്കുന്നില്ല.

ശാസ്ത്രമായാലും കലയായാലും പിറവിയുടെ ചില നിമിഷങ്ങളിലൊക്കെ വെളിപാടുകളിലൂടെ കടന്നു പോകാതെ തരമില്ല. ശാസ്ത്രത്തിന് പോലും അതീന്ദ്രിയ അവസ്ഥകളെയും വെളിപാടുകളെയും അന്തർജ്ഞാനത്തെയും നിഷേധിക്കാനാവില്ല.

ഓരോ സൃഷ്ടിയും ഒരു ഉൾക്കാഴ്ചയാണ്. അതിനെ പ്രായോഗികതലത്തിൽ എത്തിക്കുക മാത്രമാണ് സ്രഷ്ടാവ് ചെയ്യുന്നത്. ഒരു നൂലിഴയുടെ പോലും അകലമില്ലാത്ത വിധം ആധാരമായ വസ്തുവിനെ സ്രഷ്ടാവ് ഉള്ളിലേക്ക് ആവാഹിക്കണം. ആത്മാവിലേക്ക് ചേർക്കണം. ആത്മഭാവങ്ങൾ ഒന്നിച്ചൊന്നായി പുനർജനിക്കണം. മൗലികമായ സൃഷ്ടിപരതയുടെ അപാരസൗന്ദര്യം അവിടെയാണ്. കലാകാരന്റെ സമർപ്പിത മനസ്സിന്റെ പ്രാധാന്യത്തെ ബ്രഹ്മദത്തനിലൂടെ നമുക്ക് വായിച്ചെടുക്കാം. ആവിഷ്കൃതമാകുന്നതിനെ ഉള്ളിലേക്ക് ആവാഹിക്കാൻ പര്യാപ്തമായ ഒരു മനസ്സ് കലാകാരന് ഉണ്ടാവണം.

സ്രഷ്ടാവ് തന്റെ സ്വത്വത്തിൽ നിന്ന് രക്ഷനേടുന്ന ആ നിമിഷങ്ങളിൽ മനസ്സ് ഒരു അപ്പൂപ്പൻതാടി പോലെ പറന്നുയരും.

പ്രണയം

പ്രകൃതി പുരുഷ സംയോഗത്തിന്റെ ദിവ്യവും ഊഷ്മളവുമായ അവതരണമാണ് ഈ ഭാഗം. ഒരു പൂ വിരിഞ്ഞുവരുന്ന സ്വാഭാവികതയോടെ മനുഷ്യമനസ്സിലുണരുന്ന നൈസർഗികമായ പ്രണയവും കാമവും രതിയുമാണ് ഏത് സർഗ്ഗപരതയുടെയും അടിസ്ഥാന ഘടകമെന്ന് വായിച്ചെടുക്കാനാവും. സായൂജ്യദായകമായ സ്ത്രീ പുരുഷ ബന്ധത്തിന്റെ വിവിധ തലങ്ങൾ ഇവിടെ അനാവൃതമാകുന്നു.

അഭിനിവേശങ്ങൾക്ക് അതിരുകളില്ലാത്ത, കടിഞ്ഞാണില്ലാത്ത കുതിരകളായി സ്വതന്ത്രമായി മേയുന്ന അനുഭവത്തിൽ അതിന്റെ ആഹ്ലാദകരവും അനിർവചനീയവുമായ അനുഭൂതി വായനക്കാരനും അനുഭവിക്കുന്നു.

സ്ത്രീ പുരുഷ ബന്ധത്തിലെ പരമ്പരാഗത കാഴ്ചപ്പാടുകളെ ചോദ്യം ചെയ്യാനുള്ള അവസരം കഥാകാരൻ സൃഷ്ടിച്ചത് ബോധപൂർവ മാവാം. ആണധികാര പ്രമത്തതയുടെ ചിഹ്നമായ പുല്ലിംഗമില്ലാത്ത സ്ത്രീലിംഗ പദങ്ങൾ ഭാഷയിൽ ധാരാളമുണ്ട്. അതിലൊന്നാണ് പതി വ്രത. മനസ്സുകൊണ്ട് ഒന്നാകുന്നവർക്ക് എന്തു പാതിവ്രത്യം എന്നുള്ള ബ്രഹ്മദത്തന്റെ ചോദ്യം സമൂഹത്തോടാണ്.

പൂർണ്ണത

ഓരോ കലാസൃഷ്ടിയ്ക്കും ഒരു മനസ്സുണ്ട്, ആത്മാവുണ്ട്, ചലനാ ത്മകതയുണ്ട്. സ്രഷ്ടാവ് കേവലമായ ഭൗതികതലം വിട്ട് ആത്മീയമായ അദൃശ്യതലങ്ങളിലേക്ക് ഉയർന്നാൽ സൃഷ്ടി പൂർണ്ണതയിലെത്തും. വെറും കൗതുകത്തിനും ദൃശ്യസുഖത്തിനും മാത്രമാകുമ്പോൾ അത് നൈമിഷികമാവുന്നു. ഹൃദയത്തെ സ്പർശിക്കുന്ന മഹാസത്യം തേടി യുള്ള യാത്രയാവണം ഓരോ സൃഷ്ടിയും. മനസ്സിനെ ഏകാഗ്രമാക്ക ണം, ധ്യാനം ശീലിക്കണം, ആത്മചൈതന്യം ജ്വലിക്കണം.

ഏറെ എഴുതുന്നതിനേക്കാൾ അമർത്തിയെഴുതേണ്ടതിന്റെ ആവശ്യ ത്തെക്കുറിച്ച് ഇവിടെ കഥാകാരൻ ഓർമ്മിപ്പിക്കുന്നു.

അനാച്ഛാദനം

തന്റെ കാലശേഷം ശില്പത്തിലൂടെ അനശ്വരമാകാനുള്ള രാജകുമാ രിയുടെ ആഗ്രഹം സഫലമായി. ചിങ്ങം1 പുതുവർഷപ്പുലരിയിൽ സൂര്യോദയത്തിനു ശേഷം ശില്പം അനാച്ഛാദനം ചെയ്യാൻ തീരുമാ നിച്ചു. ഒരു കലാകാരന്റെ ജന്മസായൂജ്യം അയാൾക്ക് ലഭിക്കുന്ന അംഗീ കാരങ്ങളാണ്. അംഗീകരിക്കപ്പെടാനുള്ള വെമ്പലാണ് സൃഷ്ടിപരത യുടെ കൊടും വേനലിലേക്ക് കലാകാരനെ ചേർത്തു നിർത്തുന്നത്. പൊള്ളിയടരുമ്പോഴും ആത്മനിർവൃതി പൂകാൻ അവനെ പര്യാപ്തനാ ക്കുന്നത്.

ഇവിടെ ബ്രഹ്മദത്തൻ അതിന് അർഹനാകുന്ന കാഴ്ചയാണ് ഈ ഭാഗം വായനക്കാരന് സമ്മാനിക്കുന്നത്. മന്ത്രി മുഖ്യൻ കൗടില്യന്റെ ചാണക്യതന്ത്രങ്ങൾക്ക് കരുവാകുന്ന ബ്രഹ്മദത്തൻ ഒരു പുതുമയല്ല. അത് പുരാണങ്ങളും ചരിത്രവും നാവേറുപാടിയിട്ടുള്ളതാണ്.

കള്ളച്ചുരിക പണിഞ്ഞ് കലിയടക്കുന്ന അസൂയ പാണന്മാർ പാടിപൊ ലിപ്പിച്ചിട്ടുള്ളതാണ്. അതുകൊണ്ടുതന്നെ ബ്രഹ്മദത്തനെ കഥയിൽ നിന്ന് നിഷ്കാസിതനാക്കാൻ കാലദേശങ്ങൾക്കനുസരിച്ചല്ലാതെ കുടില തന്ത്രങ്ങൾ സൃഷ്ടിക്കാൻ ആവില്ലല്ലോ!

അധികാര നഷ്ടം എത്ര ആഴമുള്ള ഗർത്തമാണെന്നും അതിൽ പതിച്ചു പോകാതിരിക്കാൻ അധികാരലഹരി നുണഞ്ഞവൻ ഏതറ്റംവരെയും പോകുമെന്നും നമുക്കറിയാം.

കരിനാഗങ്ങളെ പോലെ പുളഞ്ഞിണചേർന്ന രണ്ടു ശരീരങ്ങളിൽ ഒന്ന് രാജകുമാരിയും മറ്റേത് ബ്രഹ്മനും ആയിരുന്നു എന്ന അറിവ് രാജാവിന്റെ മുൻപാകെയെത്തി. യാതൊരു കൂസലുമില്ലാതെ തന്നെ ജീവപാതിയെ തള്ളാനാവില്ല എന്നുപറയുന്ന കുമാരി പ്രണയത്തെ നെഞ്ചേറ്റുന്ന സ്ത്രീ മനസ്സിന്റെ പ്രതീകമാണ്.തുടർന്നുള്ള രാജാവിന്റെ ചോദ്യങ്ങൾക്ക് പണ്ഡിതോചിതമായ രീതിയിലാണ് കുമാരി മറുപടി പറയുന്നത്. ഭർത്താവിന്റെ യോഗ്യത നിശ്ചയിക്കാൻ പെണ്ണിനല്ലാതെ ആർക്കാണ് അവകാശം എന്നവൾ ചോദിക്കുന്നുണ്ട്.

ജന്മമല്ല ഒരുവന്റെ മഹത്വം നിർണയിക്കുന്നതെന്നും കർമ്മംകൊണ്ട് ഉന്നതസ്ഥാനീയനാണ് കലാകാരനെന്നും ശങ്കയില്ലാതെ സമർത്ഥിക്കുന്നുണ്ട്.

കുറ്റം ചുമത്താനുള്ള ഭരണകൂടത്തിന്റെ അധികാരവും അതിനെ ഏതുരീതിയിൽ വളച്ചൊടിച്ചാലാണ് വകുപ്പുകൾ ചുമത്താനാവുക എന്ന കുടിലതന്ത്രവും വ്യക്തമാക്കുന്നരാജാവിന്റെ ശിക്ഷാവിധി ഭരണകൂടഭീകരതയെക്കുറിച്ച് നമ്മെ ഓർമിപ്പിക്കുന്നു.

ശിക്ഷയേറ്റു വാങ്ങുമ്പോഴും അയാൾ ഋഷിതുല്യമായ നിസ്സംഗതയുടെ, നിർമ്മമതയുടെ, പരമമായ നിർവികാരത യുടെ ഇരിപ്പിടമായിരുന്നു.

കാലമാണ് ഏറ്റവും വലിയ സത്യം അവിടെ എല്ലാവരും ജയിക്കും. കുമാരിയുടെ ശരീരസൗന്ദര്യം മണ്മറയും. ശില്പ സൗന്ദര്യം കാലാതീതമായി നിലനിൽക്കും. ചരിത്രത്തിന്റെ ഭാഗമാകും. അത്തരമൊരു സർഗ്ഗസൃഷ്ടിക്ക് ജീവൻ പകരാനായതുകൊണ്ട് തന്റെ ജീവിതം ധന്യമായി.വഴിമാറി സഞ്ചരിക്കുന്ന കലാകാരന്റെ വിധിയാണിത്.

ഹ്രസ്വകാലത്തെ ജീവിതം നൽകിയ ക്രിയാത്മകതയുടെ ആഹ്ലാദത്തിലാണ് അദ്ദേഹത്തിന്റെ മരണം. അത് കലാകാരന് മാത്രം അവകാശപ്പെട്ടതാണ്.

അനശ്വരം

ബ്രഹ്മദത്തന് വധശിക്ഷ വിധിക്കുകയും ശിൽപം തട്ടിയുടയ്ക്കാൻ ശ്രമിക്കുകയും ചെയ്യുന്നു. എങ്കിലും അതിനു പോറൽപോലും ഏൽക്കുന്നില്ല. ആ നിതാന്ത സൗന്ദര്യത്തെ വഹിച്ചുകൊണ്ട് പുഴ പ്രപഞ്ചത്തിന്റെ അവസാനസ്പന്ദനം വരെ യാത്ര തുടരുന്നു എന്നാണ് കഥാകാ

രൻ അവസാനിപ്പിക്കുന്നത്. അത് കാലത്തിന്റെ ഒഴുക്കാണ്. ഒരിക്കലും നിലയ്ക്കാത്ത ഒഴുക്ക്. യഥാർത്ഥ കലാകാരനെ കാലം തിരിച്ചറിയുന്നു. ഇത്രയധികം ആളുകൾ കഷ്ടതകൾ സഹിച്ചും ശിൽപം കാണാൻ വരുന്നത് അതിന് തെളിവാണ്.

തുടർന്ന് രാജകുമാരി മനോവിഭ്രാന്തിയ്ക്ക് അടിമയായി പുഴയിൽ ചാടി മരിക്കുന്നു. രാജാവ് ഹൃദയസ്തംഭനത്തിന് കീഴടങ്ങി. അവകാശികൾ ഇല്ലാത്ത രാജ്യം അനാഥമായി. മരണം സ്രഷ്ടാവിനു മാത്രം സംഭവിക്കുന്നു. ശില്പം ഏത് ഋതുഭേദങ്ങളെയും പ്രകൃതിക്ഷോഭത്തെയും അതിജീവിച്ചുകൊണ്ട് മലമുകളിൽ നിലനിൽക്കുന്നു.ആളുകൾ കാതോടുകാതോരം മന്ത്രിച്ച് പ്രതിമയുടെ ഉല്പത്തിക്കഥ ചരിത്രമായി മാറി. ആത്മാവിൽ നിന്നും ഉയിർകൊണ്ട ആഴമേറിയ മനുഷ്യ ഭാവനയുടെ അടയാളപ്പെടുത്തലുകൾക്ക് മരണമില്ല എന്ന് കലാപ്രതിഭയെ ചൂണ്ടി പ്രഖ്യാപിക്കുന്ന കഥാകാരൻ സർഗ്ഗപരതയുടെ അനിഷേധ്യമായ അനശ്വരതയെ കൂടിയാണ് വായനക്കാരനു മുന്നിൽ കാട്ടിക്കൊടുക്കുന്നത്. അതിന് ശില്പമെന്നോ കവിതയെന്നോ കഥയെന്നോ നോവലെന്നോ വ്യത്യാസമില്ല. സജിൽ ശ്രീധറിന്റെ ഭൂമധ്യരേഖയെന്ന ഈ നോവൽ അനശ്വരതയെ പുൽകാനുള്ള എഴുത്തുകാരന്റെ സാർത്ഥകമായ പരിശ്രമമാണെന്ന വസ്തുത നിസ്തർക്കമാണ്.

ജീവിതവും കലയും തമ്മിലുള്ള സംവാദത്തിൽ സർഗ്ഗസാഫല്യത്തിന്റെ അനന്യതയെക്കുറിച്ച് ചർച്ച ചെയ്യുമ്പോൾ ഭാഷ ലളിതവും സുന്ദരവും ആകാതിരിക്കാൻ വഴിയില്ല.അവിടെ അക്കാദമികജാഡകളും സാങ്കേതികവിദ്യയുടെ അണുപ്രസരണവും കുത്തിത്തിരുകാൻ ആവില്ലല്ലോ.

അനാദികാലം മുതൽ തുടർന്നുവരുന്നതും അനന്തകാലം നിലനിൽക്കുന്നതുമായ ഈ പ്രമേയത്തെ കഥാതന്തുവായി സ്വീകരിച്ചപ്പോൾ ഉള്ളിലൂറുന്ന തേൻമധുരം പകർന്നു നൽകുന്ന പൂവിന്റെ ജന്മസാഫല്യം മാത്രമാവണം കഥാകാരൻ ഉദ്ദേശിച്ചത്.

വസ്തുതാപരമായ ജീവചരിത്രങ്ങളില്ലാതെ താൻ കൊത്തിയ ശില്പങ്ങളിൽ മാത്രം ജീവിക്കാനാഗ്രഹിക്കുന്ന ശില്പി ആയതുകൊണ്ടാണ് രാജാവ് വധശിക്ഷ വിധിച്ചപ്പോഴും അതിനെ നിസ്സംഗമായി ഏറ്റുവാങ്ങാൻ ബ്രഹ്മദത്തന് കഴിയുന്നത്. സർഗ്ഗസാക്ഷാത്കാരത്തിന്റെ അപൂർവ്വനിമിഷങ്ങളിൽത്തന്നെ കർത്താവ് ജീവൻമുക്തനായി തീരുമല്ലോ!

അപാരമായ ഏകാന്തതയുടെ പൈതൃകത്തിലാണ് നമ്മുടെ പുരാണങ്ങളും ഇതിഹാസങ്ങളുമൊക്കെ രൂപമെടുത്തിട്ടുള്ളത്. അവയുടെ സ്രഷ്ടാക്കളാരും അമ്മപെറ്റ മക്കളായിരുന്നില്ല. അവരുടെ രചനകളായി

രുന്നു അവരെ പ്രസവിച്ചത്.അവർ ജീവിച്ചതും ആ രചനകളിലായിരുന്നു. കാലാതീതമായി അവരെ നിലനിർത്തുന്നതും ആ സൃഷ്ടികൾ തന്നെ.

ഗദ്യത്തിലെ നിയതമായ സൂചക -സൂചിത ബന്ധത്തെ മറികടന്നു കൊണ്ട് ഭാഷ ധ്വന്യാത്മകമാകുമ്പോൾ നോവലിന്റെ പലഭാഗത്തും രചന കവിതയോടടുക്കുന്നത് കാണാം. പ്രകൃതിയും ബ്രഹ്മനും തന്നെ വെറും നാമങ്ങളെന്നതിനുപരി പ്രപഞ്ചസൃഷ്ടിയുടെ നിയന്താതാക്കളാണല്ലോ.

ഈ കഥ ബ്രഹ്മദത്തനിലോ ശില്പിയിലോ കലാകാരനിലോ സാഹിത്യകാരനിലോ ശാസ്ത്രജ്ഞനിലോ മാത്രം ഒതുങ്ങുന്നതല്ല എന്നറിയുമ്പോഴാണ് സമഷ്ടിയിൽ വ്യഷ്ടി മുങ്ങിപ്പോകുന്ന അനുഭവം വായനക്കാരന് ലഭിക്കുന്നത്.

നിലവിലുള്ള ഭാഷയെ ഉല്ലംഘിക്കുകയോ അപനിർമ്മിക്കുകയോ ഒന്നും ചെയ്യേണ്ട ആവശ്യം കഥാകാരനുണ്ടാകുന്നില്ല.

സാമൂഹികധർമ്മം,രാഷ്ട്രീയപ്രതിബദ്ധത എന്നിവ പ്രകടമാക്കുന്നതിനപ്പുറം ജീവിക്കുക, ജീവിച്ചു കൊണ്ടേയിരിക്കുക, മരണശേഷവും ജീവിക്കുക എന്നത് മാത്രമാണ് ഏറ്റവും പ്രസക്തമെന്ന് ഈ നോവൽ പറഞ്ഞുവയ്ക്കുന്നു.

നോവൽ മുന്നോട്ട് വയ്ക്കുന്ന കാതലായ വീക്ഷണങ്ങളിലൊന്ന് കലയുടെ അപരിമേയമായ സൗന്ദര്യാനുഭവത്തിന്റെ സവിശേഷ തലമാണ്. രാജകുമാരിയുടെ സൗന്ദര്യമാണ് ഇവിടെ സൃഷ്ടിയുടെ അവലംബിത വസ്തു. അഥവാ ആധാരവസ്തു. മറ്റൊരു തലത്തിൽ വിഷയം അല്ലെങ്കിൽ പ്രചോദനം. എന്നാൽ അതിൽ നിന്നും രൂപപ്പെട്ടു വന്ന സൃഷ്ടിയാവട്ടെ അവലംബിത വസ്തുവിനെ മറികടക്കും വിധത്തിൽ അനന്യമായ സൗന്ദര്യം ഉൾക്കൊള്ളുന്ന അപൂർവതയുടെ ഉത്തുംഗശൃംഗങ്ങളിൽ വിരാജിക്കുന്ന ഉജ്ജ്വലശിൽപ്പമാണ്. ഇവിടെ കഥ അഥവാ സൃഷ്ടിപരത എന്നത് മറ്റെന്തിനേക്കാൾ ഉന്നത തലങ്ങളിൽ നിലകൊള്ളുന്ന ഒരു അനശ്വരചൈതന്യമാണെന്ന ധ്വനി നോവലിസ്റ്റ് മുന്നോട്ട് വയ്ക്കുന്നു.

ക്രിയാത്മകതയുടെ, സൃഷ്ടിപരതയുടെ, കലാപരതയുടെ, സൗന്ദര്യാനുഭവങ്ങളുടെ ആഴങ്ങൾ തിരയുന്ന ഈ കൃതി മലയാള നോവൽ സാഹിത്യചരിത്രത്തിലെ നാഴികക്കല്ലുകളിൽ ഒന്നാണെന്ന് നിസംശയം പറയാം. ഭൂമധ്യരേഖയിലെ ശിൽപ്പം പോലെ കാലത്തെ അതിജീവിച്ച് നിൽക്കാൻ പര്യാപ്തമാണ് ഈ കൃതിയും എന്ന് പറയാൻ രണ്ടാമതൊന്ന് ആലോചിക്കേണ്ടതില്ല.

ഒരു യഥാർത്ഥശിൽപ്പത്തെ അനുസ്മരിക്കുന്ന രൂപശിൽപ്പത്തികവ് പ്രകടിപ്പിക്കുന്ന ഈ നോവൽ മാന്ത്രികമായ ഒരു ഭാഷ സമ്മാനിക്കുന്ന ലാവണ്യാനുഭവം കൊണ്ടും നമ്മെ വിസ്മയിപ്പിക്കുന്നു. പാത്രസൃഷ്ടിയിലെ കൃത്യതയും സുക്ഷ്മതയുമാണ് മറ്റൊരു സവിശേഷത. ദാർശനികമായ ഉൾക്കാഴ്ചകൾ സമ്മാനിക്കുന്ന അതീവഗൗരവപൂർണ്ണമായ ഒരു ഇതിവൃത്തത്തെ പാരായണക്ഷമമായ ഒരു വായനാനുഭവമായി പരിവർത്തിപ്പിക്കുകയെന്ന ഇന്ദ്രജാലവും ഈ നോവലിന്റെ സവിശേഷതയാണ്.

നോവൽ എന്ന സാഹിത്യരൂപത്തെ പുർണ്ണമാക്കുന്ന സമസ്ത ഘടകങ്ങളെയും ഒരു ശിൽപ്പിയുടെ കരവിരുതോടെ സമന്വയിപ്പിച്ചിരിക്കുന്നു എന്നിടത്താണ് ഭൂമധ്യരേഖ അനശ്വരമാവുന്നത്.

ഠഠ

അഭിമുഖം

സൃഷ്ടിപരത എന്ന മഹാത്ഭുതം

ഡോ. അബേഷ് രഘുവരൻ
(അസി. പ്രൊഫസർ, കൊച്ചിൻ യൂണിവേഴ്സിറ്റി ഓഫ് സയൻസ് ആൻഡ് ടെക്നോളജി)

സജിൽ ശ്രീധർ മലയാള സാഹിത്യത്തിൽ സ്വയം അടയാളപ്പെടുത്തിയത് വാസവദത്ത എന്ന ഏകാന്തവിസ്മയത്തിലൂടെയാണ്. ഭാരതീയ നോവൽസാഹിത്യചരിത്രത്തിലെ നാഴികക്കല്ലുകളിലൊന്നായിരുന്നു ഈ രചനയെന്ന് നിസംശയം പറയാം. വാസവദത്തയ്ക്ക് മുൻപോ പിൻപോ ഒരു ഖണ്ഡകാവ്യത്തെ അതിജീവിച്ച് ഒരു ആഖ്യായിക സംഭവിച്ചിട്ടുണ്ടോ എന്ന് നിശ്ചയമില്ല. ഇല്ല എന്ന് തന്നെയാണ് പരിമിതമായ സാഹിത്യപരിചയത്തിൽ നിന്ന് മനസിലാക്കാൻ കഴിയുന്നത്. അതിലുപരി ഗിരിശൃംഗത്തോളം ഉയർന്നു നിൽക്കുന്ന കുമാരനാശാന്റെ കരുണ പോലൊരു കൃതിയെ തൊട്ടുകളിക്കാൻ സാധാരണ ഗതിയിൽ ആരും ധൈര്യപ്പെടാറില്ല. അഥവാ അതിന് തുനിഞ്ഞാൽ തന്നെ രൂക്ഷവിമർശനങ്ങളുടെ കൂരമ്പേറ്റ് പിടയുക എന്ന ദുർവിധിയാവും നേരിടേണ്ടിവരിക. എന്നാൽ ആർക്കും ഒരു എതിർവാക്കിന് ഇടം കൊടുക്കാതെ സജിൽ ശ്രീധർ സമർത്ഥമായ പുനരാഖ്യാനം തന്നെ ചമച്ചുകൊണ്ട് തനത്‌വ്യക്തിത്വമുള്ള സൃഷ്ടിയാക്കി പരിവർത്തിപ്പിച്ചു.

പിന്നാലെ ഷഡ്പദം, അവർണ്ണൻ, ന്യായപ്രമാണം, ഭൂമധ്യരേഖ എന്നിങ്ങനെ പ്രത്യഭിന്നമായ നോവലുകളുമായി സർഗാത്മകതയുടെ ഒരു വസന്തം തീർക്കുകയാണ്. ഭൂമധ്യരേഖ അദ്ദേഹത്തിന്റെ ഇതര രചനകളിൽ നിന്ന് എല്ലാ അർത്ഥത്തിലും വേറിട്ട് നിൽക്കുന്നതും സവിശേഷവുമായ ഒന്നാണെന്ന് പറയാതെ വയ്യ. മഹത്വത്തെ സ്പർശിക്കുന്ന രചന തന്നെയാണിത്. സാർവജനീനമായ ഒരു ഇതിവൃത്തത്തെ കവിതയും ഗദ്യവും തമ്മിൽ വേർതിരിക്കാനാവാത്ത വിധം അസാധാരണ ലാവണ്യം നിറഞ്ഞ ഒരു ഭാഷയിലുടെ ആവിഷ്കരിക്കപ്പെടുകയാണ് ഈ കൃതിയിൽ. സജിൽ ശ്രീധർ സംസാരിക്കുന്നു.

ഭൂമധ്യരേഖയ്ക്ക് എന്തുകൊണ്ട് പൗരാണികമായ ഒരു പശ്ചാത്തലം സ്വീകരിച്ചു?

ഇത്തരമൊരു ഇതിവൃത്തം സ്വീകരിക്കുമ്പോൾ അതിന്റെ പശ്ചാത്തലത്തിന് ഒരു ഗൂഢാത്മകത അനിവാര്യമാണെന്ന് തോന്നി. അവിശ്വസ

നീയമായ ഒരു കഥ വിശ്വസനീയമായി തോന്നണമെങ്കിൽ അതിന് പൗരാണികതയുടേതായ ഒരു മൂഡ് ആവശ്യമാണ്. അതിലുപരി ഏതോ ദേശത്ത് ഏതോ കാലത്ത് നടന്നതെന്ന മട്ടിലാണ് ഈ കഥ സങ്കൽപ്പിക്കപ്പെട്ടിട്ടുള്ളത്. ഒരു ഫെയറി ടെയ്‌ലിന്റെയോ മുത്തശ്ശിക്കഥയുടെയോ നാടോടിക്കഥയുടെയോ ഐതിഹ്യങ്ങളുടെയോ പുരാവൃത്തങ്ങളുടെയോ ഒക്കെ മട്ടിലുള്ള ആവിഷ്കാരം. മറ്റൊരു പ്രധാനകാര്യം ഈ നോവൽ പറയുന്നത് അനശ്വരതയെക്കുറിച്ചാണ്. അത് യാഥാർത്ഥ്യമാണെന്ന് ബോധ്യപ്പെടണമെങ്കിൽ കഥ നടക്കുന്നത് നൂറ്റാണ്ടുകൾക്ക് മുൻപായിരിക്കണം. അന്ന് നിർമ്മിക്കപ്പെട്ട ഒരു ശിൽപ്പം ഇന്നും ലക്ഷകണക്കിന് ആളുകളെ ആകർഷിച്ചുകൊണ്ട് നിത്യനൂതനമായി നിലകൊള്ളുന്നു എന്നതാണ് നമുക്ക് സമർത്ഥിക്കേണ്ടത്.

അത്യപൂർവമായ ഈ പ്രമേയം എങ്ങനെ ചിന്തയിൽ വന്നു?

കഥയായല്ല ശരിക്കും ചിന്തയായി തന്നെയാണ് ഈ പ്രമേയം മനസിലേക്ക് കയറി വന്നത്. സൃഷ്ടിപരതയുടെ അനുഭവത്തെക്കുറിച്ചും അനുഭൂതികളെക്കുറിച്ചും അതിന്റെ ആത്യന്തികഫലങ്ങളെ സംബന്ധിച്ചും എഴുതി തുടങ്ങിയ കാലം മുതൽ ചിന്തിച്ചിരുന്നു. ക്രിയേറ്റിവിറ്റി എന്ന് പറയുമ്പോൾ എഴുത്ത് മാത്രമല്ല വിവക്ഷ. ചിത്രകല, ശിൽപ്പകല, സംഗീതം, സാഹിത്യം, സിനിമ, നിർമ്മാണാത്മകമായ മറ്റ് പ്രക്രിയകൾ മുതൽ ശാസ്ത്രീയമായ കണ്ടുപിടുത്തങ്ങൾ വരെ ക്രിയാത്മകവും സൃഷ്ടിപരവുമാണ്. എങ്കിലും നോവലിൽ ഡീപ്പ് ഫോക്കസ് നൽകിയിരിക്കുന്നത് കലാപരമായ പ്രക്രിയകൾക്ക് തന്നെയാണ്. അത് നൽകുന്ന സൗന്ദര്യാനുഭവത്തിനാണ്. ഉത്തമകല കാലദേശങ്ങൾക്ക് അതീതമാണ്. അനശ്വരതയെ സ്പർശിക്കാൻ കഴിയുന്ന ഒന്നാണത്. പിക്കാസോയുടെ പെയിന്റിംഗുകളും ദസ്തേവ്സ്കിയുടെ നോവലുകളും ബീഫോവന്റെ സംഗീതവുമൊക്കെ കാലത്തെ അതിജീവിച്ച് ഇന്നുംനിലനിൽക്കുന്നില്ലേ? വരും തലമുറകൾക്കും സ്വീകാര്യമാകാൻ പാകത്തിൽ നിത്യനൂതനത്വം അതിനില്ലേ? അതിന്റെ മഹത്ത്വവും അത് പകരുന്ന സൗന്ദര്യാനുഭൂതികളും ഉൾക്കാഴ്ചകളും വിവിധങ്ങളായ മാനങ്ങളും തലങ്ങളും ചിന്തനീയമാണ്. നിരവധി അടരുകളുള്ള ഇത്തരം അപൂർവസൃഷ്ടികളെ പ്രതീകവത്കരിക്കുന്ന അഥവാ പ്രതിനിധാനം ചെയ്യുന്ന ഒന്നാണ് ഈ നോവലിലെ ശിൽപ്പം.

കല അതിന്റെ സൃഷ്ടികർത്താവായ കലാകാരനേക്കാൾ ഉദാത്തമാണെന്ന ഒരു വീക്ഷണം നോവൽ മുന്നോട്ട് വയ്ക്കുന്നുണ്ട്?

തീർച്ചയായും. ഏതോ നിമിഷത്തിൽ ദൈവദത്തമായി കലാകാരന് ലഭിക്കുന്ന ഉന്മാദത്തിന്റെയോ വെളിപാടിന്റെയോ പരിണിതഫലമാണ്

കല. അതുകൊണ്ട് തന്നെ അയാളുടെ എല്ലാ സൃഷ്ടികളും മാസ്റ്റർ പീസ് അഥവാ പ്രകൃഷ്ടസൃഷ്ടികളായി പരിണമിക്കുന്നില്ല. അതുകൊണ്ട് തന്നെ സൃഷ്ടാവിനേക്കാൾ പ്രധാനമാണ് സൃഷ്ടി. ഉദാഹരണത്തിന് നമ്മുടെ പല വലിയ എഴുത്തുകാരും ഇന്നും ചർച്ച ചെയ്യപ്പെടുന്നത് അവരുടെ ഏറ്റവും മൂല്യവത്തായ ഒരു സൃഷ്ടിയുടെ പേരിലാണ്. അപ്രധാന രചനകൾ ആരും ഗൗനിക്കുന്നില്ല. അപ്പോൾ സൃഷ്ടിയുടെ മൂല്യമാണ് പ്രധാനം. സൃഷ്ടാവിന്റെ വ്യക്തിപ്രഭാവമല്ല.

ഇത് സാഹിത്യകാരൻമാരെ സംബന്ധിച്ച് മാത്രമല്ല ഏതൊരു കലാകാരനെ സംബന്ധിച്ചും സാർത്ഥകമാണ്. ചലച്ചിത്രസംവിധായകൻ ഫാസിൽ മണിച്ചിത്രത്താഴിന് മുൻപും പിൻപും ഒരുക്കിയ സിനിമകൾ പലതും അതിഭാവുകത്വം നിറഞ്ഞ ശരാശരി ചിത്രങ്ങൾ മാത്രമായിരുന്നു. അവയിൽ പലതും കാലത്തെ അതിജീവിക്കുമോയെന്ന് ഉറപ്പിച്ച് പറയാൻ കഴിയില്ല. എന്നാൽ മണിച്ചിത്രത്താഴ് 30 വർഷത്തിന് ശേഷവും നമ്മെ മോഹിപ്പിച്ച് കൊണ്ട് കാലാതിവർത്തിയായി പരിണമിക്കുന്നു.

നോവലിലെ ശിൽപ്പം അതിന് മാതൃകയായ രാജകുമാരിയേക്കാൾ പതിൻമടങ്ങ് സുന്ദരമാണ് എന്ന ധ്വനി?

ഇതിവൃത്തവും അതിനെ ആധാരമാക്കി രൂപപ്പെട്ട കലാസൃഷ്ടിയും തമ്മിലുള്ള ദൂരം വളരെ പ്രധാനമാണ്. അവലംബിത വസ്തു, അഥവാ പ്രചോദനമായ ഒന്നിൽ നിന്ന് ബഹുദൂരം മുന്നോട്ട് സഞ്ചരിക്കേണ്ടതുണ്ട് കലാകാരന്. ഒരു മാതൃകയെ പകർത്തിയെഴുതുകയോ പുനഃസൃഷ്ടിക്കുകയോ അല്ല കല. അത് ഫോട്ടോസ്റ്റാറ്റ് മെഷിന്റെ ജോലിയാണ്. അവലംബിത വസ്തുവിന് അന്യമായ അധികമാനങ്ങൾ നൽകാൻ കഴിയുമ്പോഴാണ് അതിന്റെ സൃഷ്ടാവിനെ യഥാർത്ഥ കലാകാരൻ എന്ന് വിളിക്കാൻ കഴിയുന്നത്.

മാതൃകയിൽ പോലും കാണാത്ത സൗന്ദര്യാത്മകതയുടെ പുതിയ തലം സമ്മാനിക്കാൻ ഈ പുതിയ സൃഷ്ടിക്ക് കഴിയണം. സൃഷ്ടി എന്ന വാക്കു കൊണ്ട് നാം ലക്ഷ്യമാക്കുന്നത് തന്നെ അതുവരെയുള്ളതിൽ നിന്ന് വിഭിന്നമായത് എന്ന അർത്ഥത്തിലാണ്. നൂതനമായ ഒന്നിനെക്കുറിച്ചുള്ള വ്യംഗ്യം അതിൽ ഉൾച്ചേർന്നിട്ടുണ്ട്.

അത്തരമൊരു രൂപപ്പെടുത്തലിൽ അതിന് ആധാരമായത് എന്തായാലും അതിൽ നിന്ന് വേറിട്ട് നിൽക്കണം. അതിനേക്കാൾ സമുന്നതമായ തലത്തിൽ വിരാജിക്കണം.

മുഖ്യകഥാപാത്രത്തിന് ബ്രഹ്മൻ, പ്രകൃതി എന്നീ പേരുകൾ നൽകിയത് ബോധപൂർവമാണോ?

ഇതിവൃത്തവുമായി ഇഴചേർന്നു നിൽക്കുന്നതാവണം മുഖ്യകഥാപാത്രങ്ങളുടെ പേരുകൾ എന്ന് തോന്നി. പ്രകൃതിയിൽ ഇല്ലാത്ത ഒന്നും കലാകാരന്റെ മുന്നിൽ ഇല്ല.മനുഷ്യൻ അടക്കം എല്ലാം പ്രകൃതിദത്തമാണ്. കല തന്നെ പ്രകൃതിയുടെ പുനസൃഷ്ടിയാണ്. പ്രകൃതിയെ ആഴത്തിൽ അറിഞ്ഞ് അനുഭവിച്ച് ആത്മാവിൽ സ്വാംശീകരിച്ച ഒരാൾക്ക് മാത്രമേ പൂർണ്ണതയോട് അടുത്തു നിൽക്കുന്ന മഹത്തായ കലാസൃഷ്ടിക്ക് രൂപം നൽകാൻ കഴിയൂ എന്ന ധ്വനി അതിലുണ്ട്.

ദാർശനിക ധ്വനിയുള്ള തത്ത്വചിന്താപരമായ തലങ്ങളുള്ള പ്രമേയങ്ങളാണ് വാസവദത്ത, ഷഡ്പദം എന്നിങ്ങനെ മുൻകാല കൃതികളും കൈകാര്യം ചെയ്യുന്നത്. ഭൂമധ്യരേഖയിലേക്ക് വരുമ്പോൾ അതിന്റെ പാരമ്യതയിൽ എത്തുന്നു. ഇത് ബോധപൂർവമാണോ?

ആസൂത്രിതമായും ബോധപൂർവമായും സംഭവിക്കേണ്ട ഒന്നാണ് ക്രിയാത്മക സൃഷ്ടികൾ എന്ന് കരുതുന്നില്ല. അത് ഒരു വെളിപാട് പോലെ അവിചാരിതമായി വീണുകിട്ടുന്ന ഒരു ഉൾക്കാഴ്ച പോലെ അബോധമായി സംഭവിക്കുന്ന ഒന്നാണ്. തീർത്തും സ്വാഭാവികമായ ഒരു പ്രക്രിയയാണ് അത്. ഈ മൂന്ന് കൃതികളും ആലോചിച്ച് ഉറപ്പിച്ച് ചെയ്തതല്ല. എന്നാൽ ന്യായപ്രമാണം, അവർണ്ണൻ എന്നീ കൃതികൾ തത്ത്വചിന്താപരമല്ല. ദാർശനികത ആരോപിക്കാവുന്നതുമല്ല. മറ്റൊരു കാര്യമുള്ളത് നോവലെഴുത്ത് കേവലം കഥാകഥനം മാത്രമായി മാറുന്നതിനോട് യോജിപ്പില്ല. അനുവാചകന്റെ അവബോധതലത്തിൽ പുതിയ ഒരു അടയാളം അഥവാ തിരിച്ചറിവ് സമ്മാനിക്കാൻ അതിന് കഴിയണം. വാസവദത്ത ആത്മാവബോധത്തെക്കുറിച്ചാണ് പറഞ്ഞതെങ്കിൽ മനുഷ്യന്റെ ആന്തരിക വ്യക്തിത്വം തിരിച്ചറിയപ്പെടാതെ പോകുന്ന അവസ്ഥയെക്കുറിച്ചായിരുന്നു ഷഡ്പദം. മനുഷ്യൻ കേവലം ബാഹ്യരൂപം മാത്രമായി പരിമിതിപ്പെടുന്നതിന്റെ ദുരന്തങ്ങൾ ആ നോവൽ ചർച്ച ചെയ്തു. ഇത്തരം വീക്ഷണങ്ങളുടെ പീക്കിലുള്ള ഒന്നായാണ് ഭൂമധ്യരേഖയെ കാണുന്നത്.

എഴുതി പൂർത്തിയാക്കിയ ശേഷം തിരിഞ്ഞുനോക്കുമ്പോൾ കൃതിയെ എങ്ങനെ വിലയിരുത്തുന്നു?

ഒരു കൃതിയുടെ ഗുണാപഗണങ്ങളെ സംബന്ധിച്ച് എഴുത്തുകാരൻ തന്നെ വാചാലനാവുന്നത് അൽപ്പത്തമാണ്. അത് വായനക്കാർ നിശ്ചയിക്കട്ടെ. എന്നാൽ സാർവജനീനമായ ഒരു ഇതിവൃത്തം അവതരിപ്പിക്കണം എന്ന ആഗ്രഹപൂർത്തീകരണമാണ് ഈ നോവൽ. ലോകത്ത് എവിടെയുമുള്ള ആളുകൾക്ക് റിലേറ്റ് ചെയ്യാൻ പറ്റുന്ന പ്രമേയമാണിത്. അതുകൊണ്ട് തന്നെ ഏത് ദേശത്തും എക്കാലവും ഇത് സ്വീകരിക്കപ്പെ

ടാമെന്ന് കരുതുന്നു. മരണശേഷവും അറിയപ്പെടാനുള്ള മോഹം, മഹത്ത്വാകാംക്ഷ..ഇതെല്ലാം മനുഷ്യരിലുള്ളതാണ്. അളവിൽ ഏറ്റക്കുറച്ചിലുകൾ ഉണ്ടാവാമെന്ന് മാത്രം. എന്തായാലും സ്ഥായിയായി നിലനിൽക്കുന്നത് എന്ത് എന്നത് സംബന്ധിച്ച ഒരു അന്വേഷണം കൂടിയാണ് ഈ കൃതി.

കലാരൂപങ്ങൾക്കും കലാസൃഷ്ടികൾക്കും ഇത്രയധികം പ്രാധാന്യം കൽപ്പിക്കേണ്ടതുണ്ടോ?

സൗന്ദര്യാനുഭവം പകരുക എന്നത് തന്നെയാണ് കലയുടെ അടിസ്ഥാനലക്ഷ്യങ്ങളിലൊന്ന്. ബോധവത്കരണമോ ജ്ഞാനസമ്പാദനമോ അതിന്റെ പരിധിയിൽ ഉണ്ടാവണമെന്ന് നിർബന്ധമില്ല. കല അനുഭൂതി സാന്ദ്രമാവുമ്പോഴാണ് അത് അനുഭവതലസ്പർശിയാവുന്നത്. സംവേദനാത്മകമാവണം കല.

സംഘർഷാത്മകവും സങ്കീർണ്ണവുമായ സമകാലിക ജീവിതസാഹചര്യത്തിൽ കലയുടെയും കലാകാരന്റെയും അത് പകർന്നു തരുന്ന അനുഭവങ്ങളുടെയും പ്രാധാന്യം വളരെ ഏറെയാണ്.

തകർന്ന മനസിനെ ഒന്ന് ഉഷാറാക്കാൻ, ചിലപ്പോഴെങ്കിലും വിമലീകരിക്കാൻ ഒരു നല്ല പാട്ടിന് പോലും കഴിയും. സാഹിത്യവും ചിത്രകലയും ശിൽപ്പകലയും ചലച്ചിത്രവും അടക്കമുള്ള കലാരൂപങ്ങളുടെയും പ്രസക്തി സമാനമാണ്.

പൂർണ്ണതയെക്കുറിച്ച് നോവൽ ചർച്ച ചെയ്യുന്നുണ്ട്?

പൂർണ്ണത എന്നത് ഒരു സങ്കൽപ്പമാണ്. പൂർണ്ണതയിലേക്ക് എത്തിപ്പെടാനുള്ള നിതാന്ത ശ്രമമാണ് ഒരു കലാകാരന്റെ ജീവിതം. അമ്പിളി അമ്മാവനെ പോലെയാണത്. കയ്യെത്തി എന്ന് തോന്നുമ്പോഴേക്കും അത് വീണ്ടും അകന്ന് പോകും. എന്നിട്ടും മടുക്കാതെ അടുത്ത സൃഷ്ടിയിലൂടെ പൂർണ്ണതയെ എത്തിപ്പിടിക്കാൻ കലാകാരൻ ശ്രമിക്കും. ഒടുവിൽ അതിനോട് കുറച്ചെങ്കിലും അടുത്തു നിൽക്കുന്ന ഒരു സൃഷ്ടി അവൻ രൂപപ്പെടുത്തും. നമ്മൾ മാസ്റ്റർ വർക്ക് എന്ന് വിശേഷിപ്പിക്കുന്നത് ഇത്തരം രചനകളെയാണ്.

എന്നാൽ ഈ കൃതിയിൽ ബ്രഹ്മദത്തൻ പൂർണ്ണതയെ എത്തിപ്പിടിക്കുന്നുണ്ട്. അയാൾ സൃഷ്ടിക്കുന്ന പ്രതിമ ആധാരവസ്തുവിനെ അതിശയിക്കുന്നതാണ്?

അത് മറ്റുള്ളവരുടെ കാഴ്ചപ്പാടിലാണ്. അയാളെ സംബന്ധിച്ച് ശിൽപ്പം താത്കാലിക സംതൃപ്തി പകരുന്നുണ്ടെങ്കിലും അതിനേക്കാൾ മികച്ചത് സൃഷ്ടിക്കാമായിരുന്നു എന്ന ബോധമാവും നയിക്കുന്നത്.

എല്ലാ സൃഷ്ടാക്കളെ സംബന്ധിച്ചും ഇത് ബാധകമാണ്. ഇനിയും രൂപപ്പെടുത്താനൊരുങ്ങുന്ന സൃഷ്ടിയാണ് അയാളുടെ ഏറ്റവും മെച്ചപ്പെട്ട കൃതി.

ചിത്രകല, ശിൽപ്പകല, സാഹിത്യം, സംഗീതം...എന്നിവയുടെ ഒരു കൊളാഷ് പോലെയാണ് ഈ നോവൽ. എന്ത് തോന്നുന്നു?

അത് ബോധപൂർവം ചെയ്തതല്ല. സംഭവിച്ചു പോയതാണ്. ശിൽപ്പിയും ശിൽപ്പവും കേന്ദ്രപ്രമേയമായി വന്നു. ഈ പ്രമേയം കൂടുതൽ ഫലപ്രദമായി ആഖ്യാനം ചെയ്യാൻ ഏറ്റവും യോജിച്ച ടൂൾസ് അതാണെന്ന് തോന്നി. കാരണം ചിത്രകലയും സാഹിത്യവും ഒരു പരിധി വരെ അബ്സ്ട്രാക്ട് ആണ്. ക്ലാരിറ്റി കുറയും. ഒരാളുടെ രൂപം പുനഃസൃഷ്ടിക്കാൻ ഏറ്റവും യോജിച്ചത് ശിൽപ്പം തന്നെയാണ്. മാതൃകയെ അതിജീവിക്കുന്ന പുനസൃഷ്ടിക്കും അതാണ് നല്ലത്.

അതേസമയം ഋഷി കഥ പറയുന്ന മട്ടിൽ സ്വഗതാഖ്യാനത്തിലൂടെ പ്രതിപാദനം നിർവഹിച്ചാൽ ഇഫക്ടീവാവില്ല. അതിന് പരിമിതികളുണ്ട്. അങ്ങനെയാണ് കഥ കേൾക്കുന്ന ചിത്രകാരന്റെ ഭാവനയിലൂടെ ദൃശ്യബിംബങ്ങളായി അവതരിപ്പിച്ചത്.

ഇവിടെ കഥനത്തെ സംബന്ധിക്കുന്ന ഒരു തലം കൂടിയുണ്ട്. തലമുറകൾ കൈമറിഞ്ഞ് വളരുന്ന ഒന്നാണ് കഥനം എന്ന പ്രക്രിയ. വർഷങ്ങൾ പിന്നിടുന്തോറും വെട്ടിക്കുറയ്ക്കലുകളും കൂട്ടിച്ചേർക്കലുകളും ഉണ്ടാവാം. ഋഷി അത് ആനുഷികംഗികമായി അഭിവ്യഞ്ജിപ്പിക്കുന്നുമുണ്ട്. ഒരേ കഥ ഒരാൾ തന്നെ പല സന്ദർഭങ്ങളിൽ പറയുമ്പോൾ പലതായി മാറുന്നു. ഒരുപക്ഷെ അടിസ്ഥാന കഥാംശം അങ്ങനെ തന്നെ നിലനിന്നെന്നും വരാം. എല്ലാം ആപേക്ഷികമാണ്. ഇവിടെ താരാനാഥ് എന്ന ചിത്രകാരന്റെ ഭാവനയിൽ അയാൾ കാണുന്ന ലോകം സ്വാഭാവികമായും ദൃശ്യാത്മകമാണ്. സിനിമാറ്റോഗ്രാഫിയുടെ സാധ്യതകൾ അടക്കം അതിൽ ഉപയോഗിച്ചിട്ടുണ്ട്. കളർടോണുകളും ലൈറ്റിംഗ് പാറ്റേണുകളും എല്ലാം. അതുകൊണ്ട് തന്നെ അത് ചിത്രകലയ്ക്ക് അപ്പുറം മറ്റൊരു വിതാനത്തിലേക്ക് വളരുന്നു. ഭാഷയിൽ ആഖ്യാനശൈലിയിൽ ഇത്തരം രീതികൾ പരീക്ഷിക്കേണ്ടത് കാലഘട്ടത്തിന്റെ ആവശ്യമാണ്.

നവകാലവുമായി ബന്ധപ്പെടുത്തി ഇതിനെ എങ്ങനെ കാണാം?

ഡിജിറ്റൽ പ്ലാറ്റ്ഫോമുകൾക്ക് സാധുത കൂടുതലുള്ള ഒരു കാലത്തിലൂടെയാണ് നാം കടന്നു പോകുന്നത്. വാതത്തിന്റെ മരുന്നടക്കം എല്ലാം വീഡിയോ ഫോർമാറ്റിൽ പറയപ്പെടുന്ന കാലം. ദൃശ്യാത്മകതയുടെ, ദൃശ്യപരതയുടെ ഈ അന്തരീക്ഷത്തിൽ നാം വാക്കുകളുടെ വാചികമായ അർത്ഥം മാത്രം കണക്കിലെടുത്ത് ഉപയോഗിക്കാതെ കഥ മനസിൽ

വിഷ്വൽ ചെയ്യാൻ കൂടുതലായി ശ്രമിക്കണം. പരമാവധി ദൃശ്യബിംബങ്ങളിലൂടെ കഥ പറയാൻ ശ്രമിക്കണം. ഇതൊന്നും തീർത്തും പുതിയ കാര്യങ്ങളല്ല. പത്മരാജന്റെ പ്രതിമയും രാജകുമാരിയും എന്ന നോവൽ സിനിമാറ്റോഗ്രഫിക്ക് ഇഫക്ട് നിലനിർത്തുന്ന ഒന്നാണ്. പെരുമ്പടവത്തിന്റെ സങ്കീർത്തനം പോലെ പെയിന്റിംഗ് പോലുള്ള ഫ്രെയിമുകളാൽ സമൃദ്ധമാണ്. വാങ്മയചിത്രം എന്ന് പറയാം. മുപ്പത് വർഷം മുൻപ് എഴുതപ്പെട്ട എം.ടിയുടെ രണ്ടാമൂഴവും വിഷ്വലൈസേഷന്റെ സാധ്യതകൾ പരീക്ഷിച്ച കൃതിയാണ്. നോവലിനും തിരക്കഥയ്ക്കും മധ്യത്തിൽ നിന്നുകൊണ്ട് എഴുതിയ വിശ്വോത്തര സൃഷ്ടാക്കളെക്കുറിച്ച് എം.ടി തന്നെ ഒരു ലേഖനത്തിൽ സൂചിപ്പിച്ചിട്ടുണ്ട്.

നോവലിന് മൾട്ടിപ്പിൾ ലയറുകൾ അനിവാര്യമാണോ?

നിർബന്ധമില്ല. ഒന്നും ഒന്നിന്റെയും അവസാന വാക്കല്ല. നിയാമകമായ വ്യവസ്ഥകളുടെ പരിധിയിൽ നിന്നുകൊണ്ടുള്ള എഴുത്താണ് ഏറ്റവും വലിയ പരിമിതി. എഴുത്തുകാരൻ സർവതന്ത്രസ്വതന്ത്രനായിരിക്കണം. ഒരു വിഷയം മനസിനെ അസ്വസ്ഥമാക്കുമ്പോഴാണ് സാധാരണഗതിയിൽ എഴുത്ത് സംഭവിക്കുന്നത്. അതിനെ എങ്ങനെ സൗന്ദര്യാത്മകമായി ആഖ്യാനം ചെയ്യാം എന്നതിനായിരിക്കും മുഖ്യപരിഗണന. അതിനപ്പുറം മറ്റൊന്നും ഒരു നല്ല എഴുത്തുകാരന്റെ മനസിലുണ്ടാവില്ല. വിവിധ തലങ്ങളും അടരുകളും സ്വയംഭൂവാണ്. അത് പിന്നീട് മറ്റുള്ളവർ കണ്ടെത്തുന്നതാണ്. എഴുത്തുകാരൻ തന്നെ മാറി നിന്ന് വായിക്കുമ്പോൾ അനുഭവപ്പെടേണ്ടതാണ്.

വാസവദത്തയിലും ഷഡ്പദത്തിലും ഇത്തരം ദ്വിമുഖവായനകൾക്ക് സാധ്യതയുണ്ട്. ഈ നോവലിൽ അത് കുറെക്കൂടെ അധികമാണെന്ന് പറയാം.

ഭൂമധ്യരേഖയിൽ മുഖ്യഫോക്കസ് ക്രിയേറ്റിവിറ്റി എന്ന വിഷയത്തിനല്ലേ?

ഒറ്റവായനയിൽ അങ്ങനെ തോന്നാം. അതിലുപരി സൗന്ദര്യാത്മത എന്ന സങ്കൽപ്പത്തെ വിവിധ വീക്ഷണകോണുകളിൽ നിന്ന് നോക്കികാണാനുള്ള ശ്രമവും ഇതിലുണ്ട്. സൗന്ദര്യത്തെ പുനരാവിഷ്കരിക്കുന്ന ഘട്ടത്തിൽ നേരിടുന്ന പ്രതിസന്ധികളും നോവൽ മുന്നോട്ട് വയ്ക്കുന്നുണ്ട്. രാജകുമാരിയുടെ രൂപഭംഗി അതിന്റെ പത്തിലൊന്ന് പോലും പുനർനിർമ്മിക്കാൻ കഴിയാതെ ഹതാശനായ ബ്രഹ്മദത്തൻ രണ്ടാം ഘട്ടത്തിൽ ലക്ഷ്യത്തോട് അടുത്തിട്ടും തൃപ്തനാവാതെ നിരന്തരം ശ്രമിക്കുന്നു. ഏറ്റവും ഒടുവിൽ ഒരു മനുഷ്യസ്ത്രീക്ക് സങ്കൽപ്പിക്കാനാവാത്ത രൂപഭംഗിയുടെ അപാരതയിൽ നിൽക്കുന്ന ശിൽപ്പമാണ്

അയാൾ സൃഷ്ടിക്കുന്നത്. ഭാവനാത്മകതയോളം സൗന്ദര്യാത്മകമായ മറ്റൊന്നുമില്ലെന്ന വിദൂരധ്വനി കൂടി അതിലുണ്ട്. ഈ ലോകത്ത് അതിരുകളില്ലാത്ത സൗന്ദര്യാനുഭവം എന്നൊന്നുണ്ടെങ്കിൽ അത് ഭാവന മാത്രമാണെന്ന് നോവൽ പറയാതെ പറയുന്നുണ്ട്.

മഹത്ത്വത്തെ സ്പർശിക്കുന്ന കൃതി എന്നാണ് ഒറ്റവായനയിൽ തന്നെ തോന്നിയത്?

എഴുത്തുകാരന് തന്റെ സൃഷ്ടിയെക്കുറിച്ച് അങ്ങനെ പറയാൻ സാധിക്കില്ല. ആത്മവിശ്വാസം തോന്നാം. എന്നാൽ വ്യക്തിപരമായി ഞാൻ ഇപ്പോഴും അതൃപ്തനാണ്. കൂടുതൽ ക്ഷമയും സമയും അനുവദിക്കപ്പെട്ടിരുന്നെങ്കിൽ ഇതിലും മെച്ചപ്പെട്ട കൃതി രൂപപ്പെടുത്താമായിരുന്നു എന്ന് തന്നെയാണ് വിശ്വസിക്കുന്നത്.

മാജിക്കൽ റിയലിസം അസംഭാവ്യമെന്ന് തോന്നിക്കുന്ന സംഭവ്യ സന്ദർഭങ്ങളെ കുറിക്കുന്നു. ഇവിടെ സംഭവ്യമെന്ന് തോന്നിക്കാവുന്ന തരത്തിൽ അസംഭാവ്യ സന്ദർഭങ്ങൾ കോർത്തിണക്കുന്നു?

താങ്കളുടെ വാദഗതി തെറ്റാണ്. ഈ പുസ്തകത്തിന് പഠനം എഴുതിയ ശ്രീ. ഉണ്ണികൃഷ്ണൻ എടുത്തു പറയുന്ന ഒരു കാര്യമുണ്ട്. അത് 35,000 വർഷം പഴക്കമുള്ള ഒരു പ്രതിമയെക്കുറിച്ചാണ്. ഇന്നും ശോഭ നഷ്ടപ്പെടാത്ത കാലത്തിന്റെ കേടുപാടുകൾ ക്ഷതമേൽപ്പിക്കാത്ത പ്രതിമ. അപ്പോൾ സങ്കൽപ്പങ്ങളും യാഥാർത്ഥ്യങ്ങളും തമ്മിലുള്ള അതിരുകൾ വിലോലമാണ്.

ഇതേ വിഷയം തന്നെ കുറെക്കൂടി ധ്വനിസാന്ദ്രമായും ഗൂഢാത്മകമായും പറയാമായിരുന്നില്ലേ എന്ന് തോന്നി?

താങ്കളുടെ സന്ദേഹം വളരെ പ്രധാനമാണ്. ഒരു ചെറുകഥയിൽ ഇത്തരം ആഖ്യാനസമീപനം കൂടുതൽ ഫലപ്രദമാണ്. എന്നാൽ നോവലിലേക്ക് വളരുമ്പോൾ കുറെക്കൂടി വ്യക്തതയും സ്പഷ്ടതയും ആവശ്യമാണെന്ന് തോന്നി. പിന്നെ ഏത് തരം ആസ്വാദനബോധമുള്ളവരും ഈ പ്രമേയം ഉൾക്കൊള്ളണമെന്നും തോന്നി. ദുരൂഹതയും ദുർഗ്രാഹ്യതയും ക്ലിഷ്ടതയും സങ്കീർണ്ണതയും മറ്റും സൃഷ്ടാവിന്റെ മനസിലേ പാടുള്ളു, അത് സൃഷ്ടിയിൽ ഇൻബിൽറ്റായിരിക്കണം എന്ന പി. പത്മരാജന്റെ വാക്കുകളാണ് എന്റെ വഴികാട്ടി.

നോവൽ എന്ന കലാരൂപത്തെക്കുറിച്ച് താങ്കളുടെ കാഴ്പ്പാട് എന്താണ്?

നോവൽ സൂക്ഷ്മാംശങ്ങളുടെ കലയാണ്. ഡീറ്റയിലിംഗാണ് നോവലിനെ വശ്യസുന്ദരമാക്കുന്നത്. ഭാഷാപരമായ ലാവണ്യവും ശിൽപ്പ സംവിധാനവും പാത്രസൃഷ്ടിയുടെ മൂർച്ചയും അടക്കം നിരവധി ഘടക

ങ്ങൾ ഉണ്ടെന്നത് മറക്കുന്നില്ല. അനുഭവതലസ്പർശിയാവാൻ കഴിയുന്നതും ഒരു ചെറിയ കാര്യമല്ല. അതിലുപരി ദാർശനികമായ ഒരാഴം, ത്രിമാനം നൽകാൻ കഴിയുക എന്നത് വളരെ പ്രധാനമാണ്.

ഈ നോവലിൽ ഉപയോഗിച്ചിരിക്കുന്ന ഭാഷയ്ക്ക് പൗരാണികതയുടെ പഴമയും അതേസമയം കാവ്യഭംഗിയും തേജസും ഓജസും എല്ലാമുണ്ട്. ഭാഷ എങ്ങനെയാണ് രൂപപ്പെടുന്നത്?

അത് താനെ ഉരുത്തിരിഞ്ഞു വരുന്നതാണ്. ഇത്തരമൊരു ഇതിവൃത്തത്തിന് യോജിച്ച ഭാഷ എന്താവണമെന്ന് ഉപബോധമനസ് ഒരു തീരുമാനം എടുത്ത് ബോധമനസിലേക്ക് എത്തിച്ചു തരുന്നുവെന്നാണ് തോന്നിയിട്ടുള്ളത്. വാസവദത്തയിലും ഇത്തരമൊരു അത്ഭുതം സംഭവിച്ചിരുന്നു.

അധികാരവ്യവസ്ഥിതിയും അധികാരിവർഗവും കലയെ അർഹിക്കുന്ന തലത്തിൽ തിരിച്ചറിയുന്നില്ലെന്ന സൂചനയുണ്ടോ ബ്രഹ്മദത്തൻ കൊല്ലപ്പെടുന്ന ഭാഗത്തിൽ?

തീർച്ചയായും. അത് എക്കാലവുമുണ്ടായിരുന്നു. അളവിൽ ഏറ്റക്കുറച്ചിലുകൾ ഉണ്ടാവാം. ഈ ജനാധിപത്യ യുഗത്തിൽ പോലും ഇത്തരം പ്രവണതകൾ രൂക്ഷമല്ലേ? അധികാരവർഗം രൂക്ഷഭാവങ്ങളെ പ്രതിനിധാനം ചെയ്യുന്നവരാണ്. കൊല്ലും കൊലയുമൊന്നും അവർക്ക് അന്യമല്ല. കലാകാരന്റെ ലോലമനസും മൃദുഭാവങ്ങളും ധിഷണാപരമായ സവിശേഷതകളും ആശയലോകവുമൊന്നും അവർക്ക് ഉൾക്കൊള്ളാൻ കഴിയണമെന്നില്ല.

നോവൽ മുന്നോട്ട് വയ്ക്കുന്ന രാഷ്ട്രീയം ഇതാണോ?

എന്ന് പറഞ്ഞുകൂടാ. നോവൽ ഏതെങ്കിലും തരം രാഷ്ട്രീയം ഉയർത്തിപ്പിടിക്കണമെന്ന ശാഠ്യം എനിക്കില്ല. കഥാഗതിയിൽ സാഭാവികമായി ഉരുത്തിരിഞ്ഞു വരുന്നതാണ് ഈ സന്ദർഭങ്ങളെല്ലാം. അതിൽ എഴുത്തുകാരന്റെ രാഷ്ട്രീയം ഉണ്ടാവണമെന്നില്ല. ഉണ്ടായിക്കൂടെന്നുമില്ല. പിന്നെ ഏത് തരം ഭരണവ്യവസ്ഥിതിയിലും ഈ ലോകം കൂടുതൽ സുന്ദരമാക്കുന്ന കലാകാരനെ തിരിച്ചറിയുക എന്നതിന് പ്രസക്തിയുണ്ട്.

www.ingramcontent.com/pod-product-compliance
Lightning Source LLC
LaVergne TN
LVHW100840051026
849519LV00006B/2373